ഏകാധിപതിയുടെ അവസാനരാത്രി

യാസ്മിനാ ഖാദ്രാ

നോവൽ
ഏകാധിപതിയുടെ അവസാനരാത്രി
യാസ്മിനാ ഖാദ്രാ

വിവർത്തനം
കെ. സതീഷ്

സംശോധനം
വി.ബി. ജ്യോതിരാജ്

ഗ്രീൻ ബുക്സ്

green books private limited
gb building, civil lane road, ayyanthole,
thrissur- 680 003, kerala, ph: +91 487-2381066, 2381039
website: www.greenbooksindia.com
e-mail: info@greenbooksindia.com

original title
(french)
la dernière nuit de raïs

malayalam
ekathipathiyute avasanarathri
(novel)
by
yasmina khadra

translated by
k. satheesh

copy editing: v.b.jyothiraj

first published june 2018

© editions Robert Laffont, Paris, 2015

cover design : mansoor cheruppa

branches:
thrissur 0487-2422515
palakkad 0491-2546162
thiruvananthapuram 0471-2335301
calicut 0495 4854662
kannur 0497-2763038

isbn : 978-93-87331-60-0

no part of this publication may be reproduced,
or transmitted in any form or by any means,
without prior written permission of the publisher.

GBPL/1013/2018

മുഖക്കുറി

ലിബിയൻ ഭരണകർത്താവായിരുന്ന ഗദ്ദാഫിയുടെ പതനം വളരെ നാടകീയമായി അവതരിപ്പിക്കുന്നു. സദ്ദാം ഹുസൈനു ശേഷം സാമ്രാജ്യശക്തികൾ മദ്ധ്യ പൂർവ്വദേശത്ത് നടത്തിയ നിഷ്ഠുരമായ ഒരു കൊലപാത കമായിരുന്നു ഗദ്ദാഫിയുടേത്. പ്രശസ്ത അൾജീരിയൻ എഴുത്തുകാരനായ യാസ്മിനാ ഖാദ്രായുടെ ഏറ്റവും പുതിയ പുസ്തകമാണിത്. വായനക്കാർക്ക് വളരെ താത്പര്യപൂർവം ഈ പുസ്തകം സമർപ്പിക്കുന്നു.

കൃഷ്ണദാസ്
മാനേജിങ് എഡിറ്റർ

ബാലനായിരുന്നപ്പോൾ അമ്മാവൻ എന്നെ മരുഭൂമിയിലേക്കു കൂട്ടി ക്കൊണ്ടുപോയി. അതാകട്ടെ എന്റെ തട്ടകത്തിലേക്കുള്ള മടക്കയാത്രയാ യിരുന്നു; ആത്മാവിന്റെ വിമലീകരണവുമായിരുന്നു.

എന്തുകൊണ്ടോ കുഞ്ഞായിരുന്നിനാൽ അദ്ദേഹം പറഞ്ഞ കാര്യങ്ങ ളൊന്നും മനസ്സിലായിരുന്നില്ല; എന്നാൽ ആ വാക്കുകൾ എനിക്കിഷ്ട മായിരുന്നു.

അവകാശവാദങ്ങളില്ലാത്ത, ആഘോഷിക്കപ്പെടാത്ത ഒരു കവി. അങ്ങനെയായിരുന്നു അമ്മാവൻ; അനുകമ്പ തോന്നിപ്പിക്കുംവിധം വിനീ തനായ ഒരു ബദുയിൻ. ഒരു പാറയുടെ തണലിൽ കൂടാരമൊരുക്കി, നിഴൽപോലെ പതിഞ്ഞിരുന്ന്, മണൽപ്പരപ്പിൽ വീശുന്ന കാറ്റിന്റെ ഹുങ്കാരം ശ്രവിക്കുക. ഇങ്ങനെയൊക്കെയുള്ള ആഗ്രഹങ്ങളേ അദ്ദേഹ ത്തിനുണ്ടായിരുന്നുള്ളൂ.

തലയെടുപ്പുള്ള കരിംതവിട്ടു കുതിരയും ഗ്രേ ഹൗണ്ട് ഇനത്തിൽപ്പെട്ട, ജാഗ്രതയുള്ള രണ്ടു നായ്ക്കളും കാട്ടാടുകളെ നായാടുവാനുപയോഗി ച്ചിരുന്ന ഒരു പഴയ റൈഫിളും അദ്ദേഹത്തിന് ഉണ്ടായിരുന്നു. ഔഷധ ഗുണങ്ങൾക്ക് പേരുകേട്ട മരുമൂഷികനെ കെണിവെച്ചു പിടിക്കാൻ മറ്റാ രേക്കാളും അദ്ദേഹത്തിനറിയാമായിരുന്നു. അതുപോലെ സൂചിവാലൻ പല്ലികളെ പിടികൂടി സ്റ്റഫ് ചെയ്ത് വാർണീഷ് പൂശി അദ്ദേഹം ചന്ത യിൽ വിൽക്കുമായിരുന്നു.

രാത്രിയാകുമ്പോൾ തീ കൂട്ടി ലഘുവായ ആഹാരവും നന്നായി മധുരം ചേർത്ത ഒരു കപ്പ് ചായയും കഴിച്ച് തന്റെ സ്വപ്നങ്ങളിലേക്ക് അദ്ദേഹം ആണ്ടിറങ്ങി. പാറകൾ നിറഞ്ഞ മരുപ്പരപ്പിന്റെ നിശ്ശബ്ദതയുമായി അദ്ദേഹം ധ്യാനത്തിലായിരുന്നു എന്നു തോന്നും. ആ കാഴ്ച ഒരു മഹാ ദൃശ്യമായിരുന്നു.

ചിലപ്പോൾ തോന്നും അദ്ദേഹത്തിന്റെ ആത്മാവ് ശരീരം വിട്ടകന്നു പോവുകയാണെന്ന്. കൂടാരത്തിന്റെ കവാടത്തിനരികെ തൂക്കിയിട്ട ആട്ടിൻ തോൽ ജലസഞ്ചിപോലെ അല്ലെങ്കിൽ ഒരു നോക്കുകുത്തിപോലെ എന്നെ അപ്പോഴൊക്കെയോ അദ്ദേഹം തനിച്ചാക്കി. എനിക്ക് ഈ ലോകത്ത് അങ്ങേയറ്റം ഒറ്റപ്പെട്ടുപോകുന്നതായി തോന്നി. ജിന്നുകളുടെ

ആർത്തലച്ചുവരുന്ന പടപോലെ സഹാറയുടെ നിഗൂഢതകൾ എന്നെ ഭയപ്പെടുത്തി. അപ്പോഴൊക്കെ വിരലറ്റങ്ങൾകൊണ്ട് അദ്ദേഹത്തെ കുലുക്കി വിളിക്കുമായിരുന്നു. അദ്ദേഹം മായാസുഷുപ്തിയിൽ നിന്ന് എഴുന്നേറ്റ്, തിളങ്ങുന്ന കണ്ണുകളോടെ പുഞ്ചിരിക്കും. ആ പുഞ്ചിരിയേക്കാൾ മനോഹരമായൊന്ന് പിന്നീട് ഞാൻ ആരാധിച്ച സ്ത്രീകളിലോ, എന്റെ സ്വപ്നങ്ങളെ താലോലിച്ച അന്തഃപുരസുന്ദരികളിലോ ഒരിക്കലും കണ്ടിട്ടില്ല. മൗനിയും മിക്കവാറും കാണാമറയത്തുമായിരുന്ന അമ്മാവന്റെ അംഗവിക്ഷേപങ്ങൾ സൗമ്യവും മന്ദവുമായിരുന്നു. തന്റെ വികാരവിചാരങ്ങളെ അപൂർവ്വമായി മാത്രമേ അദ്ദേഹം പ്രകടിപ്പിച്ചിരുന്നുള്ളൂ. പതിഞ്ഞ അദ്ദേഹത്തിന്റെ സംസാരം ഒരു സംഗീതമെന്നപോലെ എന്റെ ബോധധാരയിൽ ഒഴുകി വന്നിരുന്നു.

ജ്വലിതമായ ആകാശങ്ങളിലെവിടെയോ തന്റെ നോട്ടം നഷ്ടപ്പെട്ടുപോയെന്ന് അദ്ദേഹം പറയുമായിരുന്നു. ഭൂമിയിലെ ഓരോ ധീരനും ഒരു നക്ഷത്രമുണ്ടെന്ന് അദ്ദേഹം പറഞ്ഞു. അപ്പോൾ സ്വനക്ഷത്രത്തെ കാണിച്ചുതരണമെന്ന് ഞാൻ ആവശ്യപ്പെട്ടു. ആ വിരൽ സംശയമില്ലാതെ ചന്ദ്രനു നേരെ ഉയർന്നു. പിന്നീട് വിണ്ണിലേക്ക് കണ്ണുകൾ ഉയർത്തിയപ്പോഴൊക്കെ എല്ലാ രാത്രികളിലും പൂർണതയോടെ ചന്ദ്രനെ കണ്ടു. ഒളിമങ്ങാത്ത, മറയില്ലാത്ത പൂർണചന്ദ്രൻ, വഴി പ്രകാശിപ്പിച്ചുകൊണ്ട്, മറ്റേതൊരു സുന്ദരദൃശ്യത്തെയും നിഷ്പ്രഭമാക്കി. മറ്റു നക്ഷത്രങ്ങളെയെല്ലാം നിഴലിലാക്കുന്നവിധം അത് പ്രഭാപൂരിതമായിരുന്നു. അനന്തവിഹായസ്സിൽ ഭംഗിയോടെ അത് വിളങ്ങി.

'ഘൗസ്' എന്ന ആത്മീയസഭയുടെ പരിഗണനയിലുള്ള വ്യക്തിയാണ് ഞാൻ എന്ന് അമ്മാവൻ പറഞ്ഞിരുന്നു. കഥഫാ ഗോത്രത്തിന്റെ സർവ്വമഹിമകളും ഗതകാലതേജസ്സും വീണ്ടെടുക്കാൻ നിയോഗിക്കപ്പെട്ട കുട്ടിയാണത്രേ ഞാൻ.

അറുപത്തിമൂന്നുവർഷങ്ങൾ. ഇന്ന് സിർത്തിനു മുകളിൽ ഏതാനും നക്ഷത്രങ്ങൾ മാത്രമേ കാണുന്നുള്ളൂ. അവതന്നെ ഒരു നഖപ്പാടിനോളം പോലും വലുപ്പമില്ലാത്തവ. കത്തിയെരിയുന്ന വീടുകൾ. ഭൂമിയെ വീർപ്പുമുട്ടിക്കുന്ന പുക. റോക്കറ്റുകളുടെ സീൽക്കാരങ്ങൾ. പകൽ ദീനമായി പതുങ്ങിയിരിക്കുന്നു. ഒരിക്കൽ ആത്മാവിനെ സാന്ത്വനിപ്പിച്ചിരുന്ന മൗനം ഇന്ന് വെളിപാടിന്റെ താക്കീതായി അനുഭവപ്പെടുന്നു. അങ്ങിങ്ങായി വെടിയൊച്ചകൾ. നശീകരണായുധങ്ങൾക്കും അപ്പുറത്ത് അവ ഏതൊക്കെയോ അർത്ഥതലങ്ങളെ ഒളിപ്പിക്കുന്നു.

ഞാനെന്ന മാർഗദർശി. അദ്ഭുതബാലൻ. അപ്രമാദിയായ ദാർശനികൻ. എന്റെ കലുഷിതമായ കടലിലെ വഞ്ചനാത്മകമായ നിഴലുകളെ അറിയുന്നവൻ. പത നിറഞ്ഞ് വെട്ടിത്തിളങ്ങുന്ന ജലപാത്രത്തെപോലെ നിറമുള്ളവൻ. ദീപസ്തംഭമെന്നപോലെ സ്ഥിരചിത്തൻ. അസാധാരണനെന്ന്

ഏവരും കരുതുന്നവൻ. ഈയുള്ളവനെ ഇവിടെ എല്ലാവരും വെല്ലുവിളിച്ചുകൊണ്ടിരിക്കുന്നു.

"അസ്ഥിരമായ രാത്രിയിലൂടെ നമ്മുടെ മണിക്കൂറുകൾ കടന്നുപോവുകയാണ്. നാളെ പ്രഭാതം നമുക്കുനേരെ മിഴികൾ ഉയർത്തുമോ? അതോ നമ്മുടെ ശരീരങ്ങൾ അഗ്നിക്ക് ഇരയാകുമോ?"

ഇരുളിന്റെ മറവിലിരുന്ന് എന്റെ ഒരംഗരക്ഷകന്റെ ആത്മഗതം കേട്ടു.

ആ വാക്കുകൾ എന്നെ അസ്വസ്ഥനാക്കി, പക്ഷേ ശാസനകൊണ്ടു പ്രയോജനമില്ലല്ലോ. ഇത്തിരിയെങ്കിലും മനസ്സാന്നിധ്യമുണ്ടായിരുന്നെങ്കിൽ ഇത്തരം ദൈവദൂഷണങ്ങൾ അയാൾ ഉരുവിടുമായിരുന്നില്ല. എന്നെ സംശയിക്കുക എന്നതിലുപരി ഒരു അപമാനമില്ല.

ഞാൻ ഇപ്പോഴും ജീവിച്ചിരിക്കുന്നു. ഒന്നും നഷ്ടപ്പെട്ടിട്ടില്ല എന്നതിന്റെ തെളിവാണത്.

ഞാൻ മുഅമ്മർ ഗദ്ദാഫി. വിശ്വാസം പതറാതിരിക്കാൻ ആ നാമം നല്ലതാണ്. എനിക്ക് കലാപങ്ങളെയും കൊടുങ്കാറ്റുകളെയും ഭയമില്ല. എന്റെ ഹൃദയത്തിൽ നിങ്ങളുടെ കൈ ചേർത്തുവെയ്ക്കുക. വഞ്ചകരുടെ ആസൂത്രിതമായ കലാപങ്ങളെ താളാത്മകമായി അത് പറഞ്ഞു തരും.

ദൈവം എന്നോടൊപ്പമുണ്ട്!

അതിശക്തരായ രാഷ്ട്രങ്ങൾക്കും അവരുടെ അധികാരക്കൊതിക്കും എതിരെ നിലകൊള്ളാൻ ദൈവത്താൽ നിയോഗിക്കപ്പെട്ടവൻ.

ഒരു മർമ്മരധ്വനിയിലുപരി ആജ്ഞകൾ ഉയർത്താൻ കഴിയാത്തവൻ, കെട്ടുപിണഞ്ഞ മായാമോഹങ്ങളിൽനിന്നുണർന്ന, യുവസൈനികൻ. പിൽക്കാലത്ത്, സാമ്രാജ്യങ്ങളോട് 'പാടില്ല' എന്നും അവരുടെ ദൂഷണങ്ങൾ 'മതിയാക്കൂ' എന്നുമാവശ്യപ്പെടാൻ ധൈര്യം കാണിച്ചവൻ. ചീട്ടുകളെ ഡീൽ ചെയ്യാതെ വിടുന്നതുപോലെ ഞാനെന്റെ വിധിയെ മാറ്റിമറിച്ചു. വരിയിൽ നിൽക്കാത്തവനെ താക്കീതോ വിചാരണയോ ഇല്ലാതെ തലയെടുക്കുന്ന കാലമായിരുന്നു അത്. വരുംവരായ്കകളെക്കുറിച്ച് ബോദ്ധ്യമുണ്ടായിരുന്നു. ജീവിക്കാൻ ഉത്തേജനം നൽകിയ ഒരേയൊരു ഉപാധി നീതിക്കുവേണ്ടി നിലകൊള്ളുക എന്നതുമാത്രം. ഈ ബോധ്യത്തിൽ ഉരുക്കിന്റെ നിസ്സംഗതയോടെ ഞാൻ നിലകൊണ്ടു.

എന്റെ രോഷം ശക്തവും ശുദ്ധവുമായിരുന്നു. തീരുമാനം ന്യായാധിഷ്ഠിതമായിരുന്നു. പടച്ചതമ്പുരാൻ എന്റെ ശബ്ദം എല്ലാ സ്തോത്രങ്ങളുടെയും പതാകകളുടെയും മീതെ ഉയർത്തി.

കുരിശുയോദ്ധാക്കളുടെ മണിനാദങ്ങൾ എനിക്കായി മുഴങ്ങുന്നുവെന്ന് വിശ്വസിക്കാൻ ഞാൻ തയ്യാറല്ല. അപകീർത്തികളെയും ഗൂഢപദ്ധതികളെയും ജയിച്ചവൻ. എല്ലാം വെളിപ്പെടുന്ന സമയത്തും

ഇവിടെയുണ്ടായിരിക്കുമെന്നുറപ്പുള്ളവനുമാണ് ഞാൻ. കപടമായ പ്രക്ഷോഭങ്ങളും വ്യാജയുദ്ധവും എന്റെ ജീവിതപാതയിലെ ഇതിഹാസങ്ങൾ. ഇവയ്ക്കെല്ലാമുപരി ഇത് ദൈവത്തിന്റെ പരീക്ഷണങ്ങൾ തന്നെയോ?

ശക്തിയോടെ ഞാനീ തകർച്ചകളിൽനിന്ന് ഉയർന്നുവരും. ഫിനിക്സ് പക്ഷിയെപോലെ. ബാലിസ്റ്റിക് മിസൈലുകളേക്കാൾ വേഗതയോടെ എന്റെ ശബ്ദം ചെന്നെത്തും. പ്രസംഗപീഠത്തിൽ ഒരു വിരൽത്തട്ടു മതി എനിക്കു കൊടുങ്കാറ്റുകളെ നിശ്ശബ്ദമാക്കാൻ.

ഞാൻ മുഅമ്മർ ഗദ്ദാഫിയാണ്, ആത്മീയ ഇതിഹാസം മാംസരൂപ മാർജ്ജിച്ചവൻ. സിർത്തിന്റെ ഈ സന്ധ്യയിൽ കുറച്ചു നക്ഷത്രങ്ങളേ യുള്ളൂ. ഒരു നഖത്തുണ്ടിനോളമെങ്കിലും വലിപ്പമില്ല എന്റെ ചന്ദ്രന്. എങ്കിൽപോലും ഒരു നക്ഷത്രവൃന്ദത്തിൽ സൂര്യതേജസ്സായി വസിക്കണമെന്നാണ് നിയോഗം.

അവർക്ക് എനിക്കെതിരെ മിസൈലുകളെ തൊടുത്തുവിടാം. വാഴ്ത്താനുള്ള വെടിക്കെട്ടുവിദ്യയായേ അവയെ ഞാൻ കാണൂ. അവർക്ക് മലകളെ നീക്കാം. പാറക്കൂട്ടങ്ങൾക്കിടയിൽ കോലാഹലമുയർത്തുന്ന, ആയിരക്കണക്കിന് പ്രേതമുഖങ്ങളെ മാത്രം ഞാനപ്പോൾ ദർശിക്കും. എന്റെ കാവൽമാലാഖമാർക്കെതിരെ അവർ ചെകുത്താന്മാരെ അഴിച്ചു വിടും. എന്നാലും എന്റെ ദൗത്യത്തിനെതിരെ ഒരു നികൃഷ്ടശക്തിക്കും തടുക്കാനാവില്ല. ചെകുത്താനെയും അവന്റെ കൂട്ടാളികളെയും ബലമായി മുട്ടുകുത്തിച്ചുകൊണ്ട് പീഡിതജനങ്ങൾക്കെതിരെയുണ്ടായ അതിക്രമ ങ്ങൾക്കോരോന്നിനും കണക്കു പറഞ്ഞ് പ്രതികാരം ചെയ്യേണ്ടവനായ സാക്ഷാൽ കാസർ അബ്ദുഹാദിയുടെ ഗ്രാമത്തിന്റെ തൊട്ടിലിൽ സ്വീകരിക്കപ്പെട്ടവനാണ് ഞാൻ. ആ നിയോഗം എഴുതിവയ്ക്കപ്പെട്ടതു മാണ്.

"സഹോദരമാർഗദർശീ..."

ആകാശത്തിനു കുറുകെ ഒരു ഉൽക്ക കടന്നു പോയി. ആ സ്വരം എവിടെനിന്നായിരുന്നു? നട്ടെല്ലിലൂടെ ഒരു നടുക്കം പാഞ്ഞു പോയി. അസ്തിത്വത്തിലൂടെ ഒരു വികാരപ്രവാഹമുണ്ടായി.

ആ ശബ്ദം വീണ്ടും-

"സഹോദരമാർഗദർശീ..."

ഞാൻ തിരിഞ്ഞുനോക്കി.

ഒരു ഓർഡർലി. ഒരിക്കൽ ആകർഷകമായിരുന്ന ഈ മുറിയുടെ വാതിൽക്കൽ ആദരവിന്റെ സ്ഥൈര്യത്തോടെ നിൽക്കുകയായിരുന്നു അയാൾ.

"ഉം?"

"അങ്ങയുടെ അത്താഴം തയ്യാറായി."

"അതിങ്ങോട്ടു കൊണ്ടുവരൂ."

"തൊട്ടടുത്ത മുറിയിലിരുന്നു കഴിക്കുന്നതാവും നല്ലത്. ജനലുകൾ കൊട്ടിയടച്ച് ഇരുട്ടാക്കിയിട്ടുണ്ട്. മെഴുകുതിരികൾ കത്തിച്ചുവെച്ചിട്ടുണ്ട്. വെളിച്ചം നമ്മുടെ സാന്നിധ്യം അറിയിച്ചേക്കാം. അവർ എതിരെയുള്ള കെട്ടിടത്തിൽ വെടിവെക്കാനൊരുങ്ങി ഒളിച്ചിരിക്കുന്നുണ്ടാകും."

ഒന്ന്

ഓർഡർലി എന്റെ മുന്നിലായി നടന്നു.

ജനലുകളെ ടാർപോളിൻ ഷീറ്റുകൾ കൊണ്ട് മറച്ചിരുന്നതിനാൽ മെഴുകുതിരി വെളിച്ചം പതിന്മടങ്ങ് പ്രകാശിച്ചിരുന്നു. എങ്കിലും ഈ സ്ഥലം അസ്വസ്ഥതയുണ്ടാക്കി. ഒരരികിൽ കണ്ണാടിപൊട്ടിയ അലമാര, ഒരു നീളൻ ഇരിപ്പിടം - കുഷ്യൻ പൊട്ടിക്കീറി കുടൽമാലകൾ വെളിയിൽ ചാടിയിരിക്കുന്നു. മേശവലിപ്പുകൾ തറയിൽ തകർന്നു കിടക്കുന്നു. ചുവരിൽ വെടിയുണ്ടകളേറ്റ് അലങ്കോലമായ ഗൃഹനാഥന്റെ ഛായാചിത്രം.

സിർത്തിന്റെ സുരക്ഷാമേൽനോട്ടം വഹിച്ചിരുന്ന മകൻ മുത്താസ്സിം, 2-ാം ജില്ലയിലെ ഉപയോഗിക്കപ്പെടാതെ കിടന്ന ഒരു സ്കൂൾ കെട്ടിടം സൈനികകാര്യാലയമായി തിരഞ്ഞെടുക്കുകയായിരുന്നു. കൊട്ടാരത്തിനുള്ളിൽ മാളം തുരന്ന് അടിസ്ഥാന ആവശ്യങ്ങൾപോലും നിറവേറ്റാനാവാതെ കഴിയുകയാണ് ഞാൻ എന്നാണ് ശത്രുക്കൾ വിചാരിക്കുന്നത്. കഷ്ടത്തിൽ കഷ്ടമായ ഒരു സ്ഥലത്താണ് ഞാൻ എന്ന് അവർക്ക് തീർച്ചയായിരുന്നു. എന്നാൽ തീയിൽ കുരുത്ത ഒരു ബദൂയിൻ ആണ് ഞാനെന്ന് അവർ മറന്നുപോയത് എപ്പോഴാണ്?

ദീനരുടെ പ്രഭുവാണ് ഞാൻ. പ്രഭുക്കളിൽ ദീനനും. പരിമിതവിഭവങ്ങൾകൊണ്ട് ആയാസരഹിതനായി കഴിയാൻ കെല്പുള്ളവൻ. മണൽക്കൂനയിൽ പോലും ജീവിതസുഖം കണ്ടെത്തുന്ന ബദൂയിൻ. അവർ എന്നെ മറന്നതെപ്പോഴാണ്? കുട്ടിക്കാലത്ത് വിശപ്പെന്തെന്ന് അറിഞ്ഞിരുന്നു. കീറിയ കാൽശരായിയും പഴയ പാദരക്ഷകളും അണിഞ്ഞ ശീലമുണ്ടായിരുന്നു. പൊള്ളുന്ന കല്ലുകളിലൂടെ വർഷങ്ങളോളം നഗ്നപാദനായി നടന്നവൻ. കഷ്ടത കൂടപ്പിറപ്പായിരുന്നു. നേരാംവണ്ണം ആഹാരമില്ലാതെ വിശന്നു വലഞ്ഞിരുന്നു. ഒരേ ആഹാരം എപ്പോഴും കഴിക്കേണ്ടിവന്നിരുന്നു. അരി ഇല്ലാതിരുന്നപ്പോൾ കിഴങ്ങുകൾ കഴിച്ചായിരുന്നു വിശപ്പടക്കിയത്. രാത്രിയിൽ, കാൽമുട്ടുകൾ വയറിൽ അമർത്തിവെച്ച് ഒരു കോഴിക്കാൽ തിന്നുന്നത് സ്വപ്നം കാണുമായിരുന്നു. സ്വന്തം

ഉമിനീരിൽ മുങ്ങിപ്പോകുന്നത്ര കൊതിയിൽ, പൊരിച്ച കോഴിക്കാൽ അത്രയേറെ മോഹിപ്പിച്ചിരുന്നു.

നിങ്ങൾ പറയുന്ന പ്രൗഢിയിലും ആഡംബരത്തിലുമൊന്നും ഞാൻ അഭിരമിച്ചിരുന്നില്ല. അങ്ങനെ ജീവിച്ചുവെങ്കിൽ അവയെ പുച്ഛിക്കാൻ വേണ്ടി മാത്രമായിരുന്നു. പാവനമെന്നോ അമൂല്യമെന്നോ പറയാവുന്ന ഒന്നുംതന്നെ എന്റെ നിഘണ്ടുവിലില്ല. ഒരു ചഷകത്തിനും ഒരു കുടന്ന വീഞ്ഞിനെ മാന്ത്രികമരുന്നിന്റെ പദവിയിലേക്കുയർത്താൻ കഴിയില്ല. കീറളുടുപ്പുകളിട്ടാലും പട്ടുതുണികളണിഞ്ഞാലും അവൻ അവൻ തന്നെ യാണെപ്പോഴും...

ഞാൻ ഗദ്ദാഫിയാണ്, പരമാധികാരി, ഒരു മൈൽക്കുറ്റിപോലും സിംഹാസനമാക്കുന്നതിൽ ആനന്ദം കണ്ടെത്തുന്നവൻ.

കുറച്ചുദിവസങ്ങളായി ഞാൻ കഴിഞ്ഞുവരുന്ന, സ്കൂളിനു തൊട്ടടുത്തുള്ള ഈ വീട് ആരുടേതെന്ന് അറിയില്ല. എന്നേയും നാടിനേയും സ്നേഹിക്കുന്ന ഒരാളുടേതാവാം. ഈ വീടിന്റെ ഉടമസ്ഥനെക്കുറിച്ച് മറ്റെന്താണ് ഞാൻ പറയേണ്ടത്? ഇത് ഇടിഞ്ഞുപൊളിഞ്ഞിരിക്കുന്നു. ഈ കെട്ടിടം തകർത്തവർ ഉള്ളതെല്ലാം കൊള്ള ചെയ്തിരിക്കുന്നു. കൊണ്ടുപോകാനാവാത്തതെല്ലാം തകർത്തുകളഞ്ഞിരിക്കുന്നു.

ആഹാരം കഴിക്കാൻ ഇരിക്കുന്ന കൈക്കസേര വൃത്തിയാക്കാനും മേശ ഒരുക്കാനും ഓർഡർലി വളരെ ബുദ്ധിമുട്ടി. അതിലെ പാടുകളും ചതവുകളും മറയ്ക്കുവാൻ ഒരു ഷീറ്റ് വിരിച്ചിട്ടിരിക്കുന്നു. എങ്ങനെയോ ഒപ്പിച്ചെടുത്ത ഒരു പ്ലേറ്റിൽ ചെറുതായി അരിഞ്ഞെടുത്ത കാളയിറച്ചി ജെല്ലിയിട്ടു വെച്ചത്. ഒരു പാൽക്കട്ടിയും കുറച്ച് പരുക്കൻ ബിസ്ക്കറ്റുകളും. പിന്നെ ചെറുകറിപ്പാത്രത്തിനകത്ത് നാരങ്ങാനീരും തക്കാളി മുറിച്ചിട്ടതും. അടുക്കള ശൂന്യമായി. ഞങ്ങൾക്കുള്ള വിഭവമാർഗ്ഗങ്ങളെല്ലാം അടഞ്ഞുവരുന്നു. ഭക്ഷണം അംഗരക്ഷകനു പോലും തികയുന്നില്ല.

ഓർഡർലി ഇരിക്കാൻ ക്ഷണിച്ചതിനുശേഷം എനിക്കഭിമുഖമായി അറ്റൻഷനിൽ നിന്നു.

കാലം ശോഷിപ്പിച്ച അയാളുടെ ശാരീരിക ലക്ഷണങ്ങൾ എന്നോടുള്ള ഭക്തിപൂർവ്വമായ വിധേയത്വത്തെ വിളിച്ചോതി. അല്ലായിരുന്നെങ്കിൽ, അയാളുടെ ഗൗരവം അസംബന്ധമായേനേ. ലോകത്ത് മറ്റെന്തിനേക്കാളുപരി ഈ മനുഷ്യൻ എന്നെ സ്നേഹിക്കുന്നു. എനിക്കുവേണ്ടി ജീവത്യാഗത്തിനു പോലും തയ്യാറാണയാൾ.

"എന്താണ് നിന്റെ പേര്?"

ചോദ്യം അയാളെ അദ്ഭുതപ്പെടുത്തി. അവന്റെ എല്ലിച്ച കഴുത്തിനുള്ളിൽ കണ്ഠമണി ഇളകി.

"മുസ്തഫ, സഹോദരമാർഗദർശീ."

"എത്ര വയസ്സായി?"

"മുപ്പത്തിമൂന്ന്."

പ്രായം കേട്ട്, അയാൾ യുവാവാണെന്നു കണ്ട് ഞാൻ പറഞ്ഞു. "മുപ്പത്തിമൂന്ന്. എനിക്ക് നിന്റെ പ്രായമായിരുന്നു. ആ കാലം കടന്നു പോയിട്ടേറെയായി. ആ ദിനങ്ങൾ ഇപ്പോൾ ഓർമ്മിക്കാനാകുന്നില്ല."

മറുപടി പറയണോ വേണ്ടയോ എന്നറിയാതെ അവൻ ട്രേയുടെ ചുറ്റിലും മേശയും തുടയ്ക്കുവാൻ തുടങ്ങി.

"മുസ്തഫ സർവീസിൽ എത്ര കാലമായി?"

"പതിമൂന്നു വർഷം, സർ."

"ഞാൻ നിന്നെ മുമ്പ് കണ്ടതായി ഓർക്കുന്നില്ല."

"കാർ പാർക്കിലെ ചുമതലയായിരുന്നു എനിക്ക്. ഇവിടെ ആളില്ലാതെ വന്നപ്പോൾ..."

"മറ്റേ ചെമ്പൻമുടിക്കാരനെവിടെപ്പോയി? എന്തായിരുന്നു അയാളുടെ പേര്?"

"മഹെർ."

"അല്ല. മഹെർ അല്ല. നല്ല പൊക്കമുള്ളയാൾ, വിമാനാപകടത്തിൽ അമ്മ നഷ്ടപ്പെട്ടയാൾ."

"സാബ്രി?"

"അതേ, സാബ്രി. ഈയിടെയായി അയാളെ കാണാറില്ലല്ലോ."

"അദ്ദേഹം മരിച്ചുപോയി, സർ. ഒരു മാസം മുമ്പ്. ഒളിയാക്രമണത്തിൽ പിടികൂടപ്പെട്ടു. ഒരു സിംഹത്തെപ്പോലെ അദ്ദേഹം പൊരുതി. മരിക്കും മുമ്പ് അക്രമികളിൽ കുറെപ്പേരെ കൊന്നൊടുക്കി. ഒരു മിസ്സൈൽ അദ്ദേഹത്തിന്റെ വാഹനത്തിൽ പതിച്ചു. അദ്ദേഹത്തിന്റെ ശരീരം കൊണ്ടുവരാൻ ഞങ്ങൾക്കു സാധിച്ചില്ല."

"മഹെറിന്റെ കാര്യം?"

ഓർഡർലി തല കുനിച്ചു.

"അയാളും മരിച്ചോ?"

"മൂന്നു ദിവസം മുമ്പ് കീഴടങ്ങി. പർച്ചേയ്സിനിടെ, ജോലിക്കിടെ."

"ഞാൻ അദ്ദേഹത്തിനൊപ്പമുണ്ടായിരുന്നു, സർ. പാത ഉപരോധിക്കപ്പെട്ടതു കണ്ട് ഞങ്ങളുടെ ട്രക്ക് തിരിച്ചിട്ടു. മഹെർ കൈകളുയർത്തിക്കൊണ്ട് പുറത്തേക്കു ചാടി. സാർജന്റ് ഉതിർത്ത വെടി അദ്ദേഹത്തിനു കൊണ്ടില്ല. എന്തായാലും മഹെറിന്റെ കാര്യം കഴിഞ്ഞു എന്ന് സാർജന്റ് പറഞ്ഞു. കലാപക്കാർ ആരെയും തടവിലാക്കാറില്ല. പീഡനങ്ങളേല്പിച്ച് ഒടുവിൽ കൊല്ലുകയാണ് ചെയ്യുക. ഒരു വൻശ്മശാനത്തിൽ, ഇപ്പോൾ മഹെർ ചീഞ്ഞുകൊണ്ടിരിക്കയാവും."

അയാൾ തലയുയർത്താൻ ധൈര്യപ്പെട്ടില്ല.

“നീ ഏതു ഗോത്രത്തിൽപ്പെട്ടയാളാണ് കുട്ടീ?”

“ഞാൻ... ബെൻഗാസിയിൽ ആണ് ജനിച്ചത്, സർ.”

ബെൻഗാസി! ആ ശബ്ദം മാത്രം മതി ആ നിന്ദ്യനഗരത്തേയും പ്രാന്തപ്രദേശങ്ങളെയും തരിപ്പണമാക്കാൻ. അതിന് പ്രാപ്തമായ ഒരു ഉഗ്രവേലിയേറ്റത്തെ സൃഷ്ടിക്കാൻ ആഗ്രഹിച്ചുപോകുന്നു. എല്ലാം ആരംഭിച്ചത് അവിടെനിന്നാണ്. ചെകുത്താൻ ഒരു സർവ്വസംഹാരിയായി മഹാവ്യാധിയായി ജനങ്ങളുടെ ആത്മാവിനെ ബാധിച്ചത് അവടെ നിന്നാണ്.

എന്നാൽ ഞാനതത്ര കാര്യമാക്കിയില്ല. സായുധകലാപത്തിന്റെ ആദ്യദിനം തന്നെ അവിടം തരിപ്പണമാക്കേണ്ടതായിരുന്നു. ഊടുവഴികൾതോറും വീടുകൾതോറും വിശ്വാസഘാതകരായ കലാപകാരികളെ വേട്ടയാടേണ്ടതായിരുന്നു. ഒറ്റുകാരേയും പിശാചുബാധിതരേയും പരസ്യമായി ജീവനോടെ തൊലിയുരിച്ച് അതേ വിധി തങ്ങൾക്കും ബാധകമാണെന്ന് മറ്റു സമാനമനസ്കരേയും ബോധ്യപ്പെടുത്തേണ്ടതായിരുന്നു.

എന്നിൽ രോഷം നിറയുന്നത് ഓർഡർലി മനസ്സിലാക്കി. അയാൾ ഭയന്നു. തന്റെ കാൽക്കൽ ഭൂമി പിളർന്നെങ്കിൽ അതിലേക്ക് എടുത്തുചാടാൻ അയാൾ ഇപ്പോൾ മടിക്കില്ലായിരുന്നു.

“എന്നോടു പൊറുക്കണം, സർ. ഞാനൊരു ഓടയിലോ ഒരു പായവഞ്ചിയിലോ ജനിച്ചിരുന്നെങ്കിൽ... ആ അശുഭനഗരത്തിൽ ജനിച്ചു വീണതിൽ ഞാൻ ലജ്ജിക്കുന്നു, ആ വഞ്ചകരുടെയൊപ്പം ഒരേ കഫേയിൽ ഇരുന്നതിലും.”

“അതു നിന്റെ കുറ്റമല്ല. നിന്റെ അച്ഛന് എന്താണ് ജോലി?”

“ജോലിയിൽനിന്ന് പിരിഞ്ഞു. പോസ്റ്റ്മാസ്റ്റർ ആയിരുന്നു.”

“വിവരങ്ങളൊന്നുമില്ലേ?”

“ഇല്ല സർ. അറിയാവുന്ന കാര്യം അദ്ദേഹം നഗരം വിട്ടുപോയി എന്നു മാത്രമാണ്.”

“സഹോദരങ്ങൾ?”

“ഒരാൾ മാത്രം, സർ. വ്യോമസേനയിൽ വാറണ്ട് ഓഫീസർ. നാറ്റോയുടെ വ്യോമാക്രമണത്തിൽ മുറിവേറ്റെന്നു കേട്ടു.”

താടി കഴുത്തിനോടൊട്ടി അപ്രത്യക്ഷമാകുംവിധം അവൻ തല കുനിച്ചു.

“നീ വിവാഹിതനാണോ?” അവനെ പാരവശ്യത്തിൽനിന്ന് മുക്തനാക്കാൻ ഞാൻ ചോദിച്ചു.

“അതേ, സർ.”

അവന്റെ കണങ്കൈയിൽ കെട്ടിയ തുകൽപ്പട്ട ഞാൻ ശ്രദ്ധിച്ചു. അവനത് കുപ്പായക്കൈക്കുള്ളിൽ ഒളിപ്പിക്കാൻ ധൃതിപ്പെട്ടു.

"അതെന്താണ്?"

"അതൊരു സ്വാഹിലി ഏലസ്സാണ്, സർ. ഒരു ആഫ്രിക്കാൻ ചന്തയിൽ നിന്നു വാങ്ങിയതാണ്."

"അതിന് മാന്ത്രികശക്തി കാണും അല്ലേ?"

"അല്ല, സർ. അതിന്റെ മെടഞ്ഞിട്ട ചുവപ്പും പച്ചയും ഇഴകൾ എനിക്കിഷ്ടമായി. എന്റെ മൂത്ത മകൾക്ക് കൊടുക്കാനായിരുന്നു. എന്നാൽ അവൾക്കത് ഇഷ്ടമായില്ല."

"ആരും സമ്മാനം നിരസിക്കരുത്."

"മകൾക്ക് എന്നെ കാണാൻ കിട്ടാറില്ല. എന്റെ സമ്മാനങ്ങൾക്കു നേരെ അവൾ നീരസം കാണിക്കും."

"എത്ര കുട്ടികളുണ്ട് നിനക്ക്?"

"മൂന്നു പെൺകുട്ടികൾ. മൂത്തവൾക്ക് പതിമ്മൂന്ന്."

"എന്താ അവളുടെ പേര്?"

"കരം."

"സുന്ദരമായ പേര്... നീയെന്നാണ് കുട്ടികളെ അവസാനമായി കണ്ടത്?"

"ഏതാണ്ടൊരു ആറ്, എട്ട് മാസങ്ങൾക്കു മുമ്പ്."

"പിരിഞ്ഞിരിക്കുന്നതിൽ വിഷമമുണ്ടല്ലേ?"

"ജനങ്ങൾ അവരുടെ സഹോദരമാർഗ്ഗദർശിയെ പിരിഞ്ഞിരിക്കുന്ന അത്രത്തോളം."

"അതിന് ഞാനെങ്ങും പോയിട്ടില്ലല്ലോ."

"അതല്ല ഞാനുദ്ദേശിച്ചത്, സർ."

അവൻ വിറകൊണ്ടു. അത് ഭയം കൊണ്ടായിരുന്നില്ല. ആരാധന കൊണ്ടായിരുന്നു. അവന്റെ ഉണ്മ എന്നോടുള്ള ആരാധനയാൽ ത്രസിക്കുന്നു.

"നിന്നെ വീട്ടിലേക്കു വിടാൻ ഹസ്സനോടു പറയാം."

"എന്തിന്, സർ?"

"മക്കൾ നിന്നെക്കാണാഞ്ഞിട്ടു കരയുന്നു."

"ജനങ്ങൾ മുഴുവൻ അങ്ങേക്കായി കരയുന്നു, സഹോദരമാർഗദർശീ. എന്റെ കുടുംബം കടലിലെ ഒരു തുള്ളി മാത്രമാണ്. ഈ നിമിഷം അങ്ങയുടെ അരികിൽ ഉണ്ടായിരിക്കുക എന്നത് എനിക്ക് അന്തസ്സും ആനന്ദവുമാണ്."

"നീ നല്ല കുട്ടിയാണ് മുസ്തഫാ. നീ നിന്റെ കുട്ടികളോടൊപ്പം ഉണ്ടായിരിക്കാൻ അർഹനാണ്."

"അങ്ങയെ പിരിഞ്ഞുപോവുകയാണെങ്കിൽ മനം നൊന്ത് ഞാൻ മരിക്കും."

അവൻ ഉറച്ച മനസ്സോടെ തന്നെയാണത് പറയുന്നത്. അവന്റെ കണ്ണുകൾ നനഞ്ഞു തിളങ്ങി. ഹൃദയവിശുദ്ധി തന്നെയാണ് ആ തിളക്കം.

"എന്നാലും നീ പോകണം."

"എന്റെ ഇടം അങ്ങയുടെ അരികിൽത്തന്നെയാണ്, സഹോദരമാർഗ ദർശീ. സ്വർഗ്ഗത്തിലെ ഇരിപ്പിടം പോലും അതിനു പകരമാവില്ല. അങ്ങില്ലാതെ ആർക്കും മോക്ഷം പൂർണ്ണമാവില്ല. കുട്ടികൾ അങ്ങനെ കഴിഞ്ഞോട്ടെ."

"ഇരിക്കൂ" എന്റെ കൈക്കസേരയിലേക്കു ചൂണ്ടി ഞാനയാളോടാവശ്യപ്പെട്ടു.

"അതെനിക്കു സാദ്ധ്യമാണെന്ന് തോന്നുന്നില്ല."

"ഞാൻ നിന്നോടാജ്ഞാപിക്കുന്നു."

അവന്റെ മുഖം പാരവശ്യംകൊണ്ട് കോടി.

"നിന്റെ നാവ് കാണിക്കൂ."

"ഞാനങ്ങയോട് ഒരിക്കലും നുണ പറഞ്ഞിട്ടില്ല, സഹോദരമാർഗ ദർശീ."

"നിന്റെ നാവ് കാണിക്കൂ."

അവൻ വീണ്ടും വീണ്ടും തുപ്പലിറക്കിക്കൊണ്ട് മുഖം തിരിച്ചു. ചുണ്ടു പിളർത്തി. കുമ്മായം പോലെ വെളുത്ത നാവ് പുറത്തേക്കു നീട്ടി.

"എത്ര നാളായി പട്ടിണിയായിട്ട്, മുസ്തഫാ?"

"ക്ഷമിക്കണം, എന്ത്യേ?"

"നിന്റെ നാവ് പാൽനിറമായിരിക്കുന്നു. അതിനർത്ഥം നീ ഏറെ നാളായി ആഹാരമൊന്നും കഴിച്ചിട്ടില്ലെന്നാണ്."

"സഹോദരമാർഗ..."

"എനിക്കറിയാം. നിന്റെ വിഹിതത്തിൽ നിന്നെടുത്തും പല അംഗരക്ഷകരുടേയും പട്ടിണിയിൽനിന്നുമാണ് ആഹാരം കഴിച്ചു ഞാൻ ജീവിക്കുന്നതെന്ന്."

അയാൾ തലകുനിച്ചു.

"കഴിക്കൂ" ഞാനയാളോടാവശ്യപ്പെട്ടു.

"എനിക്കതിനു സാദ്ധ്യമല്ല സർ."

"കഴിക്കൂ. എന്റെ വിശ്വസ്തസേവകർ നിലത്ത് ഉറച്ചുനിൽക്കേണ്ടത് എന്റെ ആവശ്യമാണ്."

"ശക്തി ഹൃദയത്തിൽ നിന്നുളവാകുന്നതാണ്. വയറിൽനിന്നല്ല, സഹോദരമാർഗദർശീ. പട്ടിണിയായാലും ദാഹിച്ചു മരിക്കുകയാണെങ്കിലും കൈയും കാലും പോയാലും അങ്ങയെ സംരക്ഷിക്കുവാനുള്ള കരുത്ത് ഞാൻ നേടിക്കൊള്ളും. അങ്ങയുടെ ശരീരത്തിൽ തൊടാൻ ധൈര്യമുള്ള ഏതു കൈയും ചുട്ടെരിക്കാനുള്ള തീനാളവും നരകത്തിൽ പോയി കൊണ്ടുവരാൻ ഞാൻ പ്രാപ്തനാണ്."

"കഴിക്കൂ."

ഓർഡർലി ചെറുക്കാൻ ശ്രമിച്ചു.

എന്നാൽ എന്റെ ഭാവമാറ്റം കാരണം വഴങ്ങി.

ധൈര്യം സംഭരിക്കാനായി അവൻ ശബ്ദത്തോടെ ശ്വാസമെടുക്കുകയും താടിയെല്ലുകൾ കൂട്ടിപ്പിടിക്കുകയും ചെയ്തു. പനിബാധിച്ചപോലുള്ള കൈ ഒരു ബിസ്കറ്റിനു മേൽ നിലകൊണ്ടു. വിരലുകൾ കൂട്ടി അതു പിടിക്കാനുള്ള ധൈര്യം ആർജ്ജിക്കാൻ തന്റെ ആത്മാവിന്റെ ആഴങ്ങളിൽ ആണ്ടിറങ്ങുന്നതായി തോന്നി. നേർത്തതും ഇടറിയതുമായ അവന്റെ ശ്വാസം വ്യക്തമായി കേൾക്കാമായിരുന്നു.

"എന്താണ് സംഭവിച്ചത്, മുസ്തഫാ?"

ശ്വാസതടസ്സത്തോടെ ബിസ്കറ്റ് ചവയ്ക്കാൻ അവൻ ശ്രമിക്കുന്നുണ്ടായിരുന്നു. എന്റെ ചോദ്യം അവന് മനസ്സിലായില്ല.

"അവർ എന്തിനാണങ്ങനെ ചെയ്യുന്നത്?"

"അവർക്ക് സ്ഥിരബുദ്ധി നഷ്ടമായതിനാലാണ് സർ."

"അതൊരു ഉത്തരമല്ല."

"എനിക്കു മറ്റുത്തരങ്ങളില്ല സർ."

"ഞാനെന്റെ ജനങ്ങളോട് അനീതി കാണിച്ചോ?"

"ഇല്ല." അവൻ പറഞ്ഞു. "അങ്ങയേക്കാൾ ആർദ്രഹൃദയമുള്ള ഒരു രാഷ്ട്രപിതാവിനെ, അങ്ങയേക്കാൾ ബോധോദയമാർജ്ജിച്ച ഒരു വിശ്വപൗരനെ, ആയിരം വർഷങ്ങൾക്കുള്ളിൽ ഈ രാജ്യത്തിനു ഒരിക്കലും ലഭിച്ചിട്ടില്ല. പൊടിമണ്ണിൽ ആറാടിയ നാടോടികളായിരുന്നു ഞങ്ങൾ. ചവിട്ടുപായയോടെന്നപോലെയായിരുന്നു ഒന്നിനും കൊള്ളാത്ത ഒരു രാജാവ് ഞങ്ങളോട് പെരുമാറിയിരുന്നത്. പിന്നെ അങ്ങ് ഞങ്ങളെ സ്വതന്ത്രരാക്കാൻ വന്നു. ലോകം അസൂയപ്പെട്ടു."

"പുറത്ത് ചീറിപ്പായുന്ന മിസൈലുകൾ അകലങ്ങളിൽ പൊട്ടുന്ന പടക്കങ്ങൾ മാത്രമാണെന്നു കരുതണോ മുസ്തഫാ?"

ഓർഡർലി പെട്ടെന്ന് തന്റെ ചുമലുകൾക്കുള്ളിലേക്ക് കഴുത്തു വളച്ചു നിന്നു; വഞ്ചകരെക്കുറിച്ചുള്ള മാനക്കേട് തന്നത്താൻ വഹിക്കുന്നതുപോലെ.

"എല്ലാറ്റിനും അവർക്കൊരു കാരണം കാണുമല്ലോ അല്ലേ മുസ്തഫാ?"

"എനിക്കു മനസ്സിലാവുന്നില്ല സർ."

"അവധിക്കാലത്ത് നീ വീട്ടിൽ പോകണമായിരുന്നു. ബൻഗാസി യിലേക്ക്, കലാപം ആരംഭിച്ചിടത്തേക്ക്. കഫേയിലും പള്ളിയിലും പാർക്കിലുമെല്ലാം പോയി ആളുകൾ എന്നെ വിമർശിക്കുന്നത് കേൾക്കണ മായിരുന്നു."

"ആളുകൾ അങ്ങയെ പരസ്യമായി വിമർശിക്കുന്നില്ല, സഹോദരമാർഗ ദർശീ. നമ്മുടെ സുരക്ഷാസേവകർ കാതോർത്തുകൊണ്ട് എല്ലായിടത്തു മുണ്ട്. ആളുകൾ അങ്ങയെക്കുറിച്ച് നല്ലതു പറയുന്നതേ ഞാൻ കേട്ടി ട്ടുള്ളൂ. അങ്ങയെക്കുറിച്ച് നിന്ദാപൂർവം ആരെങ്കിലും പറയുന്നതു കേട്ടു നിൽക്കാൻ എന്നെ കിട്ടില്ല."

"നമ്മുടെ സുരക്ഷാസേന അന്ധരും ബധിരരുമായിരുന്നു. എന്താണ് സംഭവിക്കുന്നതെന്ന് അവർക്കു മനസ്സിലാക്കാൻ കഴിഞ്ഞില്ല."

ആകെ ആശയക്കുഴപ്പത്തിലായ അവൻ കൈകൾ കൂട്ടിത്തിരുമ്മാൻ തുടങ്ങി.

"ശരി. ശരി."

ആളുകൾ പരസ്യമായൊന്നും പറയുന്നില്ല. അത് സ്വാഭാവികം. എന്നാൽ, സ്വകാര്യതയിൽ നാവുകൾ അയയും. ഒരിക്കലെങ്കിലും നിന്റെ കുടുംബത്തിലാരെങ്കിലും ഒരു മച്ചുനനോ ഒരു അമ്മാവനോ എന്നെ ക്കുറിച്ച് മോശമായി എന്തെങ്കിലും പറയുന്നതു കേട്ടിരുന്നില്ല എങ്കിൽ നീ യാഥാർത്ഥ്യത്തിൽ നിന്ന് വളരെ അകലെയായിരുന്നു എന്നാണർത്ഥം.

"ഞങ്ങളുടെ കുടുംബത്തിൽ അങ്ങ് ദൈവമാണ്."

"ഞാനെന്റെ മക്കളെ ഗാഢമായി സ്നേഹിക്കുന്നു. പക്ഷേ, എനിക്ക് അവരോടെന്തെങ്കിലും വിയോജിപ്പു പ്രകടിപ്പിക്കുന്നതിന് ആ സ്നേഹം തടസ്സമല്ല. നിന്റെ കുടുംബം എന്നെ സ്നേഹിക്കുന്നുവെന്ന കാര്യത്തിൽ തർക്കമില്ല. പക്ഷേ, നിസ്സാര കാര്യങ്ങളുടെ പേരിലോ, ദ്രുതഗതിയി ലെടുത്ത തീരുമാനങ്ങളുടെ പേരിലോ സാധാരണയായി സംഭവിക്കുന്ന പിശകുകളുടെ പേരിലോ നിന്റെ കുടുംബക്കാരിൽ ചിലരെങ്കിലും എന്നെ വിമർശിച്ചിട്ടുണ്ടാകാം."

"അങ്ങയുടെ ഏതെങ്കിലും വാക്കിനെയോ പ്രവൃത്തിയേയോ അവരാരും..."

"ഞാനതു വിശ്വസിക്കുന്നില്ല."

"ഞാനാണയിടുന്നു, സർ. എന്റെ കുടുംബത്തിലാരും അങ്ങയെ വിമർശിച്ചിട്ടില്ല."

"അതു സാധ്യമല്ല. പ്രവാചകനായ മുഹമ്മദിനുപോലും വിമർശക രുണ്ടായിരുന്നു."

കുറെ നേരത്തേക്ക് ഞാൻ കൈകെട്ടിക്കൊണ്ട് അവനെ നിശ്ശബ്ദം നിരീക്ഷിച്ചു.

പിന്നെ ഞാൻ ചോദ്യങ്ങൾ തുടങ്ങി.

"എന്തുകൊണ്ടാണ് എനിക്കെതിരെ ആളുകൾ കലാപം കൂട്ടുന്നത്?"

"എനിക്കറിയില്ല, സർ."

"നീയെന്താ മൂഢനാണോ ഒന്നുമറിയാതിരിക്കാൻ?"

"ഞാൻ കാർപാർക്ക് നോക്കി നടത്തുന്ന ഒരാൾ മാത്രമാണ് സർ."

"ഒരഭിപ്രായമുണ്ടാകാതിരിക്കുന്നതിന് അതൊരു ഒഴിവുകഴിവല്ല."

അവൻ ഇപ്പോൾ വിയർക്കുകയാണ്. ശ്വാസതടസ്സവുമുണ്ട്.

"ഉത്തരം പറയൂ. എന്തിനാണ് ആളുകൾ എനിക്കെതിരെ കലാപം കൂട്ടുന്നത്?"

ഉചിതമായ വാക്കുകൾക്കായി അവൻ വിഷമിക്കുകയായിരുന്നു. ഒരു ബോംബാക്രമണത്തിൽ ആളുകൾ അഭയസ്ഥാനം തേടുന്നതുപോലെ. വിരലുകൾ കൂട്ടിപ്പിണയുകയും അവന്റെ മണി എഴുന്നുനിൽക്കുകയും ചെയ്തു. ഒരു കെണിയിലകപ്പെട്ടതുപോലെ.

ആ ഉത്തരമനുസരിച്ചായിരുന്നു അവന്റെ വിധി.

അവൻ ധൈര്യമാർജിച്ചുകൊണ്ട് പറഞ്ഞുതുടങ്ങി: "എല്ലാം ശാന്തമായിരിക്കുമ്പോഴാകും ചില ആളുകൾക്കു മടുപ്പു തോന്നുന്നത്. ഒരു രസത്തിനുവേണ്ടി മാത്രം ചിലർ ഓരോന്നു കുത്തിയിളക്കും..."

"എന്നെ ആക്രമിച്ചുകൊണ്ടോ?"

"സ്വന്തം അച്ഛനെ കൊന്നുകൊണ്ടു മാത്രമേ അവർക്കു വളരാൻ വഴിയുള്ളൂ എന്ന് കരുതുന്നുണ്ടാകും..."

"തുടരൂ."

"അവർ ജന്മാവകാശത്തെ വെല്ലുവിളിക്കുന്നു. എന്തിനെന്നാൽ..."

"വേണ്ട, അച്ഛനെക്കുറിച്ചു പറഞ്ഞില്ലേ, അതിലേക്കു വരൂ... നീ പറഞ്ഞു. അച്ഛനെ കൊല്ലുക. ആ ആശയത്തെക്കുറിച്ചു തന്നെ പറയൂ."

"അതെനിക്കു ശരിക്കും അറിയില്ല."

"അച്ഛൻ എന്തു പറഞ്ഞാലും ചെയ്താലും അദ്ദേഹത്തെ കൊല്ലാനാവില്ല എന്നു മനസ്സിലാക്കാൻ പ്രതിഭാശാലിയൊന്നുമാവേണ്ടതില്ല."

ദേഷ്യംകൊണ്ടു ഞാൻ അലറി.

"നമുക്ക് അച്ഛൻ എന്നുവെച്ചാൽ പ്രവാചകനെപ്പോലെ വിശുദ്ധനാണ്."

ഒരു സ്ഫോടനത്തിൽ ജനാലകളിലെ അവശേഷിച്ച ചില്ലുകൾ കിലു കിലാ വിറകൊണ്ടു. മറ്റൊരു ബോംബ്.

അകലെയൊരു യുദ്ധവിമാനം ഉയർന്നകലുന്നതിന്റെ ശബ്ദം കേൾക്കാം. ശേഷം ശവക്കുഴിയേക്കാൾ ആഴമുള്ള നിശ്ശബ്ദത. എന്തൊക്കെയോ തകർന്നുടഞ്ഞതിന്റെ നിശ്ശബ്ദത.

അടുത്ത മുറികളിൽ വീണ്ടും ജീവന്റെ ചലനങ്ങൾ.

ഒരു ഉദ്യോഗസ്ഥൻ ആജ്ഞകൾ കൊടുക്കുന്നതും വാതിൽ ഞെരി ശബ്ദത്തോടെ തുറക്കുന്നതും മുമ്പോട്ടും പിറകോട്ടുമുള്ള പാദപതനങ്ങളും കേൾക്കാമായിരുന്നു...

"കഴിക്കൂ."

ഞാൻ ഓർഡർലിയോട് ആവശ്യപ്പെട്ടു.

ഇത്തവണ അവൻ തലയാട്ടിക്കൊണ്ട് ബിസ്കറ്റ് താഴെ വെച്ചു.

"എനിക്കൊന്നും ഇറക്കാൻ കഴിയുന്നില്ല, സഹോദരമാർഗദർശീ."

"എങ്കിൽ വീട്ടിലേക്കു പൊയ്ക്കോളൂ. നിന്റെ മക്കളുടെ അടുത്തേക്ക് മടങ്ങിച്ചെല്ലൂ. ഇനി നിന്നെ ഈ പരിസരത്തെങ്ങും എനിക്കു കാണേണ്ട."

"ഞാനരുതാത്തതു വല്ലതും പറഞ്ഞുവോ?"

"പോകൂ. എനിക്കു പ്രാർത്ഥിക്കണം."

ഓർഡർലി എണീറ്റുനിന്നു.

"ആദ്യം സ്ഥലം വിടുക." ഞാനവനോട് പറഞ്ഞു. "ലക്ഷണം കെട്ട ഈ ആഹാരം ഇവിടുന്നെടുത്തു മാറ്റുക. വളരാൻവേണ്ടി അച്ഛനെ കൊല്ലണം എന്നു കരുതുന്നവരുമായി ഇതു പങ്കുവെച്ചോളൂ."

"ഞാൻ അങ്ങനെയൊന്നും..."

"എന്റെ കൺവെട്ടത്തുനിന്ന് പോകൂ."

"ഞാൻ..."

"കടക്കൂ പുറത്ത്."

ഒരു സേവകഭടനിൽനിന്ന് ഒരു മരണമുഖംമൂടിയായി അവന്റെ ഭാവം മാറി. അവന്റെ കഥ കഴിഞ്ഞു. ഇനി അവനിൽ എനിക്കായി ഒരു ജീവിതം ശേഷിക്കുന്നില്ല. സ്വശരീരത്തിൽ ആവാഹിക്കപ്പെട്ടതെന്ന് അവൻ കരുതിയിരുന്ന എല്ലാ നന്മകളുമുൾപ്പെടെ. അസ്തിത്വം, വിശ്വസ്തത, ധൈര്യം എല്ലാം വിലയില്ലാതായി. എന്നെ ദൈവതുല്യമായി കരുതിയ അവൻ എന്റെ രോഷത്താൽ ആട്ടിയോടിക്കപ്പെട്ടു.

വെറുക്കുന്നു.

അവനെന്നെ മുറിവേൽപ്പിച്ചിരിക്കുന്നു.

എന്റെ പാത പിന്തുടരാൻ അവൻ അർഹനല്ല. എന്റെ നിഴൽ എന്നെന്നും അവനു മീതെ ശപിക്കപ്പെട്ട ഇരുട്ടിന്റെ ഒരു അഗാധതാഴ്‌വര മാത്രമായിരിക്കും.

രണ്ട്

കെട്ടിടത്തിന്റെ തറയിൽ എന്റെ വിശ്വസ്തസേവകരോടൊപ്പം ചേർന്ന പ്രതിരോധമന്ത്രി ജനറൽ അബൂബക്കർ യൂനിസ് ജാബറിന്റെ മുഖം പാതി താഴ്ത്തിക്കെട്ടിയ ഒരു പതാകയെ ഓർമ്മപ്പെടുത്തി. ഒരാഴ്ച മുമ്പ് മേശയിൽ ഇടിച്ചുകൊണ്ട് അയാൾ ആണയിട്ടു പറഞ്ഞിരുന്നു, കാര്യങ്ങളെല്ലാം അനുകൂലമായി വരികയാണെന്നും കലാപകാരികൾ പൂഴ്ത്തിവെച്ചതെല്ലാം ഉടനെ കണ്ടുകെട്ടുമെന്നും എല്ലാം തൂത്തുമാറ്റുമെന്നും.

ഭൂപടമുപയോഗിച്ച് തന്റെ വാദങ്ങൾ അദ്ദേഹം സമർത്ഥിച്ചു. വഞ്ചകസേനയുടെ പദ്ധതിയിലെ പാളിച്ചകൾ ചൂണ്ടിക്കാണിച്ചു. അവരുടെ കൂട്ടുകെട്ടിനുള്ളിലെ വൈരുദ്ധ്യത്തെക്കുറിച്ചും അനിവാര്യമായ ശൈഥില്യത്തെക്കുറിച്ചും ഊന്നിപ്പറഞ്ഞു. കൂട്ടംകൂട്ടമായി അണിചേരുന്ന ദേശസ്നേഹികളെ പ്രകീർത്തിച്ചു. അന്തിമപോരാട്ടത്തിനായി കോട്ടകളെ ബലപ്പെടുത്തിക്കൊണ്ട് തളരാതെ യുദ്ധത്തിലേർപ്പെടുന്നതിനെക്കുറിച്ചും വാചാലനായി.

എന്റെ മകൻ മുത്താസ്സിം തീക്ഷ്ണമായ ദേഷ്യത്തോടെ തലയാട്ടി.

ഞാൻ ഒരു ചെവികൊണ്ട് അതൊക്കെ കേൾക്കുകയും മറ്റേ ചെവി നഗരത്തിൽ നിന്നുയരാവുന്ന സ്ഫോടനങ്ങളുടെ പ്രകമ്പനങ്ങൾ കേൾക്കാൻ ഒരുക്കിവെക്കുകയും ചെയ്തു.

ജനറലിന്റെ ഉത്സാഹം അധികനേരം നീണ്ടില്ല. അയാളുടെ മുഖത്ത് ഇപ്പോൾ സംശയഭാവങ്ങൾ ബലപ്പെട്ടു. എന്റെ പല ഉദ്യോഗസ്ഥരും പിരിഞ്ഞുപോയി. ചിലർ പിടികൂടപ്പെട്ടു. തല്ലിവീഴ്ത്തപ്പെട്ടു. അവരുടെ തലകൾ കുന്തമുനകളിൽ തറച്ചുവെക്കപ്പെട്ടു. അവരുടെ പലരുടെയും ശരീരങ്ങൾ ലോറികളിൽ കെട്ടി തെരുവിലൂടെ വലിച്ചിഴച്ചു. ഞാൻ തന്നെ കണ്ടിട്ടുണ്ട്. അത്തരം ശിരസ്സുകൾ, മരണസമാനമായ വിജയശില്പങ്ങൾപോലെ ചുവരിൽ നിരത്തിവെച്ചവ.

അയൽജില്ലയിൽനിന്ന് കലാപകാരികൾ പരിഹാസത്തോടെ ഇളകിത്തുടങ്ങവേ, കഴിഞ്ഞ മൂന്നു ദിവസമായി അബൂബക്കർ നിശ്ശബ്ദനാണ്. അയാളുടെ മുഖം ഒരു പൾപ്പ്ശില്പം പോലെയായിരിക്കുന്നു.

അയാൾ ഒന്നും കഴിക്കാൻ കൂട്ടാക്കിയില്ല. അയാൾ ആരോടെന്നില്ലാതെ പിണക്കത്തിലായിരുന്നു. ഉദ്യോഗസ്ഥരോട് ആജ്ഞാപിക്കാൻപോലും അയാൾക്കു കഴിയുമായിരുന്നില്ല. ഒരിക്കൽ പീരങ്കിയേക്കാൾ ഉച്ചത്തിൽ ആജ്ഞകൾ മുഴക്കിയിരുന്ന ഒരു മനുഷ്യനായിരുന്നു. ഇപ്പോൾ എന്തു കൊണ്ടോ ഒരു വിശ്വസ്തന്റെ ഭാവമില്ല. വസ്തുതകൾ പൂർണമായും എന്നെ ബോധ്യപ്പെടുത്താൻ അയാൾക്ക് കഴിയുന്നില്ല. ബൻഗാസി അക്കാദമിയിൽ എന്റെ സതീർത്ഥ്യനായിരുന്നു അയാൾ. 1969-ലെ സൈനിക അട്ടിമറിയിൽ ഞങ്ങൾ ഒന്നിച്ചാണ് പങ്കെടുത്തത്. റെവല്യൂഷനറി കമാൻഡന്റ് കൗൺസിലിലെ പന്ത്രണ്ട് അംഗങ്ങളിലൊരാൾ. പലപ്പോഴും അബൂബക്കർ എന്നെ നിരാശപ്പെടുത്തി. വിശ്വസ്തനല്ലാതായി. എന്നാലും അയാളുടെ കണ്ണുകളിലേക്കു നോക്കുമ്പോൾ ഞെട്ടിയ ഒരു മാനിനെ മാത്രമേ കാണാനാവുന്നുള്ളൂ. ഞാനരുളുന്ന ഉപകാരങ്ങളേക്കാൾ ഞാൻ വഴിയുണ്ടാകുന്ന സുരക്ഷിതത്വം കാംക്ഷിക്കുന്ന അരുമയാണയാൾ.

എന്നെ ഒരു ശാപംപോലെ അബൂബക്കർ ഭയക്കുന്നു. നീതിനിഷ്ഠമായ എന്റെ അധികാരത്തെ രഹസ്യമായി വെല്ലുവിളിക്കാൻ തുടങ്ങിയ സായുധസഖാക്കളെയും സ്തുതിപാഠകരെയും സംശയലേശമെന്യേ വധിച്ചതുപോലെ അയാളെയും നേരിയ ഒരു സംശയത്തിന്റെ പേരിൽ ഞാൻ ഇല്ലായ്മ ചെയ്തേക്കാമെന്ന് അയാൾക്ക് ഉറപ്പായിരുന്നു.

"താങ്കൾ എന്താണ് ആലോചിക്കുന്നത് ജനറൽ?"

അയാൾ ആയാസത്തോടെ താടിയുയർത്തി.

"ഒന്നുമില്ല."

"ഉറപ്പാണോ?"

മറുപടിയൊന്നും പറയാതെ അയാൾ ഇരിപ്പിടം മാറിയിരുന്നു.

"താങ്കൾക്കും തീർച്ചപ്പെടുത്തേണ്ടതായിട്ടുണ്ട്, അല്ലേ?" ഞാൻ ധൃതിപ്പെട്ടു.

"അങ്ങനെയൊന്ന് മനസ്സിലിതുവരെയില്ല."

"അപ്പോൾ അങ്ങനെയൊന്ന് ഉണ്ട്, അല്ലേ?"

അയാൾ പുരികം ചുളിച്ചു.

"വിഷമിക്കേണ്ട." ഞാൻ പറഞ്ഞു.

"തമാശയായിട്ടു പറഞ്ഞതാണ്."

അപ്പോഴത്തെ പിരിമുറുക്കം മാറ്റിയെടുക്കാൻ ഞാനാഗ്രഹിച്ചു. എന്നാൽ ഹൃദയം അതിനാഗ്രഹിച്ചതുമില്ല. "ഞാൻ ഗാലറിയെ രസിപ്പിക്കാൻ ശ്രമിക്കുമ്പോൾ എല്ലാവരും എന്നെ ഗൗരവത്തോടെയാണ് കാണുന്നത്. പ്രത്യേകിച്ച് ജനറൽ എല്ലാവരേക്കാൾ. ഞാൻ എന്ന മാർഗദർശിക്ക് നർമ്മബോധമില്ല. പരാമർശങ്ങൾ ആജ്ഞകളാണ്, ഫലിതങ്ങളാവട്ടെ താക്കീതുകളും."

"ഞാനങ്ങയെ പുറകിൽനിന്നും കുത്തുമെന്ന് തോന്നുന്നുണ്ടോ?"

"ആർക്കറിയാം?"

"എന്നിട്ടെവിടേക്കു പോകാൻ?" മുഷിഞ്ഞ മട്ടിൽ അയാൾ പിറുപിറുത്തു.

"ശത്രുപക്ഷത്തേക്ക്. കുറെയധികം മന്ത്രിമാർ കീഴടങ്ങിക്കഴിഞ്ഞു. ഞാൻ വിദേശകാര്യമന്ത്രാലയത്തിന്റെ അധിപനാക്കിയ മൂസ്സാകൂസ്സാ ബ്രിട്ടീഷുകാരോട് അഭയത്തിനായി അഭ്യർത്ഥിച്ചു. എന്റെ പതാകവാഹകനായിരുന്ന അബ്ദുറഹ്മാൻ ഷാൽ ഗാം എന്ന വഞ്ചകൻ, അവിശ്വാസികളാലും കൂലിപ്പട്ടാളക്കാരാലും ഭരിക്കപ്പെടുന്ന യു.എൻ. സെക്യൂരിറ്റി കൗൺസിലിലെ പ്രതിനിധിയായി..."

"ഞാനൊരിക്കലും അവരുടെയൊപ്പമായിരുന്നില്ല. അവർ തട്ടിപ്പുകാർ മാത്രമായിരുന്നു. ഒരു തുണ്ട് സ്ഥാനമാനത്തിനുവേണ്ടി അമ്മമാരെ വിൽക്കാൻ മടിക്കാത്തവർ. ഞാനങ്ങയെ അകമഴിഞ്ഞു സ്നേഹിക്കുന്നു. അങ്ങയെ ഒരിക്കലും ഉപേക്ഷിക്കില്ല."

"അങ്ങനെയെങ്കിൽ താങ്കൾ എന്തിനാണെന്നെ മുകൾനിലയിൽ ഒറ്റയ്ക്കാക്കിയത്?"

"അങ്ങ് പ്രാർത്ഥനയിലായിരുന്നു. അങ്ങയെ ബുദ്ധിമുട്ടിക്കേണ്ടെന്നു കരുതി."

അബൂബക്കറിനെക്കുറിച്ച് എനിക്ക് സംശയമൊന്നുമില്ലായിരുന്നു. എന്നോടുള്ള കൂറിനു സമാനമായി ഉണ്ടായിരുന്നത് അയാളുടെ അന്ധവിശ്വാസമാണ്. എനിക്ക് അയാളിലുള്ള വിശ്വാസം ഭദ്രമാണോ എന്നറിയാൻ ഭാഗ്യം പറയുന്നവരെ സമീപിക്കാറുണ്ടെന്ന് എനിക്കറിയാമായിരുന്നു.

എന്റെ അസ്വസ്ഥതകൾ കാരണം അയാളെ വിരട്ടുന്നു എന്നു മാത്രം.

എന്റെ സാന്നിധ്യത്തിൽ അയാൾ ഇരിപ്പിടത്തിലിരിക്കുന്നത് വാസ്തവത്തിൽ ഇഷ്ടപ്പെട്ടില്ല. മുമ്പൊക്കെ എന്റെ ശബ്ദം ഫോണിലൂടെ കേൾക്കുന്ന മാത്രയിൽ അയാൾ ഉപ്പൂറ്റികൾ നിലത്തുരസി അറ്റൻഷനാകുമായിരുന്നു. എന്റെ ആജ്ഞകൾക്കു മുമ്പിൽ വലിയ തുള്ളികളോടെ വിയർക്കുമായിരുന്നു.

ഈ നശിച്ച യുദ്ധം!

ഞങ്ങളുടെ നടപ്പുരീതികളെ മുച്ചൂടും അത് തകിടം മറിച്ചുകളഞ്ഞു. ഭോഷത്വത്തിലേക്കു തരംതാഴ്ത്തി. ജനറലിന്റെ അമാന്തവും അശ്രദ്ധയും സാരമാക്കാത്തതിന്റെ കാരണം കൂറുമാറ്റങ്ങൾ വലിയ തോതിലാണിപ്പോൾ അരങ്ങേറുന്നത് എന്നതിനാലാണ്. എന്തെന്നാൽ എന്നെ ഒരിക്കലും ഉപേക്ഷിക്കയില്ല എന്ന് ആരെങ്കിലും പറയണമെന്നത് എന്റെ ആവശ്യമാണ്.

"താങ്കളുടെ താടിയിലെ മുറിപ്പാട് എന്താണ്?"

"ചിലപ്പോൾ ചുവരിൽ മുട്ടിയതോ അല്ലെങ്കിൽ കട്ടിലിൽ ഇടിച്ചതോ ആവാം. ഓർമ്മയില്ല."

"ഞാനതൊന്നു കാണട്ടെ."

മുഖത്തെ മുറിപ്പാടുള്ള ഭാഗം അയാൾ എനിക്കു നേരെ തിരിച്ചു കാണിച്ചു.

"അതു വല്ലാതിരിക്കുന്നുവല്ലോ. ഡോക്ടറെ കാണണം."

"അതിന്റെ ആവശ്യമൊന്നുമില്ല." അയാൾ കവിൾ ചൊറിഞ്ഞു കൊണ്ടു പറഞ്ഞു. "എന്തായാലും അതിന് വേദനയൊന്നുമില്ല."

"മുത്താസ്സിമിന്റെ വാർത്തകളെന്താണ്?"

ഒന്നുമില്ല എന്നയാൾ തലയാട്ടി.

"മൻസൂർ എവിടെയാണ്?"

"അവൻ പുറകിലെ മുറിയിൽ വിശ്രമിക്കുകയാണ്."

രക്ഷകസേനയുടെ കമാൻഡറെ വിളിച്ചുകൊണ്ടുവരാൻ ഒരു പട്ടാള ക്കാരനോട് ആംഗ്യം കാട്ടി.

പരിതാപകരമായ ഒരവസ്ഥയിലായിരുന്നു മൻസൂർ ധാവോ എത്തി യത്. ചേറുനിറഞ്ഞ്, ക്ഷൗരം ചെയ്യാതെ, മുടിയെല്ലാം ചറുപിറുന്നനെ യായി നേരെ നിൽക്കാൻപോലും ബുദ്ധിമുട്ടിക്കൊണ്ട്. അവ്യക്തവും ഉറച്ചതുമായ ഒരു ചിരിയോടെ.

മുറിക്കു കുറുകെ നടന്നുചെന്ന് വീഴാതിരിക്കാൻ ചുവരിൽ അള്ളി പ്പിടിച്ചു. അനവധി ദിവസങ്ങളായി രാപകലില്ലാതെ ഉറക്കമിളയ്ക്കുക യായിരുന്നു. ഒരു അഗാധഗർത്തം പോലുള്ള മ്ലാനത. അയാളുടെ ഭാവം മിക്കവാറും നിർവ്വികാരമായിരുന്നു.

"നീ ഉറങ്ങുകയായിരുന്നോ?"

"രണ്ടുമിനിറ്റ് ഉറങ്ങണമെന്ന് വല്ലാതെ ആഗ്രഹിച്ചുപോയി, അങ്ങുന്നേ."

"നീ ഇപ്പോൾ ഉണർന്നിരിക്കയാണോ?"

സ്വബോധത്തിലാകാൻ അയാൾ വൃഥാ ശ്രമിച്ചുകൊണ്ടിരുന്നു. അയാളുടെ വേഷം ഒരു കീറത്തുണിയാണ്. കാൽശരായി വല്ലാതെ അയഞ്ഞുതൂങ്ങിയതും തുളകൾ വീണതുമായിരുന്നു. അരപ്പട്ട മുറുകെ കെട്ടിയിരിക്കുന്നതും.

ഞാനവന്റെ തോളുകളിൽ പിടിച്ചു. അവനെന്റെ കണ്ണുകളിലേക്കു നോക്കാനാവുംവിധം തലയുയർത്താൻ കാത്തുനിന്നു.

"തളരരുത്, മൻസൂർ." ഞാൻ പറഞ്ഞു.

"നാം എല്ലാറ്റിൽനിന്നും പുറത്തുവരും. ഞാൻ നിനക്ക് വാഗ്ദാനം ചെയ്യുന്നു."

അവൻ തലയാട്ടി.

"ഏതിനം ബോംബായിരുന്നു അത്? കുറച്ചുനേരം മുമ്പ് പൊട്ടിയത്?"

അവൻ അറിയില്ലെന്ന് തോളുകൾ കുലുക്കി.

അവനൊരൊറ്റത്തല്ല് കൊടുക്കാൻ തോന്നി.

അബൂബക്കർ തിരിഞ്ഞുനിന്നു. സുരക്ഷാസേനാ കമാൻഡറുടെ ഈ മനോഭാവം എന്നെ സംബന്ധിച്ചിടത്തോളം ദൂരെ അലയൊലി കൊള്ളുന്ന യന്ത്രത്തോക്കുകളോടുള്ളത്രതന്നെ അസഹ്യത നിറഞ്ഞതായിരുന്നു വെന്ന് അയാൾക്കറിയാം.

"മുത്താസ്സിമിന്റെ വിവരങ്ങൾ വല്ലതുമുണ്ടോ?"

മൻസൂർ ഇല്ലെന്ന് തലയാട്ടി.

അതോടെ കുഴഞ്ഞുതളർന്നു വീഴുമെന്ന അവസ്ഥയിലായി അയാൾ.

"സെയ്ഫിനെക്കുറിച്ചോ?"

"അയാൾ തെക്കുഭാഗത്ത് സേനയെ വിന്യസിക്കുകയാണ്." ജനറൽ പറഞ്ഞു. "മിക്കവാറും സെഭാ*യുടെ ചുറ്റിലുമായിട്ട്. വിവരസ്രോതസ്സുകൾ പ്രകാരം പ്രത്യാക്രമണത്തിനുള്ള സജ്ജീകരണങ്ങൾ വിക്ഷേപണ ക്ഷമമാക്കിക്കഴിഞ്ഞുവെന്നാണറിയുന്നത്."

എന്റെ ധീരനായ സെയ്ഫ്-അൽ-ഇസ്ലാം! നീയെന്റെ അരികിലു ണ്ടായിരുന്നെങ്കിൽ, ഈ പരാജിതമുഖങ്ങളെല്ലാം നീക്കം ചെയ്യപ്പെട്ടേനേ. സത്യമായ പ്രതിജ്ഞകളുടെ ഉൾബലവും ആപത്തിനോടുള്ള അവ ജ്ഞയും നിനക്ക് എന്നിൽനിന്നും കിട്ടിയിട്ടുണ്ട്. സൂത്രശാലിയും നിർഭയ നുമായ നിന്നെക്കുറിച്ച് വേവലാതിയൊന്നുമില്ല. ഒരു വാഗ്ദാനം നിന്നിൽ നിന്നുണ്ടായാൽ അതു പാലിക്കുകയെന്നത് നിന്റെ വിട്ടുവീഴ്ചയില്ലാത്ത പ്രതിജ്ഞയായിരുന്നു.

നാറ്റോയുടെ വ്യോമാക്രമണത്തിൽ ശിഥിലമായിപ്പോയ എന്റെ സൈന്യത്തെ പുനഃക്രമീകരിക്കാമെന്നവൻ വാക്കുതന്നിരുന്നു. കൂടാതെ കലാപകാരികളുടെ മുന്നേറ്റത്തെ തടുക്കാമെന്നും. വ്യക്തിപ്രഭാവമുള്ള വനാണ് സെയ്ഫ്. ആണുങ്ങളുടെ മഹാനേതാവ്. വർഗവഞ്ചകരെ പാഠം പഠിപ്പിക്കുന്നത് അവന് നിസ്സാരകാര്യമാണ്.

ഒരു ലഫ്റ്റനന്റ് റിപ്പോർട്ട് സമർപ്പിക്കാനെത്തി. അയാളുടെ വേഷം അത്രകണ്ട് തൃപ്തികരമായിരുന്നില്ലെങ്കിലും ഉത്സാഹത്തിന് കുറവുണ്ടാ യിരുന്നില്ല.

അയാൾ പ്രതിരോധമന്ത്രിയെ അഭിസംബോധന ചെയ്തു.

"ശത്രുസൈന്യവും നിരീക്ഷണപ്പറക്കൽ യൂണിറ്റുകളും പിൻ വലിഞ്ഞുതുടങ്ങിയെന്നാണ് നമ്മുടെ നിരീക്ഷകർ സൂചിപ്പിക്കുന്നത്, ജനറൽ."

---

* സെഭാ = സ്ഥലപ്പേര്

"അവർ പിൻവലിയുകയല്ല." മൻസൂർ സഹികെട്ട് എതിർവാദ മുന്നയിച്ചു. "അഭയസ്ഥാനം തേടുകയാണ്."

"എന്നുവെച്ചാൽ?" ഞാൻ ചോദിച്ചു.

"ഇന്ന് ഉച്ചയ്ക്ക് അവർ സ്ഥാനങ്ങൾ വിട്ടൊഴിഞ്ഞുതുടങ്ങി. നമ്മെ ഒറ്റപ്പെടുത്താനും തെറ്റിദ്ധരിപ്പിക്കാനും. ഒരു വമ്പൻ ബോംബാക്രമണ ത്തിന്റെ വക്കത്താണ് നമ്മൾ എത്തിയിരിക്കുന്നതെന്ന് ഞാനുറപ്പിച്ചു പറയുന്നു."

വിശദമാക്കാൻ അയാളോട് ഞാനാവശ്യപ്പെട്ടു.

ലഫ്റ്റനന്റ് മുറിവിട്ട് പുറത്തുപോകണമെന്ന് മൻസൂർ ആവശ്യപ്പെട്ടു. ഞങ്ങൾ മൂന്നുപേരും മാത്രമാകുന്നതുവരെ അയാൾ കാത്തുനിന്നു.

"എന്റെ സിഗ്നൽ ഓപ്പറേറ്റർ കോഡ് സന്ദേശങ്ങൾ സൂചിപ്പിക്കുന്നത്, രണ്ടാം ജില്ലയെ ലക്ഷ്യമിട്ട് ഒരു സഖ്യവ്യോമാക്രമണം പ്രതീക്ഷി ക്കാമെന്നാണ്. ആ നാശംപിടിച്ച കലാപകാരികൾ പിന്മാറുന്നുവെന്നത് ആ സാധ്യതയെ ഉറപ്പിക്കുന്നു."

"മുത്താസ്സിം എവിടെ?"

"വാഹനങ്ങൾ ലഭ്യമാക്കാൻ പോയിരിക്കുകയാണ്." അബൂബക്കർ എഴുന്നേറ്റുകൊണ്ട് പറഞ്ഞു.

"നമുക്കിവിടെ ഇനിയങ്ങിനെ ഒരു സുവർണനിമിഷം പ്രതീക്ഷിച്ചി രിക്കാൻ പറ്റില്ല. ഭക്ഷണവും ആയുധങ്ങളും മറ്റു സാമഗ്രികളും തീർന്നു കൊണ്ടിരിക്കുന്നു. നമ്മുടെ യൂണിറ്റുകൾ തകർക്കപ്പെടുകയും നിർവീര്യ മാക്കപ്പെടുകയും ചെയ്തിരിക്കുന്നു. സിർത്ത് അക്ഷരാർത്ഥത്തിൽ ഉപരോധിക്കപ്പെട്ടിരിക്കുന്നു. നിമിഷംതോറും കുരുക്ക് മുറുകിവരിക യാണ്."

"ഞാൻ കരുതിയത് മുത്താസ്സിം സൈനികവ്യൂഹത്തെ ശക്തിപ്പെടു ത്താൻ പോയതായിരിക്കുമെന്നാണ്. പിന്നെയെന്താണീ പിന്തിരിയൽ?"

"അതായിരുന്നല്ലോ അങ്ങയുടെ താത്പര്യം?"

"എന്ത്? എനിക്ക് ഓർമ്മപ്പിശകുണ്ടെന്നാണോ?"

എന്റെ ഓർമ്മത്തെറ്റ് അയാളെ ഞെട്ടിച്ചുവെന്നു തോന്നുന്നു. അയാൾ പുരികം ചുളിച്ചു. വിശദീകരിച്ചുതുടങ്ങി.

"ഇനി ശക്തിപ്പെടുത്തൽ ഉണ്ടാവില്ല, പ്രഭോ."

"എന്തുകൊണ്ടു പറ്റില്ല?"

"കാരണം സെയ്ഫ്-അൽ-ഇസ്ലാം നമ്മളിൽനിന്ന് അങ്ങകലെ തെക്കേയറ്റത്താണ്. നാം സിർത്തിൽനിന്ന് എത്രയും വേഗം ഒഴിഞ്ഞു പോയേ പറ്റൂ. നമുക്ക് 'സഭാ'യിൽ എത്താനുള്ള അവസരമുണ്ട്. അവിടം കലാപരഹിതമാണിപ്പോൾ. കലാപകാരികൾ അവിടം വിട്ടുപോയി

ക്കഴിഞ്ഞു. നമുക്കവിടെ സെയ്ഫിന്റെ പിന്തുണയോടെ മിസ്റാത്ത വളഞ്ഞുപിടിക്കാം. തെക്കൻഗോത്രക്കാർ ഇപ്പോഴും കൂറുള്ളവരാണ്. അവരിലൂടെ വിഭവസമാഹരണമാർഗങ്ങൾ കണ്ടെത്തുകയുമാവാം."

"എപ്പോൾ മുതലാണ് താങ്കൾ പദ്ധതികൾ മാറ്റിയത് ജനറൽ?"

"ഇന്ന് രാവിലെ മുതൽ."

"എന്നെ അറിയിക്കാതെയോ?"

എന്റെ ചോദ്യത്താൽ സ്തബ്ധനായ ജനറലിന്റെ കണ്ണുകൾ മിഴിഞ്ഞു.

"പക്ഷേ, പ്രഭോ, ഞാനങ്ങയോടു പറയുന്നു, സിർത്ത് ഒഴിഞ്ഞു പോകാൻ അങ്ങാണ് നിർദ്ദേശിച്ചത്."

അത്തരമൊരു അപകടകരമായ നിർദ്ദേശം മുന്നോട്ടുവെച്ചതായി ഞാനോർക്കുന്നില്ല. എങ്കിലും മുഖം നഷ്ടപ്പെടാതിരിക്കാൻ അനുകൂല ഭാവത്തിൽ തലയാട്ടി.

മൻസൂർ ഒരു കൈ നിലത്ത് കുത്തിയും മറ്റേക്കൈ നെറ്റിയിൽ വെച്ചും ഇരുന്നു. അവൻ തന്റെ കുടൽമാലകൾവരെ ഛർദ്ദിക്കാനൊരുമ്പെടുക യാണോ എന്ന് തോന്നി.

"കേണൽ മുത്താസ്സിമിന് സേനാവിഭാഗത്തിൽ വിശ്വസിക്കാൻ കൊള്ളാവുന്നവർ ഇപ്പോഴുമുണ്ട്."

എന്നെ ശാന്തനാക്കാൻ ശ്രമിക്കുകയാണ് ജനറൽ.

"അദ്ദേഹം അത്യാവശ്യത്തിനുതകാൻ മാത്രമുള്ള ഒരു വ്യൂഹം തയ്യാ റാക്കി നിർത്തിയിട്ടുണ്ട്. പുലർച്ചെ കൃത്യം നാലുമണിക്ക് നമ്മൾ ശത്രു പാളയത്തിലേക്ക് ആക്രമിച്ചുകയറും. ഭാഗ്യമുണ്ടെങ്കിൽ കലാപകാരികൾ പിൻവലിയും. അന്തിമമായി നമുക്കൊരു കിളിവാതിൽ കിട്ടുന്നുവെന്നു മാത്രം. നമ്മുടെ മിലീഷ്യകൾ 42, 43, 29 എന്നീ പോയിന്റുകളിൽ തടസ്സ ങ്ങൾ നീക്കിയിട്ടുണ്ട്. കോഡ് ഓപ്പറേറ്റർ പറയുന്നതുപ്രകാരം അവിടെ അഭയം സാധ്യമാക്കാം. നാം പിന്നെ തെക്കോട്ട് പിന്മാറും. മുത്താസ്സിമിന് നാൽപതോ അമ്പതോ വാഹനങ്ങൾ തരപ്പെടുത്താൻ കഴിഞ്ഞാൽ നമുക്ക് ലക്ഷ്യത്തിലെത്താം. ചെറുലഹളകളെ ഒതുക്കാവുന്നതേയുള്ളൂ. നഗര മാകെ കോലാഹലമാണ്. ആർ ആരുടെ പക്ഷമാണെന്നോ ആർ ആരുടെ യൊക്കെ നേതാവാണെന്നോ അറിയാത്ത നിലയിലായിരിക്കുന്നു. ഈ കുഴഞ്ഞുമറിഞ്ഞ അവസ്ഥയെ സിർത്തിൽ നിന്ന് പുറത്തു കടക്കാൻ നാം പ്രയോജനപ്പെടുത്തണം."

"ഇപ്പോൾതന്നെ ആയാലെന്താ?"

ഞാൻ ചോദിച്ചു. "ബോംബാക്രമണം ആരംഭിക്കുന്നതിനുമുമ്പ്?"

വാഹനങ്ങൾ സംഘടിപ്പിച്ച് സജ്ജമാക്കാൻ കേണൽ മുത്താസ്സിം ഏതാനും മണിക്കൂറുകളെടുക്കുമെന്നു തോന്നുന്നു.

"മുത്താസ്സിം ഇപ്പോൾ എവിടെയാണ്?"

"നിരീക്ഷണസേനാംഗങ്ങൾ തിരികെ വന്ന് നമ്മളോടു പറഞ്ഞാലേ അറിയാൻ പറ്റൂ."

മൻസൂർ വീണ്ടും ചുവരോട് ചേർന്നുവഴുതി നിലത്ത് പതിഞ്ഞിരുന്നു.

"ഒരു കൊച്ചുമര്യാദ ജീവിതന്നെ." ഞാൻ അവനുനേരെ അട്ടഹസിച്ചു.

"നടുമുറ്റത്ത് അമ്മയുടെ മടിയിലിരിക്കുകയാണെന്നാണോ നിന്റെ വിചാരം?"

"എനിക്ക് സഹിക്കാനാവാത്ത മൈഗ്രെയ്ൻ ഉണ്ട് പ്രഭോ."

"സാരമില്ല. ഉഷാറാവൂ, ഉടനെതന്നെ."

മൻസൂർ വീണ്ടും എണീറ്റുനിന്നു.

അവന്റെ കവിളുകൾക്കു കുറുകെ കോറിയിട്ടതുപോലെ പാടുകൾ ഉണ്ടായിരുന്നു. ഒരു പീഡിതമൃഗത്തിന്റേതുപോലെയായിരുന്നു മുഖം. അബൂബക്കർ അവനുനേരെ കസേര നീക്കിയിട്ടു. അവൻ നിരസിച്ചു.

"അവർ നമ്മെ ബോംബിട്ടു തകർക്കുമെന്നു ശരിക്കും കരുതുന്നുണ്ടോ?" ഞാൻ അയാളോടു ചോദിച്ചു.

"അത് തീർച്ചയാണ്."

"അത് ഒരു ദിശാഭ്രമം സൃഷ്ടിക്കാനുമാവാം." അബൂബക്കർ സ്വന്തം ബോധ്യത്തിലുപരിയായി എന്റെ ഒപ്പമുണ്ടെന്ന് പ്രകടിപ്പിക്കാൻ ഒരു ശ്രമം നടത്തി.

"ഒന്നുറപ്പാണ്. മുന്നിലുള്ള പോസ്റ്റുകൾ ഒഴിഞ്ഞുപോകാൻ അവരുടെ പട്ടാളക്കാരോട് അവർ ആവശ്യപ്പെട്ടില്ല."

"അവർക്കറിയുമോ നമ്മൾ എവിടെയാണെന്ന്?"

"അങ്ങ് എവിടെയാണെന്ന് അവർക്കറിയില്ല, പ്രഭോ."

"അവർ കാടടച്ചൊരാക്രമണം നടത്തുകയാണ്. നമ്മൾ പിടികൊടുക്കുന്ന അവസ്ഥയെത്തിക്കാൻ."

"ശരി." ഞാൻ പറഞ്ഞു. "ഞാൻ ഒന്നു വിശ്രമിക്കാൻ പോകുന്നു. എന്തെങ്കിലും വിശേഷങ്ങളുണ്ടെങ്കിൽ ഉടനടി അറിയിക്കുക."

മൂന്ന്

ആരോ എന്റെ മുറി വൃത്തിയാക്കിയിരുന്നു. ജനലുകൾ ടാർപ്പായകൊണ്ട് മറയ്ക്കുകയും കാർബാറ്ററി ഉപയോഗിച്ച് ടോർച്ച് പ്രകാശിപ്പിച്ചു വെക്കുകയും ചെയ്തിരുന്നു.

ഞാൻ കിടക്കാൻ ഉപയോഗിക്കുന്ന സോഫയ്ക്കടിയിൽനിന്ന് ഒരു സ്വർണച്ചങ്ങല കിട്ടി. ചെറിയ പെൺകുട്ടിയുടേതായിരിക്കാം. സൂക്ഷ്മമായ കൊത്തുപണികളുള്ള മനോഹരമായ ഒരാഭരണം. അതിൽ ഇങ്ങനെ ആലേഖനം ചെയ്യപ്പെട്ടിരുന്നു: "ഖദീജയ്ക്ക്, എന്റെ മാലാഖയ്ക്ക്, എന്റെ പ്രകാശകിരണത്തിന്."

ഞാൻ ഖദീജയുടെ മുഖം സങ്കല്പിക്കാൻ ശ്രമിച്ചു. ഷെൽഫുകളുടെ വലിപ്പുകളിൽ അവളുടെ ഫോട്ടോ കിട്ടുമോ എന്നു തിരഞ്ഞു. മറന്നുവെച്ച ഒരു സാധാരണ ഫോട്ടോ പോലുമില്ല. അച്ഛന്റെ അല്ലെങ്കിൽ മുത്തച്ഛന്റെ ഛായാചിത്രമൊഴികെ ഒന്നുമില്ല. ഒരിക്കൽ ആ വീട്ടിൽ ജീവിച്ച കുടുംബത്തെക്കുറിച്ചുള്ള സൂചനയൊന്നുമില്ല. അപ്രത്യക്ഷമായ ആ കുടുംബം ആ ചുവരുകൾക്കിടയിൽ നയിച്ച ജീവിതത്തെ ഭാവനയിൽ കാണാൻ ശ്രമിച്ചു. ശ്രദ്ധാലുവായ ഒരമ്മയുടെ മുഖം, പുഞ്ചിരിക്കുന്ന കുഞ്ഞോമനകൾ, സമാധാനത്തിലും ഐശ്വര്യത്തിലും ജീവിച്ചവരാകാനിടയുണ്ട്. ജീവിതം അങ്ങനെ തുടച്ചുനീക്കപ്പെടാൻ മാത്രം എന്തു തെറ്റാണ് അവർ ചെയ്തിട്ടുണ്ടാവുക?

ജനങ്ങളുടെ ഹൃദയമിടിപ്പായ ആഘോഷങ്ങളും ആശകളും ആനന്ദങ്ങളും ഒരു കുസൃതിക്കുഞ്ഞിന്റെ വെയിൽനാളംപോലുള്ള ചിരിയും ഉറപ്പുവരുത്താൻ ഞാൻ ലിബിയയിൽ ഒന്നും ചെയ്തില്ല. എനിക്കു വേദനിക്കുന്നു...

ദൂരെ നിന്നുതന്നെ ആപത്ത് മണത്തറിഞ്ഞു. ഞങ്ങളുടെ ദേശത്തിന്റെ സമ്പൽസമൃദ്ധി കണ്ട് ചിറി നക്കിക്കൊണ്ടടുത്ത കഴുകന്മാരുടെ ആർത്തിയെക്കുറിച്ച് ബോധവാനായിരുന്നു ഞാൻ. താക്കീതായി എന്തു സൂചനയാണ് നൽകേണ്ടിയിരുന്നത്? മറ്റ് അറബ് നേതാക്കൾക്ക് വൃഥാ

ആപത്സൂചനകൾ നൽകി. അവരാകട്ടെ അവർക്ക് ലഭിച്ച ഉപകാരങ്ങളുടെ പേരിൽ കടപ്പാടുള്ളവരുടെ കൊഞ്ചലുകളിലും ഇളിഭ്യച്ചിരികളിലും മയങ്ങി നടക്കുന്ന സുഖിയന്മാരും തീറ്റപ്പണ്ടാരങ്ങളും. കെയ്റോയിൽ നിറയെ ഉള്ളി നിരത്തിയതുപോലെ അത്തരക്കാരുണ്ടായിരുന്നു. പരസ്പരം അവിശ്വസിച്ചും ഒളിച്ചുനോക്കിയും കഴിഞ്ഞവർ. അഹങ്കാരം മൂർച്ഛിച്ചവർ, മലബന്ധമുള്ള ആഢ്യന്മാരെപ്പോലെ മാത്രം പെരുമാറാൻ കഴിയുന്നവരാണ് അവരിൽ പകുതി പേരും. ഗൗരവമണിയാൻ കെല്പില്ലാത്ത മൂഢന്മാരാണ് മറ്റേ പകുതി. ശരിക്കും വരത്തന്മാർ.

പ്രാകൃതമായ നാടൻരീതികൾ ശീലമായവർ. മായാജാലക്കാരന്റെ തൊപ്പിയിൽനിന്ന് നേരെ പുറത്തുചാടിയ മുയലുകളെപ്പോലുള്ള പെട്രോഡോളർ അമീറുമാർ. ഭൂതങ്ങളെപ്പോലെ വസ്ത്രങ്ങൾ വാരിച്ചുറ്റിയ സുൽത്താന്മാർ. അന്യോന്യം സ്തുതികൾ നീട്ടിപ്പറഞ്ഞ് മടുത്തവർ. എന്തായിരുന്നു അവർക്കവിടെ കാര്യം? സ്വന്തം സൗഭാഗ്യങ്ങളെക്കുറിച്ചല്ലാതെ മറ്റൊന്നിനെക്കുറിച്ചും അവർ വേവലാതിപ്പെട്ടില്ല. സ്വന്തം കീശകൾ നിറയ്ക്കാനുള്ള തിരക്കിലായിരുന്നു അവർ. മിന്നൽവേഗത്തിൽ മാറുന്ന ലോകത്തേയും ഭാവിയുടെ ചക്രവാളത്തിൽ അടിഞ്ഞുകൂടിവരുന്ന വെറുപ്പിന്റെ കരിമേഘങ്ങളെയും തലയുയർത്തി നോക്കാൻ ഒരുക്കമല്ലാത്ത ഭീരുക്കൾ. പ്രജകളുടെ കഷ്ടതകൾ, യുവാക്കളുടെ നിരാശ, പാപ്പരാകുന്ന ജനങ്ങൾ, ഒന്നുംതന്നെ അവർ കണ്ടില്ല. അവർക്ക് ഉറച്ച ബോധ്യമുണ്ടായിരുന്നു കഠിനകാലം അവരെ ബാധിക്കുകയില്ലെന്ന്. കാരണം പഴയ പറച്ചിൽപോലെ അവർ 'വേണ്ടതൊക്കെ ചെയ്തു'. അതിനാൽ അവർക്കു പേടിക്കാനൊന്നുമുണ്ടായിരുന്നില്ല. അവർ തരംഗങ്ങളുയർത്തിയതുമില്ല, അടിയുറച്ചുനിന്നതുമില്ല. ലീഗിന്റെ അവസാന ഉച്ചകോടിയിൽ, വഴങ്ങുന്ന പുഞ്ചിരികൾക്കു പിറകിൽ അവരുടെ യഥാർത്ഥ വികാരവിചാരങ്ങൾ മറച്ചുവെച്ചപ്പോൾ ഞാനവരെ താക്കീതു ചെയ്തു. "സദ്ദാം ഹുസൈന് സംഭവിച്ചതെന്തോ അതുതന്നെ നിങ്ങൾക്കും സംഭവിക്കുമെന്ന് ഓർത്തോളൂ..." എന്ന്.

സ്വകാര്യമായി അവർ എന്നെ പരിഹസിച്ചു. ബെൻ അലി... എന്റെ ദൈവമേ, ബെൻ അലി! തന്റെ അനുചരർക്കു മുമ്പിൽ പേശീബലം കാട്ടിക്കൊണ്ടും പടിഞ്ഞാറുനിന്നുള്ള നയതന്ത്രദൂതന്മാരുടെ ആദ്യസംഘത്തിനു മുമ്പിൽ മടക്കുപത്തിരിപോലെ വളഞ്ഞു നിന്നവൻ. കേമമായ സ്യൂട്ടിനുള്ളിൽ പൊതിഞ്ഞ വട്ടൻ! എന്റെ നേരെ മുമ്പിലായിരുന്നു അയാൾ ഇരുന്നത്. തന്റെ പരിഹാസച്ചിരികൾക്കു മുന്നിൽ അയാളുടെ മുഖം ചുവന്നുകൊണ്ടിരുന്നു. പടികളിറങ്ങിച്ചെന്ന് ഞാൻ അയാളുടെ മുഖത്ത് തുപ്പണമായിരുന്നു. ശപിക്കപ്പെട്ട ബെൻ അലി, ആർഭാടവസ്ത്രങ്ങളണിഞ്ഞ് ഒരു കൂട്ടിക്കൊടുപ്പുകാരന്റേതെന്നപോലെ, കുമ്പയിൽ അഭിമാനിച്ചുകൊണ്ടു നടക്കുന്നവൻ. ഏറ്റവും മുന്തിയ ലേലം പറയുന്നയാൾക്ക് സ്വന്തം നാടിനെ വ്യഭിചാരത്തിനു കൊടുക്കുന്നവൻ. എനിക്കൊരിക്കലും

അയാളെയും അയാളുടെ കൃത്രിമമായ പെരുമാറ്റ രീതികളെയും വീർപ്പിച്ച പൊങ്ങച്ചത്തെയും സഹിക്കാനാവുമായിരുന്നില്ല. അയാൾ മുടിവെട്ടിയ രീതിയും അഴകിയ മട്ടും ഞാൻ വെറുക്കുന്നു.

അന്നൊരു ദിവസം വൈകീട്ട് സെയ്ഫ് അൽ ഇസ്‌ലാമിന്റെ വീട്ടിലായിരുന്നപ്പോഴാണത് സംഭവിച്ചത്. അകത്തളത്തിൽ എന്റെ പേരക്കുട്ടിയുമായി കളിച്ചുകൊണ്ടിരിക്കുകയായിരുന്നു. സെയ്ഫ്, ടി.വിയുടെ മുമ്പിൽ കൈകെട്ടിക്കൊണ്ട് നിൽക്കുകയായിരുന്നു. അതിന്റെ വലിപ്പമുള്ള സ്ക്രീനിൽ അയാൾ ഉദ്വേഗത്തോടെ നോക്കിനിന്നു. ടൂണിഷ്യസിലെ പ്രതിഷേധ പ്രകടനങ്ങൾ വലുതായി വരികയായിരുന്നു. ജനക്കൂട്ടത്തിന്റെ മുഖത്ത് വന്യമായ വെറുപ്പ് വ്യക്തമായി എഴുതപ്പെട്ടിരുന്നു. പതയുന്ന വായകൾ മരണശിക്ഷയ്ക്കായി ചീറുന്നുണ്ടായിരുന്നു. ജനരോഷത്തിന്റെ മുന്നേറ്റത്തെ തടുക്കുവാൻ പൊലീസുകാർ എലികളെപ്പോലെ പരക്കം പായുന്നുണ്ടായിരുന്നു. മനുഷ്യവേലിയേറ്റത്തിനെതിരെ കണ്ണീർ വാതകങ്ങൾക്കോ അന്ത്യശാസനങ്ങൾക്കോ ഒന്നും ചെയ്യാനാവുമായിരുന്നില്ല.

ട്യുണീഷ്യക്കാരുടെ ലഹളയെ ഞാൻ ഗൗനിച്ചിരുന്നില്ല. എന്നാലും സ്വന്തം പൗരജനങ്ങളാൽ ബെൻ അലി വെല്ലുവിളിക്കപ്പെടുന്നതിൽ സന്തോഷിച്ചു. ആ സായാഹ്നത്തിൽ വിറയാർന്ന സ്വരത്തിൽ അയാൾ ജനങ്ങളോട് വീടുകളിലേക്ക് തിരിച്ചുപോകാൻ യാചിച്ചപ്പോൾ ചിരിയടക്കാൻ പാടുപെട്ടവനാണ് ഞാൻ. അയാളുടെ പ്രാണഭയം എന്നെ ഹർഷപുളകിതനാക്കി. അയാൾ അധികാരത്തിലേറിയ അന്നുമുതൽ എനിക്കറിയാമായിരുന്നു, അയാൾ എത്ര ഉയരെ പറക്കുന്നുവോ അത്രയും താഴേക്കുതന്നെ പതിക്കുമെന്ന്. രാജപദവിയിലേക്കുയർന്ന ഒരു പിടിച്ചുപറിക്കാരൻ. അയാൾ സഹനേതാവായിരുന്നു എന്നതിൽ ലജ്ജ തോന്നുന്നു.

പെട്ടെന്ന് സെയ്ഫ് അവിശ്വസനീയതയുടെ ആംഗ്യമായി തന്റെ മുഷ്ടി മറുകൈയിൽ ആഞ്ഞിടിച്ചു. ടി.വിയിലെ വലിയ സ്ക്രീനിൽ ആൾക്കൂട്ടത്തിന്റെ ഇരമ്പം!

"അയാൾ പോയി... ബെൻ അലിയുടെ കഥ തീർന്നതുതന്നെ."

"നീയെന്താണ് സങ്കല്പിച്ചതെന്റെ മകനേ? അയാൾ കാഷ്ഠത്തിൽ കുളിച്ച പന്നിയാണ്. പശുവിന്റെ അധോവായു ഒരു വെടിയൊച്ചയാണെന്ന് തെറ്റിദ്ധരിക്കുന്നവൻ."

"അത് അവിശ്വസനീയം തന്നെ."

സെയ്ഫ് വെറുപ്പോടെ ഉമിനീരിറക്കി.

"അങ്ങനെയൊക്കെയാണ് രാജാധികാരത്തിന്റെ നീക്കുപോക്കുകൾ. അയാൾക്ക് അങ്ങനെയങ്ങു പോകാൻ പറ്റില്ല."

“സ്വന്തം നിലപാടിൽ നിൽക്കാൻ തന്റേടമില്ലാത്തവർ പോവുകതന്നെയാണ് എപ്പോഴും നല്ലത്.”

സെയ്ഫ് അമ്പരപ്പിൽനിന്ന് മുക്തനായിരുന്നില്ല. അയാൾ മുഷ്ടിയിടിക്കൽ തുടർന്നുകൊണ്ടേയിരുന്നു. അപ്രതീക്ഷിതമായി ആ ഭരണാധിപന്റെ അതിവേഗമുണ്ടായ വിടവാങ്ങൽ സെയ്ഫിനെ സ്തബ്ധനും കോപിഷ്ഠനുമാക്കിയിരുന്നു.

“അയാൾ നമ്മെയെല്ലാം നാണം കെടുത്തി. ഒരു അറബ് മുഖ്യൻ ഒരിക്കലും ബലഹീനനാവരുത്. അയാളുടെ നനഞ്ഞ കീറത്തുണി നമ്മെയോരോരുത്തരെയും അപമാനിക്കുന്നു.”

“എന്നെയില്ല.”

“കഷ്ടം! അധികാരത്തിലിരിക്കുന്ന ആളാണയാൾ. ഒറ്റ വരിയിൽ ഏവരെയും ശാന്തരാക്കി നിർത്താൻ അയാളുടെ രൂക്ഷമായൊരു നോട്ടം മാത്രം മതിയാവേണ്ടതായിരുന്നു. അയാളുടെ പൊലീസും പട്ടാളവും എന്തു ചെയ്യുകയാണ്?”

“യൂണിഫോമിട്ട കൊച്ചു പെൺകുട്ടികൾ ചെയ്യുന്നതെന്തോ, അത്!”

“ഒരു നേതാവിനെ സംബന്ധിച്ചിടത്തോളം എത്ര നിന്ദാകരം.”

“അയാളൊരിക്കലുമൊരു നേതാവായിരുന്നില്ല, സെയ്ഫ്. അയാൾ ലക്ഷണമൊത്ത ഒരു കൂട്ടിക്കൊടുപ്പുകാരനാണ്. മറ്റൊന്നുമായിരുന്നില്ല. കുഴപ്പത്തിന്റെ ആദ്യലക്ഷണങ്ങളിൽപോലും പതറുന്നവൻ. ഒരു തെരുവുകള്ളന് അയാളേക്കാൾ അന്തസ്സോടെ പെരുമാറേണ്ടതെങ്ങനെയെന്നറിയാം.”

സെയ്ഫ് ചീത്ത വിളിച്ചുകൊണ്ടേയിരുന്നു. ഞാനെന്റെ ചെറുമകനെ വാരിയെടുത്ത് ടി.വിക്കെതിരെ നിന്നു. അറബ് കലാപങ്ങൾ എന്നുമെന്നെ മടുപ്പിച്ചിരുന്നു. അവയുടെ കടിയേക്കാൾ കുരയായിരുന്നു അസഹനീയം.

നാല്

ഒരു കാർ വരുന്ന ശബ്ദം കേട്ടു. എന്റെ മകൻ, മുത്താസ്സിം വാഹനവ്യൂഹ വുമായി മടങ്ങിവരികയാണോ? ഞാൻ പടികളിറങ്ങി ഇടനാഴിയിലേക്കു കുതിച്ചുചെന്നു. താഴത്തെ നിലയിൽ ആരുമുണ്ടായിരുന്നില്ല. അടിയന്തിര കവാടത്തിലേക്ക് ഓടിച്ചെല്ലുന്ന കാലടിയൊച്ചകൾ കേൾക്കാമായിരുന്നു.

മുറ്റത്ത് ഒരു സൈനികവാഹനം വന്നെത്തിയിരിക്കുന്നു. മുൻചില്ലുകളിൽ വെടിയുണ്ടകളുടെ നക്ഷത്രപ്പൊട്ടുകൾ നിറഞ്ഞിരിക്കുന്നു, പാർശ്വവാതിലുകൾ തകർന്ന്, ആകെ അരിപ്പകൾ വീണിരിക്കുന്നു. ഒരു ചക്രം കാറ്റൊഴിഞ്ഞ്, മറ്റൊന്ന് വിളുമ്പുവരെ തേഞ്ഞ്, റബ്ബർ അവശിഷ്ടങ്ങൾ പറ്റിപ്പിടിച്ച്. അങ്ങനെ ദയനീയാവസ്ഥയിലായ ഒരു പിക്കപ്പ് ലോറിയായിരുന്നു അത്.

ഡ്രൈവർ ഡോർ തുറന്നു. പക്ഷേ, പുറത്തേക്കു വരാനാവാതെ ഇടതുകാൽ ഉള്ളിലും വലതുകാൽ നിലത്തുമായി സ്റ്റിയറിംഗ് വളയത്തിൽ അയാൾ തളർന്നു ചാഞ്ഞു. പിൻസീറ്റിൽനിന്ന് രണ്ട് ശരീരങ്ങൾ പട്ടാളക്കാർ ഇഴച്ചു വലിച്ച് പുറത്തേക്കെടുത്തു. ആദ്യത്തേതിന്റെ തലയോട് പിളർന്നിരുന്നു. രണ്ടാമത്തേതിന്റെ വായ തുറന്നുവെച്ച നിലയിലും കണ്ണുകൾ മിഴിഞ്ഞ് മേൽപ്പോട്ടായ നിലയിലായിരുന്നു. ഡ്രൈവറുടെ തൊട്ടടുത്തിരുന്ന മൂന്നാമതൊരാൾ ഞരങ്ങുന്നുണ്ടായിരുന്നു.

അബൂബക്കർ വാഹനത്തെ സമീപിച്ചു.

മൻസൂർ അനുഗമിച്ചു.

"ഇവരെ എവിടെനിന്ന് ചാടിച്ചതാണ്?"

"നിരീക്ഷണ സേനായൂണിറ്റാണ് ജനറൽ." ഒരു ക്യാപ്റ്റൻ പറഞ്ഞു.

"യൂണിറ്റ്? ഒരു വാഹനമേ കാണുന്നുള്ളുവല്ലോ?"

"മറ്റു രണ്ടെണ്ണത്തെ അവർ ഗ്രനേഡുകൊണ്ട് തീർത്തു." അത്യന്തം അവശതയോടെ ഡ്രൈവർ പറഞ്ഞു.

"ആരും അവശേഷിച്ചില്ല."

"എന്താണുദ്ദേശിക്കുന്നത്? ആരും അവശേഷിച്ചില്ലെന്നോ?"

മൻസൂറിന്റെ ഒച്ച മുഴങ്ങി.

"ആ ലൈറ്റുകൾ ഓഫാക്കൂ, വിഡ്ഢീ. 'ഷോംസേയ്ലീസേ'യിലാണെന്നാണോ വിചാരം?"

ഡ്രൈവർ ഹൗസ്ലൈറ്റുകൾ ഓഫാക്കി. അയാളുടെ ചലനങ്ങൾ തളർന്നതും വിലക്ഷണവുമായിരുന്നു.

"കേണൽ മുത്താസ്സിം എവിടെ?" ഞാനയാളോട് ചോദിച്ചു.

"അദ്ദേഹം പോയിന്റ് 34 കടന്നുചെന്നു."

"ശത്രുപാളയത്തിലൂടെ അയാൾ കടന്നു മുന്നേറുന്നത് നിങ്ങൾ കണ്ടോ?"

"കണ്ടു, സർ." അയാൾ പറഞ്ഞു. അയാൾ കിതച്ച് മോഹാലസ്യപ്പെട്ടേക്കുമെന്ന് തോന്നി.

"ജില്ലയുടെ വക്കോളം ഞങ്ങൾ അദ്ദേഹത്തെ അനുഗമിച്ചു. കലാപകാരികൾ തടുക്കാൻ ശ്രമിച്ചപ്പോൾ ഞങ്ങൾ കവചം തീർത്തു."

"നിങ്ങളുടെ ഭരണാധികാരിയോടു സംസാരിക്കുമ്പോൾ അറ്റൻഷനിൽ നിന്നു കൊള്ളണം. മനസ്സിലായോ?"

ഞാനയാളെ ശാസിച്ചു.

ഡ്രൈവർ സ്റ്റിയറിംഗ് വളയത്തിൽ കുഴഞ്ഞുവീണു. അയാൾ നേരെ നിൽക്കാൻ ആവുന്നത്ര ശ്രമിച്ചുകൊണ്ട് നേർത്ത ശബ്ദത്തിൽ ഞരങ്ങി.

"എനിക്ക് എഴുന്നേൽക്കാൻ വയ്യ, സർ. എന്റെ നാഭിയിൽ രണ്ടു വെടിയുണ്ടകളേറ്റിട്ടുണ്ട്. കാലിൽ ഷെല്ലിന്റെ ചീളുകൾ തറച്ചിരിക്കുന്നു."

മുറിവേറ്റ അയാളെ നീക്കി മാറ്റാൻ രണ്ടു പട്ടാളക്കാരോട് മൻസൂർ ആംഗ്യം കാട്ടി.

"എന്തുപറ്റി?" അബൂബക്കർ ചോദിച്ചു.

ഡ്രൈവർ ഞെളിപിരികൊണ്ടു. തന്റെ റിപ്പോർട്ട് പൂർത്തീകരിക്കും മുമ്പ് മരിക്കുമെന്ന് ഭയന്നെന്നപോലെ അയാൾ ദീർഘശ്വാസമുതിർക്കുകയും പുലമ്പുകയും ചെയ്തു.

"കേണൽ മുത്താസ്സിം സുരക്ഷിതനാണെന്ന് ഞങ്ങൾ ഉറപ്പു വരുത്തിക്കഴിഞ്ഞപ്പോൾ, സാർജന്റ് 34-ാം പോയിന്റിനും 54-ാം പോയിന്റിനും ഇടയ്ക്കുള്ള രക്ഷാമാർഗ്ഗം തേടി. പുതിയ ശത്രുതാവളങ്ങളുടെ സ്ഥലം നിർണ്ണയിക്കേണ്ടതുണ്ടായിരുന്നു. ഞങ്ങൾ നാലു കിലോമീറ്ററോളം അവരുടെ പ്രതിരോധസ്ഥാനങ്ങൾ ചെറുത്തുനില്പുകൾ കൂടാതെ താണ്ടി. എന്നാൽ തിരികെ വരുമ്പോൾ കെണിയിൽ കുടുങ്ങി. കാലാൾസൈന്യം റോക്കറ്റ് ലോഞ്ചറുകൾകൊണ്ട് ഞങ്ങളെ ആക്രമിച്ചു. രണ്ട് വാഹനങ്ങൾ തകർന്നടിഞ്ഞു."

"എന്തിനാണ് നിങ്ങൾ ഇങ്ങോട്ടു വന്നത്?"

ഞാൻ ഉച്ചത്തിൽ അയാളോടു ചോദിച്ചു.

"അതും ലൈറ്റുകൾ ഓഫാക്കാതെ. ശത്രുക്കൾ തീർച്ചയായും പിന്തുടർന്നു വരുന്നുണ്ടാവണം. നമ്മൾ എവിടെയാണെന്ന് അവരറിയും. എല്ലാം നിങ്ങളുടെ വിഡ്ഢിത്തം കാരണം."

എന്റെ പ്രതികരണം കണ്ട് ഡ്രൈവർ ഞെട്ടി.

"പക്ഷേ, പിന്നെ എങ്ങോട്ടു പോകണമായിരുന്നു, സർ. രണ്ട് മുറി വേറ്റ പട്ടാളക്കാരെയും കൊണ്ട്?"

"നരകത്തിലേക്ക്, പൊട്ടാ! ഹെഡ്ക്വാർട്ടേഴ്സിനെ ഒരിക്കലും നീ അപകടപ്പെടുത്തരുതായിരുന്നു. ഞാൻ താക്കീതു ചെയ്യുന്നു, കണ്ടുപിടി ക്കപ്പെട്ടാൽ നിന്നെ ഞാൻ വെടിവെച്ചുകൊല്ലും."

ക്യാപ്റ്റൻ, ഡ്രൈവറെ ഇറങ്ങാൻ സഹായിച്ചു. അരക്കെട്ടിനു ചുറ്റും താങ്ങിക്കൊണ്ട് ഇഴച്ചിഴച്ച് എയ്ഡ്സ്റ്റേഷനിലേക്ക് കൊണ്ടുപോയി. മറ്റു പട്ടാളക്കാർ വാഹനത്തിനരികെ കല്ലുപോലെ മരവിച്ചു നിന്നു.

കൈക്കസേരയിൽ ഇരുന്ന് മൻസൂർ ധാവോ തന്റെ നഖങ്ങളിലേക്ക് ഉറ്റുനോക്കിക്കൊണ്ട് ആശങ്കകളിൽ മുഴുകി. ഇടയ്ക്കിടെ തന്നത്താൻ സംസാരിച്ചു. അത് ചിത്തഭ്രമത്തിന്റെ ആദ്യസൂചനയാണ്. അയാൾ മാനസികമായി തകരുന്നത് സഹിക്കാനാവാത്ത കാഴ്ചയായിരുന്നു. എന്റെ ഏറ്റവും അടുത്ത അനുചരർ കുറെക്കൂടി ധൈര്യശാലികളാവണമെന്ന് ആഗ്രഹിക്കുന്നു. പോരാടാൻ തയ്യാറല്ലാത്തയാളും കീഴടങ്ങുന്നയാളും തമ്മിൽ ഒരു വ്യത്യാസവുമില്ല. ആദ്യത്തെയാൾ സ്വന്തം ഭീരുത്വത്തെക്കു റിച്ച് ധൈര്യമുള്ളയാളും രണ്ടാമത്തെയാൾ ഒട്ടും ധൈര്യമില്ലാത്തയാളാ ണെന്നും ഞാൻ പറയും.

പരാജയഭീതി പൂണ്ട, ദിശ തെറ്റിയ ഈ മനുഷ്യയാനത്തെ ഞാൻ വെറുക്കുന്നു. ഇയാളെ മനുഷ്യകീടമെന്നു വിളിക്കുന്നു.

പ്രതിസന്ധിപരിഹാരകേന്ദ്രമായി ഞങ്ങളുപയോഗിക്കുന്ന ഈ അകത്തള ത്തിൽ, ജനറൽ അബൂബക്കർ യൂനിസ് ജാബ്ർ ഒരു ഭൂപടം നിരീക്ഷി ക്കുകയാണ്.

അയാളുടെ കുപ്പായം അങ്ങിങ്ങ് വിയർപ്പിൽ കുതിർന്നിട്ടുണ്ട്. ഇനി യൊരിക്കലും സാദ്ധ്യമല്ലാത്ത നിയോഗനീക്കങ്ങളിലൂടെ മനസ്സ് കടന്നു പോകുന്നുണ്ടെന്ന് വ്യക്തമായിരുന്നു. ഇടയ്ക്കിടെ അയാൾ കണ്ഠ ശുദ്ധി വരുത്തിയിരുന്നു. ഭൂപടത്തിലെ ചില വിശദാംശങ്ങൾ പഠിക്കുക യാണെന്ന് നടിച്ചു. മേശയ്ക്കഭിമുഖമായി അയാളുടെ ശരീരം മുഴുവനായി ചാഞ്ഞു. എത്ര ചിന്താമഗ്നനാണെന്ന് എന്നെ കാണിക്കാൻ മുഖം കൈയിൽ താങ്ങി. അയാളുടെ നാട്യത്തിന് ഒട്ടും വിശ്വാസ്യതയില്ലായി രുന്നു.

എന്റെ ആശ കെട്ടുപോകരുതെന്നുള്ള അയാളുടെ ആഗ്രഹം പരി ഗണിക്കാവുന്നതാണ്. അത്രമാത്രം...

ഞങ്ങൾ മൂന്നുപേരും കേണൽ മുത്താസ്സിമിന്റെ ദൂതനെ കാത്തി രിക്കയാണ്. കേണലിന്റെ വിവരങ്ങളറിയാതെ ഞങ്ങൾ ഏറെ

അസ്വസ്ഥരായിരുന്നു. ഓരോ നിമിഷവും ഞങ്ങളുടെ ഓരോ ജീവാംശ ത്തേയും എടുത്തുകൊണ്ടു പോവുന്ന പ്രതീതി.

എന്റെ ഞെരമ്പുകൾ എളുപ്പം തീപിടിക്കുന്നതായിത്തീർന്നിരുന്നു. പുറംലോകത്ത് കാല് കുത്താനാവാത്തവിധം ഇവിടെ എത്തിച്ചേരാൻ വൈകുന്ന എന്റെ മകന്റെ വരവു കാത്തും അക്ഷമയോടെയുള്ള നില്പ് അസഹ്യമായിരുന്നു. ഒരു അറവുകത്തിയുടെ മൂർച്ചയോടെ വായുവിൽ തങ്ങിനിൽക്കുന്ന ഒരു നാണയം. എന്റെ വിധിയുടെ ആധാരം.

മൻസൂർ തന്റെ നഖങ്ങളുറ്റു നോക്കുന്നത് നിർത്തി. ആർക്കെ ന്തറിയാം എന്നു വിചാരിച്ച് അയാൾ ഇടത്തോട്ടും വലത്തോട്ടും നോക്കി. പിന്നെ കൈക്കസേരയിൽ ഞെളിപിരികൊണ്ടു. താനെവിടെയാണെന്ന് അന്വേഷിക്കുന്ന ഭാവത്തോടെ.

സ്വബോധം തെളിഞ്ഞപ്പോൾ ഇരിപ്പിടത്തിൽ ഒന്നുകൂടെ ഒതുങ്ങിയി രുന്നു. നെറ്റിയുടെ ഇരുവശങ്ങളിൽ തള്ളവിരലുകളും നടുവിരലുകളും ചേർത്തുവെച്ച് ദുർഗ്രഹഭാവത്തോടെ തലയിളക്കിക്കൊണ്ടിരുന്നു. പിന്നെ പതുക്കെ സംഘർഷത്തിൽനിന്ന് മാറി ജനറലിനുനേരെ നോക്കിക്കൊണ്ട് പരിഹാസത്തോടെ ചോദിച്ചു, "അഞ്ജനക്കല്ലു നോക്കി വല്ലതും പ്രവ ചിക്കാമോ സർ?"

"ഏത് അഞ്ജനക്കല്ല്?" ജനറൽ തിരിഞ്ഞുനോക്കാതെ മുരണ്ടു.

"ഭൂപടം... താങ്കളുടെ ഭൂപടം. അരമണിക്കൂറായല്ലോ അത് തടവി ക്കൊണ്ടിരിക്കുന്നു. ഉത്തരം കിട്ടിക്കാണുമല്ലോ."

"ഞാൻ തെക്കുഭാഗത്തേക്കുള്ള നമ്മുടെ പലായനത്തിന്റെ വിവിധ സാധ്യതകൾ പഠിക്കുകയായിരുന്നു."

"ഇന്നു രാവിലെ മുതൽ നമുക്കതൊക്കെ അറിയുന്നതല്ലേ സർ? തെക്ക് തെക്കു തന്നെയാണ്, അതുതന്നെയാണ് നമുക്കു മുമ്പിലുള്ള ഏക മാർഗ്ഗം."

"അതെ, ശത്രുവിന്റെ ഗുരുത്വകേന്ദ്രം മണിക്കൂറുതോറും മാറിക്കൊണ്ടി രിക്കയാണ്. നമ്മുടെ നിരീക്ഷണസേനയിൽ നിന്നറിയുന്നത്..." അദ്ദേഹം പൂർത്തിയാക്കിയില്ല.

"നിങ്ങൾ ഉദ്ദേശിക്കുന്നത് അവശേഷിച്ച പട്രോൾ ഡ്യൂട്ടിയിലുള്ള ആ മൂന്നാലുപേരെക്കുറിച്ചാണോ? അവർ ഇരുട്ടിൽ തപ്പിനടക്കുകയാണ്, എന്റെ തോന്നൽ കേൾക്കണമെങ്കിൽ കേട്ടോളൂ."

"നിങ്ങളുടെ തോന്നലും അഭിപ്രായവുമൊക്കെ അവിടെയിരിക്കട്ടെ. നിങ്ങളെന്നെ ജോലി പഠിപ്പിക്കണ്ട."

മൻസൂർ വീണ്ടും നഖങ്ങളെ ധ്യാനിക്കുവാനും അവ നിർത്താതെ കടിക്കുവാനും തുടങ്ങി. തല ചുമലുകൾക്കിടയിൽ കൂനിവെച്ചുകൊണ്ട യാൾ മുരണ്ടു. "നാം കൊട്ടാരം വിടേണ്ടിയിരുന്നില്ല."

"നിങ്ങൾ അങ്ങനെ പറയരുത്."

ജനറൽ മറുപടിയായി പറഞ്ഞു.

“നമ്മൾ ബങ്കറിൽ കഴിഞ്ഞതു നന്നായി. നമുക്ക് ഉറങ്ങാനുള്ള സ്ഥലവും കഴിക്കാനുള്ള ആഹാരവും ലഭിച്ചു. പീരങ്കിസേനയിൽ നിന്നും വ്യോമാക്രമണങ്ങളിൽനിന്നും സുരക്ഷയും ലഭിച്ചു. നോക്കൂ, നാം ഇപ്പോൾ എവിടെയാണെന്ന്? വെറുമൊരു വെട്ടുകത്തികൊണ്ട് നമ്മെ യവർക്ക് തുരത്താമായിരുന്നു.”

ജനറൽ മേശയുടെ വക്കത്ത് പെൻസിൽ വെച്ചു. ജനസേനയുടെ അധിപൻ, തന്നെ പ്രകോപിപ്പിക്കാൻ നോക്കുകയാണെന്ന് ജനറൽ ഊഹിച്ചു. ഒരു സംഘട്ടനം ഒഴിവാക്കണമെന്നും അയാൾക്കുണ്ട്. അയാളുടെ തന്നെ പദ്ധതിയായിരുന്നു കൊട്ടാരം വിട്ടുനിൽക്കണമെന്നത്.

കൊട്ടാരം വിട്ടുപോകാൻ എന്നെ നിർബന്ധിക്കേണ്ട ആവശ്യം അയാൾക്കുണ്ടായിരുന്നോ? ഇപ്പോൾ ഞാനും അതുതന്നെയാണ് ചിന്തിക്കുന്നത്.

“ഞാൻ അഭയം സങ്കല്പിച്ചിരുന്ന വസതികളെല്ലാം, എന്റെ ബന്ധുക്കളുടെയും മക്കളുടെയുമുൾപ്പെടെ, സഖ്യകക്ഷികളുടെ വ്യോമാക്രമണത്തിൽ തകർക്കപ്പെട്ടിരുന്നു. ഈ നികൃഷ്ടമായ നരവേട്ടയിൽ നാറ്റോയ്ക്ക് എന്റെ പേരമക്കളെ ലജ്ജാശൂന്യമായും പശ്ചാത്താപമില്ലാതെയും കൊല ചെയ്യാൻ ഒരു മടിയുമുണ്ടായിരുന്നില്ല.”

“നാം ഭൂനിലവറയിൽ അകപ്പെട്ടുപോകാനിടയുണ്ടായിരുന്നു.” ജനറൽ ആകർഷകമാംവിധം ശാന്തനായി വാദിച്ചു.

“നിങ്ങൾക്കു തോന്നുന്നുണ്ടോ ഇവിടെ നാം സുരക്ഷിതരാണെന്ന്?”

മൻസൂർ വിട്ടില്ല.

“ഏറ്റവും ചുരുങ്ങിയത് നമ്മളിവിടെയാണെന്ന് ആർക്കും കൃത്യമായി നിർണയിക്കാനായിട്ടില്ല. ഒരാക്രമണത്തിന്റെ പദ്ധതികളാവിഷ്കരിക്കാൻ സൗകര്യപ്രദമാണിവിടം. കൊട്ടാരത്തിലെ ഭൂനിലവറയിൽത്തന്നെ നാം തങ്ങിയിരുന്നുവെങ്കിൽ അവർ കോൺക്രീറ്റ് കവചങ്ങൾ ഒരു ഡ്രില്ലോ മറ്റെന്തെങ്കിലും തുരപ്പുയന്ത്രങ്ങളോ ഉപയോഗിച്ച് തുരന്ന് ഒരു കുഴൽ അകത്തേക്കിട്ട് അതിലൂടെ ജനറേറ്റർ പ്രവർത്തിപ്പിച്ച് ഗ്യാസ് കയറ്റേണ്ട പണിയേ ഉണ്ടായിരുന്നുള്ളൂ.”

“എന്നാലും കഷണങ്ങളായി നുറുങ്ങിത്തെറിക്കുന്നതിലും ഭേദം അതായിരുന്നു.” ജനരക്ഷാസേനയുടെ കമാൻഡറിൽനിന്നും ഒരു തലനാരിഴ മാത്രം അടുത്തായിരുന്ന എനിക്ക് അയാളുടെ മേൽ ചാടി വീണ് നിലത്ത് ചവിട്ടിയരയ്ക്കാവുന്നതേ ഉണ്ടായിരുന്നുള്ളൂ. പക്ഷേ, ഞാൻ ക്ഷീണിതനാണ്.

“മൻസൂർ” ഞാനയാളോടു പറഞ്ഞു,

“ഒരാൾക്ക് ഒന്നും പറയാനില്ലാത്തപ്പോൾ മിണ്ടാതിരിക്കുകയാണ് നല്ലത്.”

“ജനറൽ ഏറിപ്പോകുന്നു...”

"മൻസൂർ," ഞാൻ പൊള്ളയായ ശബ്ദത്തിൽ ആവർത്തിച്ചു. എന്നിൽ നുരഞ്ഞുപൊന്തുന്ന ദേഷ്യത്തെ മറയ്ക്കാൻ ആ ശബ്ദത്തിനു കഴിയുമായിരുന്നില്ല. "റഷ്യൻ പഴഞ്ചൊല്ലു പ്രകാരം 'നിന്റെ നാവാണ്, നിന്റെ ശത്രു', കൊടിൽ കൊണ്ട് നിന്റെ നാവ് എന്നെക്കൊണ്ടു പിഴുതെടുപ്പിക്കരുത്."

ദൂരെയെങ്ങാണ്ടുനിന്നും അത്യുഗ്രമായ ഒരു സ്ഫോടനശബ്ദം ഞങ്ങളിലെത്തി.

ജനറൽ വിളറിക്കൊണ്ട് നിന്നനില്പിൽ തിരിഞ്ഞു.

"നാറ്റോയുടെ ആക്രമണം തുടങ്ങിക്കഴിഞ്ഞു."

മൻസൂർ അടക്കിച്ചിരിച്ചു.

"ശാന്തനായിരിക്കൂ, എന്റെ സുഹൃത്തേ. നിങ്ങൾ വല്ലാതെ ഉത്കണ്ഠാകുലനാണ്."

"ആരു പറഞ്ഞു?" ജനറൽ പിണങ്ങി.

"ബോംബ് സ്ഫോടനവും ഷെല്ലിന്റെ പൊട്ടലും തമ്മിലുള്ള വ്യത്യാസം ഒരു ജനറലിന് അറിയില്ലെങ്കിൽ അതൊരു ദുരന്തമാണ്."

മര്യാദയില്ലാത്ത മൻസൂറിനെ പിസ്റ്റളെടുത്ത് ഒറ്റ വെടിക്കവസാനിപ്പിക്കാനുള്ള പ്രേരണ എന്നിൽ ചൊറിഞ്ഞു. പക്ഷേ, അയാളുടെ നിർവ്വികാരഭാവം അതിൽനിന്നെന്നെ പിന്തിരിപ്പിച്ചു.

"അതു പിന്നെ എന്താണെന്നാണ് നിങ്ങൾ പറയുന്നത്?"

മൻസൂറിന്റെ എടുത്തുചാട്ടത്തോടെയുള്ള ഉത്തരങ്ങൾ കേൾക്കുന്തോറും എന്റെ ആയുധം താഴേക്കു കൊണ്ടുവന്നില്ലല്ലോ എന്നു ഞാൻ ഖേദിച്ചു.

"അത് മുത്താസ്സിം ആണ്. അവശിഷ്ട പടക്കോപ്പുകളെ നിർവീര്യമാക്കുകയാണയാൾ. അവ കലാപകാരികളുടെ കൈയിൽ കിട്ടാതിരിക്കാൻ."

"നിങ്ങൾക്ക് അതെങ്ങനെയറിയാം?"

"അങ്ങനെയൊരു ദൗത്യം അയാളെ ഏല്പിച്ചത് നിങ്ങൾ തന്നെയാണല്ലോ, ജനറൽ," മൻസൂർ പുച്ഛത്തോടെ പറഞ്ഞു. "ഇടത്തോട്ടും വലത്തോട്ടും നടുവിലേക്കുമൊക്കെ കൊടുത്ത ആജ്ഞകൾ പ്രാണഭയം കൊണ്ടാവാം, താങ്കൾക്ക് ഓർമ്മയില്ല."

ഭയക്കാനുള്ള കാരണമൊന്നുമുണ്ടായിരുന്നില്ല എന്ന ആശ്വാസത്തോടെയും തത്സമയം തന്നെ അയാളുടെ മനോഭാവത്തോടുള്ള ഭ്രാന്തമായ നീരസത്തോടെയും ഞാൻ കമാൻഡറോട് ആജ്ഞാപിച്ചു. "മിണ്ടിപ്പോകരുത്! എന്റെ മന്ത്രിയോട് ഇത്തരത്തിൽ ആദരവുകേട് കാണിക്കുന്നത് വിലക്കുന്നു. ആകസ്മിക സംഭവങ്ങൾ അദ്ദേഹത്തെ ഉലയ്ക്കുന്നുവെങ്കിൽ അത് അദ്ദേഹത്തിന്റെ ഞെരമ്പുകളെ സജ്ജമാക്കുന്നതിന്റെ

ആയാസം കൊണ്ടാണ്. നിങ്ങളാവട്ടെ ചഞ്ചലപ്രകൃതം കൊണ്ട് ഞങ്ങളെ അലട്ടുകയും."

"ചുരുങ്ങിയ പക്ഷം, ഞാൻ കാര്യങ്ങളെ ശാന്തഗൗരവത്തോടെയാണ് കാണുന്നത്. കലാപകാരികൾ ആയുധക്കച്ചവടക്കാരുടെ കൈകളിൽ ചെന്നുവീണിരിക്കയാണ്. അവർ പിടിച്ചെടുക്കപ്പെട്ട നമ്മുടെ പടക്കോപ്പുകൾ അൽ-ഖൈയ്ദയ്ക്കും കൂട്ടർക്കുമൊക്കെ വിറ്റൊഴിവാക്കുകയാണ്. അവസാനം കിട്ടിയ വിവരപ്രകാരം നമ്മുടെ മണ്ണിൽ അഭയം പ്രാപിച്ചവർ, നിർദ്ദേശങ്ങളും സാമ്പത്തിക സഹായവുമെല്ലാം വർഷങ്ങളോളം നൽകി നമ്മൾ പരിപോഷിപ്പിച്ച വിപ്ലവ സ്ക്വാഡുകൾ ഇസ്ലാമിസ്റ്റു സേനയോടൊപ്പം പട ചേർന്നിരിക്കയാണ്."

"ഇസ്ലാമികസേനകളുടെ പ്രചാരണ പദ്ധതി! ചതിക്കപ്പെട്ട ആ വിപ്ലവ നേതാക്കൾ എന്റെ കുട്ടികളാണ്. വിശ്വാസഘാതകരും വഞ്ചകരും അവരെ നായാടുകയാണ്. സെയ്ഫ്-അൽ-ഇസ്ലാം ഒരു ഉഗ്രൻ പ്രത്യാക്രമണത്തിനായി അവരെ ഒന്നിച്ചണിനിരത്താൻ പാടുപെടുകയാണെന്ന് തീർച്ച. കുരിശുയുദ്ധക്കാരുടെ ഇച്ഛയ്ക്കനുസരിച്ച് കൈകാര്യം ചെയ്യപ്പെടുന്ന പാവസൈന്യത്തെ അവർ പാതാളത്തിലേക്ക് തുരത്തിയോടിക്കും."

മൻസൂർ കൈകൾ വായുവിൽ വരച്ച് എന്തോ ആംഗ്യം കാട്ടിക്കൊണ്ട് എഴുന്നേറ്റു. പുരികം ചുളിച്ചുകൊണ്ട് മുറിക്കു വെളിയിലേക്കു പോയി.

"നാം അയാളെ കുറ്റപ്പെടുത്തരുത്." അബൂബക്കർ എന്നോടു പറഞ്ഞു.

"അയാൾ വിഷാദമഗ്നനാണ്."

"ആളുകൾ എന്റെ മുമ്പിൽ വിഷാദത്തോടെയിരിക്കുന്നത് എനിക്കിഷ്ടമല്ല. ആ പരാജയഭീതിക്കാരനോടൊപ്പം ചിലവഴിച്ച പതിനഞ്ചു മിനിട്ടുകൾ ഒരു വർഷത്തെ കഠിനാധ്വാനത്തേക്കാൾ കഷ്ടമായിരുന്നു."

"എനിക്കറിയാം, എന്താണ് അങ്ങ് ഉദ്ദേശിക്കുന്നതെന്ന്. അയാൾ നേരെയായിക്കൊള്ളും. ഇന്നത്തെ ദിവസം മോശമായിരുന്നു."

"ഇപ്പോഴത്തെ അവസ്ഥ ക്രമപ്പെടുത്തിക്കഴിഞ്ഞാലുടനെ അവനെ ഞാൻ വെടിവെച്ചു കൊല്ലും."

ഞാൻ അബൂബക്കറിന് വാക്കു കൊടുത്തു.

"എന്നാൽ ശരി, ഞാൻ എന്റെ മുറിയിലേക്കു പോകുന്നു. അമീറയെ എന്റെയരികിലേക്കു പറഞ്ഞയയ്ക്കൂ."

പോകുന്നതിനു മുമ്പ് എന്റെ വിരൽ ജനറലിന്റെ നെഞ്ചത്തു വെച്ചുകൊണ്ടു ഞാൻ പറഞ്ഞു.

"മൻസൂറിനെ ഒരു പരുന്തിനെപ്പോലെ ജാഗരൂകമായി നിരീക്ഷിച്ചുകൊണ്ടിരിക്കണം. വല്ലാതെ കളിക്കാൻ ശ്രമിച്ചാൽ തൽക്ഷണം കൊല്ലാൻ ശങ്കിക്കേണ്ട."

ജനറൽ നിലത്തേക്കു നോക്കിക്കൊണ്ട് തലയാട്ടി.

അഞ്ച്

അമീറ കടന്നുവരുമ്പോൾ ഞാൻ ശിരോകവചം മുഖത്ത് മൂടിയിട്ടു കിടക്കുകയായിരുന്നു. ഉറച്ച ശരീരപ്രകൃതിയും ചികുരഭാരവും ആകാര സൗഷ്ഠവവും ഉള്ള കറുമ്പി. എന്റെ ആദ്യത്തെ അംഗരക്ഷകരിൽ ഒരാൾ. നിയമിക്കപ്പെട്ടതിനുശേഷം നിർഭയയും അപരാജിതയുമായ ആ ആമ സോൺ വനിത ഒരിക്കലും എന്റെയരികിൽ നിന്നും മാറിയിട്ടില്ല. വമ്പിന്റെ ഒരംശമുണ്ടെങ്കിലും അടി പതറാത്ത കൂറ് ഉണ്ടായിരുന്നു. കുറച്ചുകൂടി ചെറുപ്പമായിരുന്നപ്പോൾ അവൾ എന്റെ കിടക്ക പങ്കിടുകയും ഒന്നിച്ച് ആഹാരം കഴിക്കുകയും ചെയ്തിരുന്നു.

ധൃതിയിൽ, അറ്റൻഷനിൽ നിന്ന് അവൾ സല്യൂട്ട് ചെയ്തു. പട്ടകൾ മുറുക്കിയ കമാൻഡോവേഷത്തിൽ കുറച്ചുകൂടി വണ്ണമുള്ളവളായി തോന്നി.

"രക്തസമ്മർദ്ദം നോക്കൂ." ഞാൻ ആജ്ഞാപിച്ചു.

പാർശ്വസഞ്ചിയുടെ കൊളുത്തു വിടർത്തി മോണിട്ടർ പുറത്തെ ടുത്തു.

വ്യോമാക്രമണം തുടങ്ങിയ ആദ്യദിവസം തന്നെ സ്വകാര്യ ഡോക്ടർ ട്രിപ്പൊളിയിൽനിന്ന് അപ്രത്യക്ഷനായി. അങ്ങനെയാണ് അമീറയെ എന്റെ നഴ്സ് ആക്കുന്നത്. ഔദ്യോഗിക ആസ്ഥാനത്ത് ഞങ്ങൾക്ക് രണ്ടുമൂന്നു ഡോക്ടർമാരുണ്ടായിരുന്നു. പക്ഷേ, ചില കരുതൽ നടപടികളുടെ ഭാഗ മായി അവരുടെ സേവനം വേണ്ടെന്നുവെച്ചു. കലാപകാരികളുടെ സമ ശീർഷരാണവർ. അവരെ അത്ര വിശ്വാസത്തിലെടുക്കാൻ മാത്രം തെളി വുകളുണ്ടായിരുന്നില്ല എനിക്ക്.

"അങ്ങയുടെ രക്തസമ്മർദ്ദം സാധാരണ നിലയിലാണ്, സർ."

"ശരി. ഇനി എനിക്ക് ഇൻജക്ഷൻ തരൂ."

ബാഗിന്റെ കള്ളറയിൽനിന്ന് അവൾ ഒരു പൊതി പുറത്തെടുത്തു. ഒരു സൂപ്പുകരണ്ടിയിലേക്ക് അതു പകർന്ന് ലൈറ്റർ കൊണ്ട് ചൂടാക്കി.

ഞാൻ എന്റെ നഗ്നമായ കൈകൾ വശത്തേക്കുവെച്ച് കണ്ണുകളടച്ചു. സിറിഞ്ചുകളെ വെറുപ്പാണെനിക്ക്. പതിമ്മൂന്നു വയസ്സുണ്ടായിരുന്നപ്പോൾ ഒരു നേഴ്സ് എന്റെ ചന്തിയിൽ കുത്തി മുറിവേല്പിച്ചു. അത് പഴുത്ത് ആഴ്ചകളോളം കിടപ്പിലായത് ഇപ്പോഴും ഓർക്കുന്നു.

അമീറ ടൂർണിക്കെ കെട്ടിയതിനുശേഷം രണ്ടുമൂന്നു തവണ ഞെരമ്പു കിട്ടാൻ കണങ്കൈയിൽ തട്ടി.

“എത്ര സിറിഞ്ചുകൾ ബാക്കിയുണ്ട്?”

“അരഡസൻ കാണും സർ.”

“ഹെറോയിനോ?”

“മൂന്നു ഡോസുകൾ.”

“സ്റ്റോക്കിൽ ആരും? നിനക്കുറപ്പാണോ?”

“ഈ ബാഗ് എന്റെ അരികിലാണെപ്പോഴും സർ. ഉണരുമ്പോഴും ഉറങ്ങാൻ പോകുമ്പോഴും.”

അവൾ ഉപകരണങ്ങളെല്ലാം എടുത്തുവെച്ചു. എന്റെ ആജ്ഞകൾക്കായി കാതോർത്തു. ഞാൻ നിശ്ശബ്ദത പാലിക്കവേ, അവൾ വിവസ്ത്രയാകാൻ തുടങ്ങി.

“വേണ്ട, ഇന്നു വേണ്ട.” ഞാനവളെ തടുത്തു. “അങ്ങനെയൊരു മാനസികാവസ്ഥയിലല്ല ഇപ്പോൾ. കാലുകൾ ഉഴിഞ്ഞുതന്നാൽ മതി.”

അവൾ ജാക്കറ്റിന്റെ കുടുക്കുകളിട്ടു. എന്റെ ഷൂസിന്റെ ചരടുകൾ അഴിച്ചു.

സ്ത്രീകൾ... അവരെ നൂറുകണക്കിന് എനിക്കറിയാം. എല്ലാ തരത്തിലുള്ളവരെയും. ചിത്രകാരികൾ, ബുദ്ധിജീവികൾ, കന്യകമാർ, വേലക്കാരികൾ, ഗൂഢാലോചനക്കാരുടെയും വിനീതവിധേയരായ ഉദ്യോഗസ്ഥപ്രമുഖരുടെയും ഭാര്യമാർ, ഓരോരുത്തരെയായി മാറി മാറി ഭോഗിച്ചു. അതിന്റെ ആചാരക്രമം ലളിതമായിരുന്നു. ഞാൻ എനിക്കിഷ്ടപ്പെട്ടവളുടെ തോളിൽ കൈവെക്കും. ഏജന്റുമാർ അന്നുരാത്രി റിബൺ കെട്ടിയ താലത്തിൽ അവളെ എന്നരികിലെത്തിക്കും. മാംസബന്ധലഹരിയിലാറാടാൻ മെത്തയിൽ പട്ടുതുണികൾ വിരിച്ചിരിക്കും.

ചെറുത്തവർ പലരുമുണ്ട്. എനിക്ക് കീഴടക്കാനിഷ്ടമാണ്, പ്രതിയോഗികളുടെ നാട് കീഴടക്കുന്നതുപോലെ. കാൽക്കീഴിൽ അവർ കീഴടങ്ങുമ്പോൾ ഏറ്റവും സ്വർഗീയമായ ആനന്ദമൂർച്ഛ അനുഭവിക്കുന്നു.

ഒരു സ്ത്രീയേക്കാൾ മനോഹരമായതോ വിലപിടിച്ചതോ ആയി യാതൊന്നുമില്ല. വിണ്ണിൽ ആയിരക്കണക്കിനു നക്ഷത്രങ്ങൾ പ്രകാശിക്കുന്നുണ്ടാവാം. പക്ഷേ, അവയൊന്നും ഒരു അന്തഃപുരസുന്ദരിയോളം സ്വപ്നങ്ങൾ പകരാറില്ല.

ഒരു രാത്രിയിൽ ഒരു ദേവദൂതിയുടെ കൈകളിലെ മോഹനനിമിഷങ്ങൾക്കും ഒരു ആലിംഗനത്തിനും ചുംബനങ്ങൾക്കും ഒരാൾ അർഹനാകുന്നില്ലെങ്കിൽ കവിത, മഹത്ത്വം, അഭിമാനം, ഭക്തി എന്നിവയെല്ലാം കേവലം ഒഴിഞ്ഞ പാത്രങ്ങളാണ്. ഈ ഭൂമിയിലെ എല്ലാ സമ്പത്തിനും ഞാൻ ഉടമയാകാം. പക്ഷേ, ഒരു സ്ത്രീയുടെ നിരാകരണം മതിയെന്നെ പരമദരിദ്രനാക്കാൻ.

സെഭായിലെ ഫെസാൻ പ്രവിശ്യയിലെ സ്കൂളിൽ പഠിക്കുന്ന കാലത്താണ് പ്രണയമെന്നു വിളിക്കപ്പെടുന്ന ഉദാത്തരോഗം ആദ്യമായി എന്നെ ബാധിച്ചത്. മുഖത്ത് ഒരു മീശയാവാനൊരുങ്ങുന്ന അടക്കമില്ലാത്ത രോമങ്ങളുള്ള ഒരു പതിനഞ്ചുകാരൻ ഞാൻ. ഹെഡ്മാസ്റ്ററുടെ മകളായിരുന്നു ഫത്തെൻ. ഞങ്ങൾ ആൺകുട്ടികളുടെ പോക്രിത്തരങ്ങൾ കാണാൻ കളിസ്ഥലത്ത് അവൾ വരുമായിരുന്നു. ചക്രവാളത്തേക്കാൾ വികാസമുള്ള കണ്ണുകളും പുറകിൽ ഞാന്നുതൂങ്ങിയ വാർമുടിയും അർദ്ധസുതാര്യമായ ചർമ്മവുമായി ഒരു മധ്യാഹ്നസ്വപ്നത്തിൽ നിന്നിറങ്ങിവന്നൊരു സുന്ദരജീവിയെപ്പോലെ. എന്റെ കണ്ണുകൾ അവളിൽ പതിഞ്ഞ നിമിഷംതൊട്ട് അനുരക്തനായി. നിദ്രാവിഹീനമായ രാത്രികൾ അവളുടെ സുഗന്ധത്താൽ പൂരിതമായിരുന്നു. അവളോടൊപ്പമുള്ള ആയിരം മായാസ്വപ്നങ്ങൾ കാണാനായി മാത്രം ഞാൻ കണ്ണുകളടച്ചു.

രാഗജ്ജ്വലിതമായ കത്തുകൾ എഴുതുമായിരുന്നുവെങ്കിലും ഒരെണ്ണം പോലും അവളിലെത്തിക്കാൻ കഴിഞ്ഞിരുന്നില്ല. സ്കൂൾ സമുച്ചയത്തിൽ തന്നെയുള്ള കനത്ത വാതിലും കർട്ടനിട്ട ജനലുകളുമുള്ള ഒരു വീട്ടിലാണവൾ കഴിഞ്ഞിരുന്നത്. അവൾക്കും എനിക്കുമിടയിലുള്ള അഴികൾ ചൈനയിലെ വൻമതിലിനേക്കാൾ ദുർഗമമായിരുന്നു. പിന്നീട് മിസ്റാത്തയിലെ മറ്റൊരു സ്കൂളിലേക്കു മാറേണ്ടതായിവന്നു. എനിക്ക് പിന്നെ അവളെ കാണാനായില്ല.

കുറെ വർഷങ്ങൾക്കുശേഷം വീണ്ടും അവളെ കണ്ടുമുട്ടി. അവളുടെ കുടുംബം ട്രിപ്പോളിയിൽ വന്ന് താമസമാരംഭിച്ചിരുന്നു. ഒരു കുരുത്തംകെട്ട തെമ്മാടിച്ചെക്കനായിരുന്നതിനാൽ അന്നു വന്നുപെട്ട പരാജയങ്ങളെക്കുറിച്ചുള്ള നഷ്ടബോധമെല്ലാം ഭാഗ്യം ഇന്ന് പരിഹരിച്ചുതന്നുവെന്നപോലെ തോന്നി.

ഫാത്തെൻ വിധിവശാൽ എനിക്കവകാശപ്പെട്ടവളാണ്!

ഒരു യുവഓഫീസറായ ഞാൻ കെങ്കേമൻ യൂണിഫോം ധരിച്ച്, നഗരത്തിലെ ഏറ്റവും നല്ല ബേക്കറിയിൽനിന്നു വാങ്ങിയ പലതരം കേക്കുകളുമായി അവളുടെ വീട്ടിലേക്ക് വിവാഹാലോചനയ്ക്കായി പോയി.

ആ ദിവസം കൃത്യമായി ഞാനോർക്കുന്നു.

ഒരു ബുധനാഴ്ച. എനിക്ക് വിശേഷമായ അവധി കിട്ടിയിരുന്നു. ബ്രിട്ടീഷ് ആർമി സ്റ്റാഫിന്റെ ഒപ്പം ഒമ്പതുമാസത്തെ പരിശീലനം വിജയകരമായി പൂർത്തിയാക്കി ഞാൻ ഇംഗ്ലണ്ടിൽനിന്നു വന്നതേയുണ്ടായിരുന്നുള്ളൂ. അവൾ താമസിക്കുന്നിടത്തേക്കുള്ള വഴികളിലൂടെയുള്ള നടത്തം സന്തോഷമൂർച്ഛയാൽ പ്രയാസകരമായിരുന്നു. ഇരുവശങ്ങളിലും മനോഹരമായ വില്ലകളായിരുന്നു. ഉദ്യാനമതിലിനു പുറത്തേക്ക് തൊട്ടാവാടികൾ ചാഞ്ഞുനിന്നിരുന്നു. ബോട്ടുകളോളം വലിപ്പമുള്ള കാറുകൾ വെയിലേറ്റ് തിളങ്ങി. മൂന്നു മണിയായിരുന്നു അപ്പോൾ. ഞാൻ നടക്കുകയായിരുന്നില്ല. വായുവിൽ ഹൃദയതാളത്തിനൊപ്പം വഴുതിനീങ്ങുകയായിരുന്നു.

ആറാം നമ്പർ വീടിന്റെ ബെല്ലടിച്ചതിനുശേഷം ഞാൻ കാത്തുനിന്നു. യുഗങ്ങളോളമെന്നപോലെ, ഓരോ നിമിഷവും ഓരോ ഋതുവെന്നപോലെ.

സൈനികചിഹ്നങ്ങൾക്കുകീഴെ ഞാൻ വിയർക്കുകയായിരുന്നു. നടുനിവർത്തി, ബൂട്ടുകൾ ചേർത്തുവെച്ച് എന്നെക്കൊണ്ട് സാധിക്കുന്നത്ര ഔപചാരികതയിലും പുതുതലമുറയ്ക്ക് മാതൃകയാകാൻ ഒരുങ്ങി നിൽക്കുന്ന സേനാധിപനെപ്പോലെയും അഭിമാനിയായും സുന്ദരനായും കാത്തുനിന്നു...

കറുത്ത സ്ഥൂലശരീരിയായ ഒരു പരിചാരകൻ ഗേറ്റു തുറന്ന് നന്നായി പരിപാലിക്കപ്പെടുന്ന, പൂക്കൾ നിറഞ്ഞ ഒരു ഉദ്യാനത്തിലൂടെ എന്നെ കൊണ്ടുപോയി. വെളുത്ത കല്ലുകൾ പാകിയ നടവഴി ഒരു വെൺമേഘപാതപോലെയുണ്ടായിരുന്നു. ലിബിയൻ മദ്ധ്യവർഗത്തിലെ ഒരംഗത്തിന്റെ വീട്ടിൽ ഞാനാദ്യമായി പോവുകയായിരുന്നു. കൺമുന്നിലുള്ള ആ ഐശ്വര്യസമൃദ്ധിയുടെ ലോകം, ഇല്ലായ്മകൾ നിറഞ്ഞ ഭൂതകാലത്തിലേക്ക് എന്നെ കൊണ്ടുപോയി.

കോണിയുടെ ഏറ്റവും താഴത്തെ പടവിൽനിന്ന് ഞാൻ കയറിത്തുടങ്ങി. മുൻവിധികളുടെ വേലിക്കെട്ടുകൾ ഒന്നൊന്നായി താണ്ടി വന്നെത്തിയവൻ. ഞങ്ങളുടെ സമുദായത്തിൽനിന്ന് ആദ്യമായി സ്കൂൾ വിദ്യാഭ്യാസം നേടിയവൻ. ഞാൻ നന്നാവാൻ വേണ്ടി സകലതും ത്യജിച്ചവരാണ് എന്റെ രക്ഷിതാക്കൾ. കൊടുങ്കാറ്റിനും വേലിയേറ്റങ്ങൾക്കുമെതിരെ വിജയം നേടാനും ലോകത്തിൽ ആരോടും അസൂയ തോന്നേണ്ടതില്ലാത്ത വിധം വളർന്നുവരാനും അവരുടെ ത്യാഗം പ്രേരണയായി.

എന്റെ പഴയ, സ്കൂൾ ഹെഡ്മാസ്റ്റർ ആകെ മാറിപ്പോയിരുന്നു. എനിക്ക് അദ്ദേഹത്തെ മനസ്സിലായില്ല. സെഭായിൽ ലളിതജീവിതം നയിച്ച ചേറുപിടിച്ച, കാൽശരായി ധരിച്ച, രോഗപ്രകൃതമുള്ള ആ പഴയ രൂപമല്ല ഇന്ന്.

അദ്ദേഹം വാതിൽക്കൽ എന്നെ കാത്തുനിന്നു. മാണിക്യച്ചുവപ്പുള്ള പൈജാമയും ഫ്ളേർ ദ്‌ലീ മുദ്രയുള്ള ഒരു മേലങ്കിയുമായിരുന്നു അദ്ദേഹം ധരിച്ചിരുന്നത്. പാദരക്ഷകളുടെ മങ്ങിയ നിറം കാൽപാദത്തിന്റെ ജ്വലിക്കുന്ന ചുവപ്പിന് വിരുദ്ധമായിരുന്നു. തടിച്ച വിരലുകൾക്കിടയിൽ എണ്ണിക്കൊണ്ടിരുന്ന പ്രാർത്ഥനാമണികൾ അദ്ദേഹത്തിന്റെ സമ്പന്നതയേയും ആത്മീയസൗഖ്യത്തേയും വിളിച്ചറിയിച്ചു.

എന്തുകൊണ്ടോ അദ്ദേഹം എന്നെ സ്വീകരണമുറിയിലേക്കാനയിച്ചില്ല. ഇടനാഴിയുടെ അറ്റത്ത് വലിയ ഫർണീച്ചറുകളും ചിത്രവേലകൾ ചെയ്തതുമായ ആ മുറി കാണാമായിരുന്നു. ഞാൻ ഓഫീസർ വേഷത്തിലായിരുന്നിട്ടും ഗൃഹനാഥൻ, ഹാളിലെ ഒരു ബഞ്ചിൽ ഇരിക്കാനാണ് എന്നെ ക്ഷണിച്ചത്. തന്റെ പരവതാനി ചവിട്ടാൻ അർഹതയില്ലാത്ത സാധാരണ സന്ദർശകരെ അദ്ദേഹം സ്വീകരിച്ചിരുന്നത് അവിടെയായിരുന്നു. ചായയോ കാപ്പിയോ തന്നില്ല. യുവാവായൊരു വിവാഹാർത്ഥിയുടെ ഉഷ്ണഭാവമോ കൊണ്ടുചെന്ന കേക്കുകളോ ശ്രദ്ധിച്ചതേയില്ല. അബദ്ധത്തിലാണ് ഈ വീടിന്റെ ബെൽ മുഴക്കിയതെന്ന് അവിടെയെന്തോ ഒന്ന് എന്നോടു പറയുന്നുണ്ടായിരുന്നു. പക്ഷേ ഫാത്തെനോടുള്ള പ്രണയം കൊണ്ട് അതെല്ലാം ഞാൻ അവഗണിച്ചു.

അവളുടെ അച്ഛൻ മര്യാദയോടെയാണ് പെരുമാറിയത്. അകലം പാലിക്കുന്ന വിരസമായ ഒരു മര്യാദ. ഏതു വർഗത്തിൽ നിന്നാണ് ഞാൻ എന്ന് അദ്ദേഹം ചോദിച്ചു. 'ഘൗസ്' വർഗത്തിനദ്ദേഹം തുച്ഛവിലയേ കല്പിച്ചുള്ളൂ. അദ്ദേഹത്തിന്റെ വർത്തമാനത്തിൽനിന്ന് മനസ്സിലായത് ബദൂയിനുകൾ അദ്ദേഹത്തെ സംബന്ധിച്ചിടത്തോളം തീരെ അപ്രസക്തരാണെന്നാണ്. ഫെസ്സാനിലെ അദ്ദേഹത്തിന്റെ പഴയ നാളുകൾ, ആട്ടിൻ കാഷ്ഠവും അപ്പ അടുപ്പുകളും മണക്കുന്ന ഒരു പടുകുഴിയിലേക്കു നാടുകടത്തപ്പെട്ട ഒരു നഗരവാസിയെന്ന അദ്ദേഹത്തിന്റെ ബോധത്തെ ഊട്ടിയുറപ്പിച്ചിരുന്നു. അദ്ദേഹത്തിന്റെ സഹോദരൻ ഒരു നയതന്ത്ര ഉദ്യോഗസ്ഥനാണെന്നതും ഒരു മച്ചുനൻ ഹസ്സൻ റെദാ രാജകുമാരന്റെ ഉപദേഷ്ടാവായിരുന്നുവെന്നതും കാരണം മരുഭൂമിയും കൃഷിക്കാരുമെല്ലാം അദ്ദേഹത്തെ സംബന്ധിച്ചിടത്തോളം വിദൂരസ്മരണകൾ മാത്രമാണ്.

"താങ്കളുടെ രീതികൾ എന്നെ അദ്ഭുതപ്പെടുത്തുന്നു." അയാൾ ഔപചാരികതയോടെ പറഞ്ഞു.

"എനിക്കറിയാം, സർ. അത് പതിവുരീതികളല്ല എന്ന്. എന്റെ ബന്ധുക്കൾക്കറിയാം എന്റെ ഉദ്ദേശ്യം. അവർ വളരെ ദൂരെയാണ്."

"ആയിരിക്കാം. വിവാഹം എന്നത് ഗൗരവമുള്ള വിഷയമാണ്. ഞങ്ങൾക്ക് ഞങ്ങളുടേതായ സമ്പ്രദായങ്ങളുണ്ട്. ഒരു വിവാഹാർത്ഥി മുന്നറിയിപ്പുകൾ കൂടാതെയങ്ങു കടന്നുവരികയില്ല. അതും സാക്ഷികളാരും കൂടാതെ, ഒറ്റയ്ക്ക്."

"ശരിയാണ് സർ. ഞാൻ ഇംഗ്ലണ്ടിൽനിന്ന് എത്തിയതേയുള്ളൂ. യൂണിറ്റിൽ നിയമിതനായതേയുള്ളൂ. ഞാനെന്റെ കമാൻഡിംഗ് ഓഫീസറോട് നാല്പത്തി എട്ടു മണിക്കൂറിന്റെ ലീവ് ചോദിച്ചു വാങ്ങിയതാണ്. നഗരത്തിലൂടെ കടന്നുപോകുമ്പോൾ ഈയവസരം പ്രയോജനപ്പെടുത്താമെന്നു തോന്നി."

അദ്ദേഹം പകുതി രസിച്ചുകൊണ്ടും പകുതി അമ്പരന്നുകൊണ്ടു മൂക്കിന്റെ പാലം തടവി.

"എന്റെ മകളെ നിങ്ങൾ എങ്ങനെയാണ് കണ്ടത് ലഫ്റ്റനന്റ്?"

"ഞാൻ അങ്ങയുടെ സ്കൂളിലെ വിദ്യാർത്ഥിയായിരുന്നു സർ. കളി സ്ഥലം കുറുകെകടന്ന് അവൾ വീട്ടിലേക്കു പോകുന്നത് കാണാറുണ്ടായിരുന്നു."

"നിങ്ങൾ പരസ്പരം കണ്ടിരുന്നുവോ?"

"ഇല്ല, സർ."

"നിങ്ങൾക്ക് അവളോട് അത്തരമൊരഭിനിവേശമുള്ളതായി അവൾക്കറിയാമോ?"

"അറിയാമെന്ന് തോന്നുന്നില്ല, സർ."

"ഉം..." വാച്ചിലേക്കു നോക്കിക്കൊണ്ടദ്ദേഹം മൂളി. തുടർന്ന് മിക്കവാറും ശ്വാസംമുട്ടിക്കുന്ന ഒരു അസ്വസ്ഥതയായിരുന്നു - വിങ്ങുന്ന നിശ്ശബ്ദതയായിരുന്നു. തെല്ല് ആലോചനയ്ക്കുശേഷം എനിക്കു മുന്നിൽ മുഖസ്തുതിയുടെ സ്വരം സ്വീകരിക്കാനദ്ദേഹം തീരുമാനിച്ചു.

"താങ്കൾ ശരീരംകൊണ്ടും മനസ്സുകൊണ്ടും യുവാവാണ്, ആരോഗ്യവാനാണ്. താങ്കൾക്കുമുമ്പിൽ ശോഭനമായ ഒരു ഭാവിയുണ്ട്."

"അങ്ങയുടെ മകളുടെ ആഗ്രഹങ്ങൾക്ക് ഒരു കുറവും വരാതെ നോക്കിക്കൊള്ളാം."

ഞാൻ അദ്ദേഹത്തിനു വാക്കു കൊടുത്തു.

അദ്ദേഹം ചിരിച്ചു.

"അവൾ ഇതുവരെ ഒരിക്കലും ഒന്നും ആഗ്രഹിച്ചിട്ടില്ല, ലഫ്റ്റനന്റ്."

അങ്ങേരുടെ മൂങ്ങമോന്തയും പഴഞ്ചൻ മട്ടിലുള്ള മൂക്കുകണ്ണടയും മരണോപചാരപ്രസംഗമട്ടിലുള്ള വർത്തമാനവുമെല്ലാംകൊണ്ട് എനിക്കയാളോട് പെട്ടെന്നൊരു വിരോധം തോന്നിയതിൽ അതിശയിക്കാനില്ല. ഞാൻ ധൈര്യമാർജ്ജിച്ചുകൊണ്ട് തൊണ്ടയിൽ ഒരു ട്യൂമർ പോലെ കുടുങ്ങിക്കിടന്ന ശബ്ദത്തിൽ പറഞ്ഞു.

"അങ്ങയുടെ മകളെ വിവാഹം കഴിച്ചുതന്നാൽ ഞാനത് ബഹുമതിയായി കണക്കാക്കും."

അദ്ദേഹത്തിന്റെ പുഞ്ചിരി മാഞ്ഞു. പുരികം ചുളിച്ചുകൊണ്ടുള്ള ആ നോട്ടം ഭൂമുഖത്തുനിന്ന് എന്നെ മിക്കവാറും തൂത്തുകളഞ്ഞു.

അദ്ദേഹം എന്നോടു പറഞ്ഞു.

“നിങ്ങൾ ഒരു ലിബിയൻ ആണ്, ലെഫ്റ്റനന്റ്. ഞങ്ങളുടെ സമുദായത്തിലെ ചട്ടങ്ങൾ നിങ്ങൾക്കു നല്ലപോലെയറിയാം.”

“എനിക്കു മനസ്സിലാവുന്നില്ല സർ.”

“എനിക്കു തോന്നുന്നത് നിങ്ങൾക്ക് മനസ്സിലാവുന്നുണ്ട് എന്നുതന്നെയാണ്. ഞങ്ങളുടെ സമുദായത്തിൽ സൈന്യത്തിലുള്ളതുപോലെത്തന്നെ ഒരു ക്രമവ്യവസ്ഥയുണ്ട്.”

അദ്ദേഹം എഴുന്നേറ്റുനിന്ന് എനിക്കുനേരെ കൈനീട്ടി.

“താങ്കളുടെ റാങ്കിൽനിന്നുതന്നെ താങ്കളെ സന്തുഷ്ടനാക്കുന്ന ഒരു പെൺകുട്ടിയെ കിട്ടും.”

കൈയുയർത്താൻ എനിക്കു കെല്പുണ്ടായിരുന്നില്ല. കുറെനേരത്തോളം അയാളുടെ കൈകൾ നീണ്ടുതന്നെയിരുന്നു.

ജീവിതത്തിലെ ഏറ്റവും ശോകനിർഭരമായ ദിനമായിരുന്നു അത്. കടൽ പാറക്കെട്ടിനെതിരെ കെട്ടിമറിഞ്ഞു തകരുന്നതു കാണാൻ ഞാൻ അന്ന് കടപ്പുറത്തേക്കു പോയി.

തിരമാലകളുടെ ഗർജ്ജനത്തെ നിശ്ശബ്ദമാക്കുന്നതുവരെ, കണ്ണുകളിലെ വെറുപ്പ് കടലിനെ പിന്തിരിപ്പിക്കുന്നതുവരെ, ഉറക്കെ അലറിവിളിക്കാൻ തോന്നി.

“താങ്കൾക്കു താങ്കളുടെ റാങ്കിൽനിന്നുതന്നെ താങ്കളെ സന്തുഷ്ടയാക്കുന്ന പെൺകുട്ടിയെ കിട്ടും...” ഒരിക്കൽ ദരിദ്രനും നിസ്സാരനുമായ ഒരു സ്കൂൾ ജീവനക്കാരനായിരുന്നു അയാൾ. എന്നും വിലകുറഞ്ഞ ചെരുപ്പുകൾ ധരിച്ചിരുന്ന കാലം. ഏതോ ഒരമ്മ നന്ദിപ്രകാശനമെന്ന നിലയിൽ ഉണ്ടാക്കിക്കൊടുത്ത ഒരു കേക്കിനു മുമ്പിൽ തുപ്പലൊലിപ്പിച്ചു കൂനിയിരുന്ന കാലം, ഒരു സാന്ത്വനമന്ത്രംപോലും നൽകാതിരുന്ന ഫെസ്സാൻ ഗ്രാമം. ദീനനായ ആ ഹെഡ്മാസ്റ്ററുടെ ജീവിതം വിരസവും നിരർത്ഥകവുമാക്കിയിരുന്ന കാലം.

എത്ര പെട്ടെന്നാണയാൾ എല്ലാം വിസ്മരിച്ചത്. ഒരു കുലീനവൃദ്ധന് തന്റെ സഹോദരിയെ വിവാഹം ചെയ്തുകൊടുക്കേണ്ടതേ ഉണ്ടായിരുന്നുള്ളൂ അദ്ദേഹത്തിന്, പദവിയും പ്രസക്തിയും കവിളത്തെ അരുണദീപ്തിയുമെല്ലാമുളവാകാൻ.

“നീ നിന്റെ റാങ്കിലുള്ള പെൺകുട്ടിയെ കണ്ടെത്തും.”

അയാൾ പറഞ്ഞതാണത്.

അല്പൻ. അയാളുടെ അനുനാസിക ശബ്ദമുണ്ടാക്കിയിടത്തോളം നാശം മറ്റൊരു ആപത്തിനും ഉണ്ടാക്കാൻ കഴിയില്ലായിരുന്നു. അഗാധമായ ഗർത്തത്തിലേക്ക് എന്നെ വലിച്ചു താഴ്ത്തിക്കൊണ്ട് അയാളുടെ വാക്കുകൾ തലയ്ക്കകത്ത് ചൂഴ്ന്നു കുത്തിക്കൊണ്ടിരുന്നു.

ആ തെറ്റിന് ഞാൻ അയാൾക്കു മാപ്പു കൊടുത്തില്ല.

1972ൽ, ഭരണാധികാരിയായി സിംഹാസനസ്ഥനായതിന്റെ മൂന്നു വർഷങ്ങൾക്കു ശേഷം, ഞാൻ ഫാത്തെനെ അന്വേഷിച്ചു കണ്ടെത്തി. അവൾ അപ്പോഴേക്കും ഒരു വ്യാപാരിയെ വിവാഹം കഴിച്ച് രണ്ടു കുട്ടികളുടെ അമ്മയായിക്കഴിഞ്ഞിരുന്നു. എന്റെ ഭടന്മാർ ഒരു പ്രഭാതത്തിൽ അവളെ എന്നരികിൽ കൊണ്ടുവന്നു. ആകെ കണ്ണീരിൽ കുതിർന്നിരുന്നു അവൾ. മൂന്നാഴ്ചയോളം ഞാനവളെ ഇവിടെ പാർപ്പിച്ചു. എനിക്കു തോന്നുമ്പോഴൊക്കെ എന്റെ ഏതു തരം ഇച്ഛകൾക്കും അവളെ അടിമപ്പെടുത്തിക്കൊണ്ട്.

ഒരു സാമ്പത്തിക ക്രമക്കേടിന്റെ പേരിൽ അവളുടെ ഭർത്താവ് അറസ്റ്റു ചെയ്യപ്പെട്ടു. ഇനി അവളുടെ അച്ഛന്റെ കാര്യം, അങ്ങേർ ഒരു ദിവസം സായാഹ്നസവാരിക്കിറങ്ങിയതായിരുന്നു. പക്ഷേ, ഒരിക്കലും വീട്ടിൽ തിരിച്ചെത്തിയില്ല. ആ നിമിഷം തൊട്ട്, എനിക്കിഷ്ടപ്പെട്ട എല്ലാ സ്ത്രീകളും എന്റേതായി തീർന്നു.

ആറ്

ഫെസ്സാനിലെ ഉഗ്രസൂര്യനുകീഴെ മേഘങ്ങൾ സ്വന്തം രൂപങ്ങൾ തേടിക്കൊണ്ടിരുന്നു. ചുട്ടുപൊള്ളുന്ന കല്ലുകൾക്കു മുകളിൽ മഞ്ഞിച്ച കാറ്റു വീശി. ഞാനൊരു പാറയുടെ മുകളിൽ നിൽക്കുകയാണ്. കീറിപ്പറിഞ്ഞ വസ്ത്രങ്ങളണിഞ്ഞ ഒരു ബാലൻ.

മരുഭൂമിയിലെ തിളയ്ക്കുന്ന ചൂടിൽ ദൂരെ ദൃശ്യമാവുകയും അദൃശ്യമാവുകയും ചെയ്യുന്ന ഒരു കറുത്ത പൊട്ടിനെ നോക്കിക്കൊണ്ട്.

അതൊരു പശുവാണോ, അതോ കുറുക്കനോ?

കൈയുയർത്തി കണ്ണിനു മുകളിൽ വെയിലിനെതിരെ മറയാക്കിവെച്ച് വീണ്ടും നോക്കി. എന്റെ ഉറ്റുനോട്ടത്തിലേക്ക് ആവാഹിക്കപ്പെട്ടുകൊണ്ട് അത് അടുത്തേക്കടുത്തേക്ക് വലുതായി വന്നു. അമ്മാവന്റെ ബദുയിൻ കൂടാരമായിരുന്നു അത്. അതിനുള്ളിൽ ആരും ഉണ്ടായിരുന്നില്ല. അതിന്റെ പിറകുവശത്ത് മണം പിടിച്ചുകൊണ്ട് ഇരുതലയുള്ള ഒരു നായ. എട്ടുകാലിവലയിൽ ഈച്ചയെന്നപോലെ ചക്രത്തിൽ കുടുങ്ങിയ ഒരു മയിലും.

വെള്ളി കെട്ടിയ ഒരു പഴകിയ ഇരിപ്പിടത്തിനരികെ, ഒരു ചെമ്പു മേശയ്ക്കു മുകളിൽ, തിളങ്ങുന്ന വളകൾ നിറയെ പൊതിഞ്ഞ ഒരു സമോവർ. മുകളിലേക്ക് അട്ടിയട്ടിയായി വെച്ച ചായക്കപ്പുകൾ ഒരു ഈന്തപ്പനയുടെ തായ്ത്തടിപോലെ. അതിന് ഇലകളായി പെൺവിരലുകൾ. അതിൽ നഖങ്ങൾ ചുരുണ്ടുനീണ്ടു കിടന്നു. ഒരു മൂലയിൽ എരിയുന്ന ചന്ദനത്തിരിയുടെ പുകച്ചുരുളുകൾ ചുറ്റുമുള്ള കാളിമയിലേക്ക് ആഴമുള്ള ചാലുകൾ കോറിയിട്ടുകൊണ്ടിരുന്നു.

മരുഭൂമിയാകുന്ന വേവുപാത്രത്തിന്റെ മൂളുന്ന നിശ്ശബ്ദതയിൽ, ഒരു കപ്പിയുടെ ഞരക്കം മാത്രമേ കേൾക്കാനുണ്ടായിരുന്നുള്ളൂ.

കൂടാരത്തിന്റെ മദ്ധ്യഭാഗത്തെ തണ്ടുതൂണിനോടു ചേർന്ന് ഒരു ചിത്രപേടകം സ്വയമേവ ചുറ്റിക്കൊണ്ടിരുന്നു. അതിന്റെ തൂക്കുചരടിന്റെ ശബ്ദമായിരുന്നു കപ്പിയുടേതെന്നപോലെ കേട്ടത്. പേടകം ശൂന്യമായിരുന്നു.

എനിക്കു ഭയം തോന്നി.

ശരീരം മുഴുവൻ രോമം എഴുന്നുനിന്നു.

നിഗൂഢമായ ഒരു അവബോധത്താൽ പ്രേരിതനായതുപോലെ കാലുകൾ ആ പേടകത്തിനുള്ളിലേക്കിട്ടു. ഒരു കണ്ണാടിയുടെ ഉള്ളിലേക്കിറങ്ങുന്നതുപോലെ.

സ്ലേറ്റുകൾ കൈയിൽ പിടിച്ച് തലകൾ ആട്ടിക്കൊണ്ട് ഓത്തുകൾ തപ്പിത്തടഞ്ഞുകൊണ്ടുരുവിടുന്ന, കീറവസ്ത്രങ്ങൾ ധരിച്ച കുട്ടികൾക്കിടയിലായി ഞാൻ. അദ്ഭുതസ്തബ്ധനായി ഞാൻ എന്നെത്തന്നെ നോക്കിക്കൊണ്ടിരുന്നു. എനിക്ക് ഏഴു വയസ്സുണ്ടായിരുന്നപ്പോൾ പോയിരുന്ന മദ്രസയായിരുന്നു. ചിതലരിച്ച കഴുക്കോലുകളും മൺമതിലുമുണ്ടായിരുന്ന ഒരു കെട്ടിടമായിരുന്നു അത്. ഒരു പച്ചക്കോട്ടണിഞ്ഞ, മുഖത്തിനു ചുറ്റും വന്യമായി മുടി വളർന്ന ഷെയ്ക്ക്, കുട്ടികളുടെ സംഘപാരായണത്തിന്റെ താരാട്ട് കേട്ട് മെത്തയിൽ മയങ്ങുന്നുണ്ടായിരുന്നു. കോലാഹലം ഒട്ടൊന്നു ശാന്തമാകുമ്പോഴേക്കും അയാൾ തൊട്ടടുത്തിരുന്ന നിർഭാഗ്യവാന്റെ തോളിൽ തന്റെ വടി വീഴ്ത്തും. ഏതോ വന്യമായ സംതൃപ്തിയിൽ അദ്ദേഹം വീണ്ടും മയങ്ങിത്തുടങ്ങും.

പാരായണത്തിൽ ഉഴപ്പുകയും അടക്കിച്ചിരിക്കുകയും ചെയ്യുന്ന കുരുത്തംകെട്ടവരെ ഷെയ്ക്കിനു വെറുപ്പായിരുന്നു. അദ്ദേഹത്തിന്റെ പിടിയിൽ പെട്ടുപോയാൽ 'ഫലക്കാ' എന്ന കാലിലടി ശിക്ഷയാണ് ലഭിക്കുക. അതിനു സാക്ഷികളാവാൻ ഞങ്ങളെ എല്ലാവരെയും ചുറ്റുമായി നിർത്തും.

ആ ശിക്ഷാനടപടി മനസ്സിൽ കുറേക്കാലം നീറിനിന്നിരുന്നു.

പെട്ടെന്ന് ഷെയ്ക്ക് ഞെട്ടിയുണർന്ന് ഒരു വേട്ടപ്പക്ഷിയെപ്പോലെ എന്നിൽ നോട്ടമിട്ടു.

"നിന്റെ കൂട്ടുകാരോടൊപ്പം എന്താ ഓതാത്തത്? നിന്റെ സ്ലേറ്റ് എന്തു ചെയ്തു? നീ സത്യമതത്തെ ഉപേക്ഷിച്ചോ നായ്ക്കുട്ടീ?"

നീരസത്തിന്റെ ആഞ്ഞുതള്ളലിൽ അയാൾ എഴുന്നേറ്റുനിന്ന് അലറി. മോസസ്സിനെപ്പോലെ തന്റെ വടി നിലത്തേക്കെറിഞ്ഞപ്പോൾ അത് ഒരു കറുത്ത പാമ്പായി മാറി. അതിന്റെ ഓരോ ശൽക്കവും വിറകൊള്ളുന്നുണ്ടായിരുന്നു. നരകത്തിൽനിന്നുദ്ഭവിച്ചുയർന്ന തീനാളം പോലുണ്ടായിരുന്നു അതിന്റെ പിളർനാക്ക്.

സ്വപ്നത്തിൽ അദ്ദേഹം പ്രച്ഛന്നവേഷത്തിലുള്ള സാക്ഷാൽ വിൻസെന്റ് വാൻഗോഗ് ആയി മാറുന്നത് കണ്ട് ഹൃദയം നിലച്ചതുപോലെ ഞാൻ സ്തംഭിച്ചു പോയി.

ഞെട്ടലോടെ ഉണർന്നു. തൊണ്ട വരണ്ടിരുന്നു. നെഞ്ചു വിങ്ങിയിരുന്നു. മുകൾനിലയിലെ മുറിയിലെ മെത്തയിൽ ഞാൻ മയങ്ങുകയായിരുന്നു.

അമീറ പോയിരിക്കുന്നു.

കൈകൾകൊണ്ടു തല താങ്ങി എഴുന്നേറ്റിരുന്നു. ഞാൻ കണ്ട ദുഃസ്വപ്നം വല്ലാതെ പിടിച്ചുലച്ചിരുന്നു... സാധാരണഗതിയിൽ ഉല്ലാസകരവും വിശ്രാന്തി നിറഞ്ഞതുമായ ഒരു നിദ്രയിലേക്ക് ഹെറോയിൻ എന്നെ നയിച്ചിരുന്നു. പക്ഷേ, കുറെ ആഴ്ചകളായി ഒരേ സ്വപ്നം തന്നെയാണ് വീണ്ടും വീണ്ടും കാണുന്നത്. അതെന്റെ വിശ്രാന്തിവേളകളെ തകിടം മറിക്കുന്നു.

സെക്കന്ററി സ്കൂളിൽ പഠിക്കുമ്പോഴായിരുന്നു ഈ വാൻഗോഗ് വിഷയം ആരംഭിക്കുന്നത്. ഒരു ദിവസം സഹപാഠിയിൽ നിന്നു കടം വാങ്ങിയ ഒരു ചിത്രപുസ്തകം മറിച്ചുനോക്കുകയായിരുന്നു. ആകസ്മികമായാണ് ആ ചിത്രകാരന്റെ ഛായാചിത്രം കാണുന്നത്. ആ ദിവസം എന്താണ് സംഭവിച്ചതെന്ന് വിശദീകരിക്കാൻ ഇന്നാവില്ല. ഞാൻ അന്നുവരെ വാൻഗോഗിന്റെ പേരു കേട്ടിട്ടുപോലുമുണ്ടായിരുന്നില്ല.

ഞാനോർക്കുന്നു: ആ ചിത്രകാരനാൽ ഞാനൊരു മോഹനിദ്രയിലകപ്പെട്ടു. അദ്ദേഹത്തിന്റെ നെറ്റി പകുതിയോളം ഭീതിദവും വന്യവുമായ മുടികൊണ്ട് മറയ്ക്കപ്പെട്ടിരുന്നു. മുറിഞ്ഞ ചെവി ബാൻഡേജിട്ടിരുന്നു. ഈ ലോകത്തു വന്നുപെട്ടതിൽ വിഷമമനുഭവിക്കുന്നതുപോലെ. പിടികിട്ടാത്ത ഒരു ഭാവമായിരുന്നു അത്. പിറകിലെ ചുവരിൽ ഒരു ജാപ്പനീസ് ചിത്രമുണ്ട്. പുറംതിരിഞ്ഞാണ് ചിത്രകാരൻ നിൽക്കുന്നത്. വാരിച്ചുറ്റിയിരിക്കുന്നത് മുഷിഞ്ഞ പച്ചക്കോട്ടാണ്. തണുത്തതും ദരിദ്രവുമായ സ്റ്റുഡിയോയിൽ വിഷണ്ണനായി, ഇതികർത്തവ്യതാമൂഢനായി, അദ്ദേഹം നിൽക്കുന്നു.

ഈ ചിത്രം ഒരിക്കലും എന്നെ വിട്ടകന്നില്ല. അബോധമനസ്സിൽ അത് പതിഞ്ഞുറഞ്ഞുകിടന്നു. സുപ്രധാന സംഭവങ്ങൾ ആസന്നമാകുമ്പോഴൊക്കെ തുടരെ തുടരെ നിദ്രയിലെപ്പോഴും തുളച്ചുകയറി വരുന്നു. എന്തുകൊണ്ടെന്ന് അറിയില്ല. അറേബ്യയിൽനിന്നുള്ള ഒരു ഇമാമിന്റെ സഹായം തേടിയെങ്കിലും സ്വപ്നങ്ങൾ വ്യാഖ്യാനിക്കുന്ന അദ്ദേഹം പ്രത്യേകിച്ചൊന്നും പറഞ്ഞില്ല.

എനിക്കും വാൻഗോഗിനും തമ്മിൽ പൊതുവായി ഒന്നുമുണ്ടായിരുന്നില്ല, ഞങ്ങൾ ചെറുപ്പത്തിൽ അനുഭവിച്ച കഷ്ടതകളൊഴികെ. വിശപ്പടക്കാൻ മാത്രമുള്ള ആഹാരത്തിനുള്ള വില പോലും അദ്ദേഹത്തിന്റെ ക്യാൻവാസുകൾ നൽകിയില്ല. പക്ഷേ, ഇന്നവ ദൈവം പൊറുക്കാത്ത വിലയ്ക്ക് വിൽക്കപ്പെടുന്നു.

എന്റെ സ്വപ്നത്തിലേക്ക് നിർഭാഗ്യവാനായിപ്പോയ ഈ ചിത്രകാരന്റെ തുടർച്ചയായുള്ള കടന്നുവരവിന് ഉപോൽബലകമായി ഒരു നിസ്സാര കാരണം പോലും കാണാൻ കഴിയുന്നില്ല. എന്നാലും എവിടെയോ

എങ്ങനെയോ ഒരു വിശദീകരണമുണ്ടെന്ന് ബോധ്യമുണ്ട്. പൗരസ്ത്യ സംഗീതത്തിലോ കലകളിലോ ഒന്നും എനിക്കു താത്പര്യമില്ല. ആധുനിക ചിത്രകാരന്മാരോടു പുച്ഛമേയുള്ളൂ എന്ന് തുറന്നുപറയുന്നു. രാഷ്ട്രീയ ചായ്‌വുള്ള കവികളെപ്പോലെത്തന്നെ വിധ്വംസകരാണവരും. യഥാർത്ഥ പ്രചോദനമോ മാന്ത്രികമായ ഭാവനാസിദ്ധികളോ ഇല്ലാത്തവർ. വെറും ഫാഷന്റെ ഉപോല്പന്നങ്ങളാണവർ. ജീർണ്ണോന്മുഖതയെ വിപ്ലവകരമായ വൈശിഷ്ട്യമെന്ന് ലേബലൊട്ടിക്കുന്നവർ. ക്യാൻവാസിൽ കുത്തി വരഞ്ഞിട്ട അവലക്ഷണമായ ഒരു ചുവന്ന രേഖ മതി ഏതൊരു സാധാരണക്കാരനെയും അഭിഷിക്തനാക്കാൻ. കാരണം മാമൂലുകൾക്കും തോന്ന്യാസങ്ങൾക്കും ആധിപത്യമുള്ള, യുക്തിഭദ്രമായ മാനദണ്ഡങ്ങളേതുമില്ലാത്ത ആ ശൂന്യതകളിൽ കൈയൊപ്പാണ് സിദ്ധിയെ നിർണ്ണയിക്കുന്നത്. മറ്റൊന്നുമല്ല. പടിഞ്ഞാറൻ നാടുകളിൽ ഔദ്യോഗിക സന്ദർശനം നടത്തുന്ന അവസരങ്ങളിൽ തീർച്ചയായും ഞാനവയൊക്കെ ആസ്വദിക്കുന്നതായി ഏവരും കണ്ടിട്ടുണ്ടാകും. പക്ഷേ, ഒരു ചിത്രം കണ്ട്, അല്ലെങ്കിൽ മൊസാർട്ടിന്റെ സംഗീതം കേട്ട് നിർവൃതികൊണ്ടിരുന്നത് എന്നത് പലപ്പോഴും അഭിനയം മാത്രമായിരുന്നു. വാഴ്ത്തപ്പെടാറുള്ള മൊസാർട്ടിന്റെ പ്രതിഭാവിലാസം പോലും ഒരിക്കലും ഹൃദയതന്ത്രിയിൽ അനുരണനങ്ങളുണ്ടാക്കിയിട്ടില്ല. മരുഭൂമധ്യേ കെട്ടിയുറപ്പിച്ച ഒരു ബദുയിൻ കൂടാരത്തിന്റെ പകിട്ടിനോളം വരില്ല മറ്റൊന്നും. അനന്തമായ മരുഭൂമിയിൽ മണൽച്ചിത്രങ്ങൾ വരയ്ക്കുന്ന കാറ്റിന്റെ മന്ത്രസ്വരങ്ങളോളം വരില്ല ഒരു സിംഫണിയും.

എന്നാലും വിൻസെന്റ് വാൻഗോഗിന്റെ നിഗൂഢവും വിചിത്രവുമായ, വിധിവൈപരീത്യം കൗതുകവും ഭയവും കലർന്ന അഗാധമായൊരു വിഭ്രാന്തിയോടെ പിന്തുടർന്നു. അദ്ദേഹത്തിനാവട്ടെ എന്റെ ലോകവുമായോ സംസ്ക്കാരവുമായോ ഒരു ബന്ധവുമൊട്ടില്ലതാനും.

1969 ആഗസ്റ്റ് 31-ാം തീയതിയിലെ പട്ടാള അട്ടിമറിയുടെ തലേന്ന് - ഇദ്രിസ് രാജാവിനെ ലക്ഷ്യമാക്കിയുള്ള എല്ലാ ആക്രമണ പദ്ധതികളുടെയും അവസാന തയ്യാറെടുപ്പിലായിരുന്നു എന്റെ ഓഫീസർമാരെല്ലാം.

രാജാവ് ചികിത്സയ്ക്കായി വിദേശത്തു പോയിരിക്കുകയായിരുന്നു. മുറിയിൽ ഞാൻ അങ്ങേയറ്റത്തെ മാനസിക ആയാസത്തോടെ ഇരിക്കുകയായിരുന്നു. അതാ, വാൻഗോഗ് അവിടെ പ്രത്യക്ഷനായി. അതേ അലംകൃത ചിത്രച്ചട്ടയിൽത്തന്നെ. ശയ്യയിൽ തിരിഞ്ഞും മറിഞ്ഞും കിടന്നു. പ്രേതം വിട്ടുപോകാനൊരുക്കമായിരുന്നില്ല. ശയ്യയ്ക്കരികിലെ മേശപ്പുറത്തു നിന്ന് ടെലഫോൺ മുഴങ്ങി. ക്യാൻവാസിൽ നിന്ന് അദ്ദേഹം എനിക്കു നേരെ പുറത്തേക്കു ചാടി. അദ്ദേഹത്തിന്റെ പച്ച ഓവർക്കോട്ട് നിറയെ വവ്വാലുകളായിരുന്നു. നിലവിളിച്ചുകൊണ്ട് ഉണർന്നു. ഞാനാകെ വിയർപ്പിൽ കുളിച്ചിരുന്നു.

"ദൗത്യം വിജയിച്ചു!" അപ്പുറത്തു നിന്ന് ശബ്ദം പറഞ്ഞു. "പ്രതിരോധശ്രമങ്ങളേതും കൂടാതെ രാജകുമാരൻ സ്ഥാനത്യാഗം ചെയ്തു. രാജാവിനെ സംബന്ധിച്ചാണെങ്കിൽ തിരികെ വരാൻ താത്പര്യമില്ല." പ്രഭാതത്തിൽ എന്റെ സൈന്യത്തോടൊപ്പം ബൻഗാസിയിലെ റേഡിയോ നിലയം പിടിച്ചെടുത്തു. രാജ്യത്തിന്റെ ജീവരക്തം ഊറ്റിക്കുടിച്ച ക്രൂര സ്വേച്ഛാധിപത്യം ഇല്ലാതായി എന്നും ലിബിയൻ അറബ് റിപ്പബ്ലിക് പിറന്നുവെന്നും ഞാൻ ഔദ്യോഗികസന്ദേശം നൽകി.

ഏതാനും മാസങ്ങൾക്കുശേഷം ജനങ്ങളുടെ അഭ്യർത്ഥനകളാൽ പ്രേരിപ്പിക്കപ്പെട്ട് മറ്റൊരു സൈനിക അട്ടിമറിയെക്കുറിച്ചും അതുവഴി കൈവരാവുന്ന അന്താരാഷ്ട്ര ശ്രദ്ധയെക്കുറിച്ചും ചിന്തിക്കാൻ തുടങ്ങി. രാജ്യത്തുനിന്നും മുഴുവൻ ബ്രിട്ടീഷ് പടയേയും നീക്കണോ അതോ വീലസ് എയർബേസ് അമേരിക്കക്കാരിൽ നിന്ന് തിരികെ പിടിക്കണോ എന്ന് തീരുമാനിക്കാനാവാതെ.

ഒരു രാത്രി വാൻഗോഗ് ഭയപ്പെടുത്താനായി വീണ്ടും നിദ്രയിലേക്കു കടന്നുവന്നു. അതും രാവിലെ. ഞാൻ തീരുമാനമെടുത്തു കഴിഞ്ഞിരുന്നു; ഒമാർ മുഖ്ത്താറിന്റെ പുണ്യഭൂമിയിൽ ഇനി കുരിശുയോദ്ധാക്കൾ വേണ്ട.

1975 ആഗസ്റ്റ് മാസം. ബഷീർ അൽ-സഗിർ ഹവാദി, ഒമാർ മെഹീഷി എന്നീ ഉറ്റസുഹൃത്തുക്കളും വിശ്വസ്തരും എനിക്കെതിരെ ഒരു ഗൂഢാലോചനയുമായി അടയിരിക്കുകയാണെന്ന് അസാധാരണമാംവിധം ഹിംസാത്മകമായൊരു സ്വപ്നത്തിൽ വീണ്ടും വന്നെന്നെ ജാഗ്രതയിലേക്കുണർത്തിയത് വാൻഗോഗായിരുന്നു. റവല്യൂഷനറി കമാന്റ് കൗൺസിലിനെ കുരു പൊട്ടിച്ചുണക്കുന്നതുപോലെ ശുദ്ധീകരിച്ചെടുത്തുകൊണ്ട് ആ കലാപസാദ്ധ്യതയെ ഞാൻ പരാജയപ്പെടുത്തി.

നിർഭാഗ്യവാനായ ആ ചിത്രകാരൻ ഓരോ തവണയും ചിന്തകളിലും സ്വപ്നങ്ങളിലും പ്രത്യക്ഷപ്പെട്ടുകൊണ്ടിരുന്നു. ഗദ്ദാഫി എന്ന സൗധ നിർമ്മിതിയിലേക്ക് ചരിത്രം ഒരു ഇഷ്ടിക കൂടി എടുത്തു വെച്ചു.

എന്റെ 'പച്ചപുസ്തക'ത്തിനും പുതിയ ലിബിയൻ രാഷ്ട്രപതാകയ്ക്ക് തിരഞ്ഞെടുത്ത പച്ചനിറത്തിനും പ്രചോദനമായത് വാൻഗോഗിന്റെ പച്ച ക്കോട്ടാണ്.

ഏഴ്

വാതിലിൽ ആരോ മുട്ടി.

അത് മൻസൂർ ധാവോ ആയിരുന്നു.

യുദ്ധച്ചന്തയിൽ എന്തു വിലയുണ്ടയാൾക്ക്? ഒരു വെടിയുണ്ടയേക്കാൾ കുറവ്. ഒരു കൊടിലിനേക്കാൾ, മൂർച്ചയില്ലാത്ത ഒരു കത്തിയേക്കാൾ, കയറിനേക്കാൾ വില കുറഞ്ഞത്. രക്ഷാസേനയുടെ കമാൻഡർ. ഭയങ്കരനായിരുന്ന മൻസൂർ ധാവോ, തന്റെ സൈനികവേഷത്തിൽ നിഷ്കർഷയുണ്ടായിരുന്നവൻ, ഇതാ ഇപ്പോൾ ഇങ്ങനെ സമ്പൂർണ്ണ പരാജിതന്റെ മട്ടിൽ. ഷേവ് ചെയ്യുകപോലും ചെയ്യാതെ, അഴുക്കു പിടിച്ച കോളറും ലേസ് കെട്ടാത്ത ഷൂസും. ഒരു തെരുവുതെണ്ടിയെപ്പോലെ.

ഇന്ന് അയാൾ, ഒരു നിഴൽ അല്ലെങ്കിൽ അന്നത്തെ അയാളുടെ വിദൂരമായ ഒരോർമ്മ മാത്രം. ചക്രവാളത്തെ മറികടന്നുചെല്ലുന്ന അയാളുടെ നോട്ടം ഇന്ന് ഇപ്പോൾ കൺപീലികൾക്കപ്പുറത്തേക്കു പോലും എത്തുന്നില്ല.

അയാളുടെ അവസ്ഥയിൽ എനിക്കു സങ്കടമുണ്ട്; പിന്നെ എന്നോടു തന്നെയും. സ്റ്റീലിട്ട എന്റെ വലതുകൈ സ്വാധീനമില്ലാതെ. നിഷ്പ്രയോജനവും.

അന്ന് അയാളുടെ ജാഗ്രതയിൽ നിന്ന് ഒന്നിനും രക്ഷപ്പെടാനാവുമായിരുന്നില്ല. സംഭവിച്ചുകൊണ്ടിരിക്കുന്ന കാര്യങ്ങളെക്കുറിച്ചെല്ലാം അയാൾക്ക് പൂർണ്ണബോധ്യമുണ്ടായിരുന്നു. ഹെറോയിന്റെ രണ്ടു ഡോസുകൾക്കിടയിൽ ഞാൻ കന്യാചർമ്മഭേദനം നടത്തുമ്പോൾ കന്യകമാർ പുറപ്പെടുവിക്കുന്ന ഞരക്കങ്ങളെക്കുറിച്ചുവരെ.

മുമ്പൊക്കെ അയാൾ ഡെമോക്ലീസിന്റെ വാളായിരുന്നു. പൂന്തോപ്പിലെ പഴങ്ങളെ അയാൾ നിരീക്ഷണവിധേയമാക്കിയിരുന്നു. പൂവായിരിക്കുമ്പോൾത്തന്നെ അത് ഒരു ചീത്ത ആപ്പിളാകുമെന്നയാൾക്ക് പ്രവചിക്കാനാവുമായിരുന്നു. ഒന്നിനെയും യാദൃച്ഛികതയ്ക്കു വിട്ടുകൊടുക്കാനയാൾ തയ്യാറായിരുന്നില്ല. സൂക്ഷ്മപരിശോധനകൾക്കു ശേഷമായിരുന്നു അയാളുടെ ഏജന്റുമാർ തിരിഞ്ഞെടുക്കപ്പെട്ടത്. ഒരു നേരിയ സംശയത്തിന്റെ

പേരിൽ പോലും അവർ ശിക്ഷിക്കപ്പെട്ടു. ഒരു പുകപടലമെന്നപോലെ വായുവിൽ അവർ അപ്രത്യക്ഷരായി. എന്റെ രാവുകൾ സമ്പൂർണ്ണമായ സമാധാനത്തോടെ നുകരാൻ.

"എന്നോടു കോപിക്കരുത്, പ്രഭോ. ഞാൻ ആഴ്ചകളോളമായി മരുന്ന് കഴിച്ചിട്ട്."

ചികിത്സയിലായിരുന്നുവെന്ന കാര്യം അയാൾ മറച്ചുവെച്ചിരിക്കയായിരുന്നു. അപരാജിതനായ ആരോഗ്യവാനെന്നാണ് ഞാനയാളെക്കുറിച്ച് ധരിച്ചുവെച്ചിരുന്നത്. ക്ഷീണമോ രോഗമോ അയാളെ ഒരിക്കലും അലട്ടിയിരുന്നില്ലെന്ന മട്ടിലാണയാൾ കാണപ്പെട്ടിരുന്നത്. എന്റെ ഏറ്റവും മികച്ച അനുചരന്മാരുടെ നിരീക്ഷണത്തിലായിരുന്നു അയാൾ. അയാളുടെ പ്രഭാവത്തിലും രക്ഷാസേനയുടെ അധിപൻ എന്ന അധികാരത്തിലും എന്റെ പ്രതിയോഗിയാകാനുള്ള സകലസാദ്ധ്യതയും തെളിഞ്ഞുകിടന്നിരുന്നു. അധികാരമെന്നത് ഒരു ഉന്മാദവിഭ്രാന്തിയാണ്. കിരാതസ്വപ്നങ്ങളിൽനിന്ന് ആരും സുരക്ഷിതരല്ല. ബാരക്കുകളിൽനിന്ന് കൊട്ടാരത്തിലേക്കുള്ള ഒരു ചെറുപടിയാണത്. തീവ്രമായ അഭിലാഷങ്ങളാണ് അപകടസാദ്ധ്യതകളെ നിർഭയം നേരിടാൻ സന്നദ്ധരാക്കുന്നത്. വരുംവരായ്കകളെ ലഘുവാക്കുന്നതും അതുതന്നെ.

മൻസൂറിനെക്കുറിച്ചുള്ള ധാരണകൾ വല്ലാതെ തെറ്റിപ്പോയി. എന്റെ സൈ്വരം കെടുത്തുന്നത് - അയാളുടെ അമ്മയാണെങ്കിൽ പോലും - എനിക്കുവേണ്ടി നിസ്സംശയം അവളുടെ തല കൊയ്യുമായിരുന്ന പ്രകൃതക്കാരൻ.

ഞാനയാളോട് ഇരിക്കാൻ ആംഗ്യം കാണിച്ചു.

"ഞാൻ നിന്നു കൊള്ളാം."

"താങ്കളുടെ ഉദ്യമങ്ങളെ ഞാൻ അംഗീകരിക്കുന്നു." പരിഹാസത്തോടെ പറഞ്ഞു.

"ഞാൻ എന്നോടുതന്നെയാണ് കലഹിക്കുന്നത്, പ്രഭോ."

"ഒരു നിമിഷത്തിന്റെ ദൗർബല്യത്തെച്ചൊല്ലി നിങ്ങൾ വിഷമിക്കുന്നത് ശരിയല്ല. മിടിക്കുന്ന ഒരു ഹൃദയം എനിക്കുമുണ്ട്."

"അങ്ങേക്ക് എന്നോടുള്ള പരിഗണന ലോകത്തിലെ ഏതു ബഹുമതിയേക്കാളും വിലപ്പെട്ടതാണ്."

"താങ്കൾ അത് അർഹിക്കുന്നുണ്ട്... താങ്കൾ ധീരനാണ്. എന്റെയൊപ്പം നിന്നുകൊണ്ട് താങ്കൾ അതു തെളിയിച്ചു."

"മുങ്ങുന്ന കപ്പലിനെ വിട്ടുപോകുന്നത് എലികൾ മാത്രമാണ്."

"നിനക്ക് ഞാനൊരു കപ്പൽ മാത്രമാണല്ലേ?"

"ഞാനതല്ല ഉദ്ദേശിച്ചത്."

അയാളെ ഞാൻ സൂക്ഷിച്ചു നോക്കി. ഉമിനീരിറക്കിക്കൊണ്ട് അമ്പരന്നു നില്ക്കുകയാണ് അയാൾ. നേരത്തെ പെരുമാറിയതിൽ പശ്ചാത്തപിക്കാൻ വന്നതാണ്. തെറ്റുകൾ വീണ്ടും വീണ്ടും ചെയ്തുകൊണ്ടേയിരിക്കുകയാണല്ലോ അയാൾ.

"താഴത്തെ നിലയിലേക്കു പൊയ്ക്കൊള്ളട്ടെ?"

"നല്ല ചോദ്യം."

എന്റെ സ്വരത്തിലെ തണുപ്പ് അയാളെ ഞെരിച്ചു. കുനിഞ്ഞു നിന്ന് തലയാട്ടി, കാലുകൾ ഇഴച്ച് അയാൾ വാതിൽക്കലേക്കു നടന്നു.

"ഞാൻ നിങ്ങൾക്ക് പോകാനുള്ള അനുവാദം തന്നില്ല."

അയാൾ വാതിൽക്കൽ കൈവെച്ചുകൊണ്ട് പരുങ്ങി നിന്നു.

"തിരിച്ചുവരൂ, വിഡ്ഢീ."

അയാൾ തിരിഞ്ഞു നിന്നു. ചുണ്ടുകൾ കിടുകിടുത്തപ്പോൾ താടിരോമങ്ങളും വിറച്ചു.

"ഞാൻ നാശംപിടിച്ച ഒരു അസത്താണ്. എനിക്ക് അങ്ങയുടെ മുന്നിൽ നിൽക്കാൻ യോഗ്യതയില്ല."

"കഷ്ടം തന്നെ. എന്താണാവോ താങ്കൾക്കു പറ്റിയത്? തെരുവുകൾ ചുറ്റിനടക്കുന്ന ആ കുറുക്കന്മാരാണോ താങ്കളെ ഇങ്ങനെ പേടിക്കുടല നാക്കിയത്? അതോ കീഴടങ്ങണോ മരിക്കണമോ എന്നു തീരുമാനിക്കാനാവാതെ കുഴങ്ങുന്നതുകൊണ്ടാണോ?"

"ആത്മഹത്യയെക്കുറിച്ച് ചിന്തിക്കാൻ പോലുമാവില്ല. അത്രയ്ക്ക് ദൈവവിശ്വാസിയാണ് ഞാൻ പ്രഭോ. എന്റെ ചർമ്മത്തെ രക്ഷിക്കാനാവുമായിരുന്നെങ്കിൽ എപ്പോഴുമെനിക്കതാവാമായിരുന്നു. കീഴടങ്ങാനൊരു ക്കമായിരുന്നെങ്കിൽ ഒരു പ്രവാസിയായി ജീവിക്കാനുള്ള സുവർണ്ണാവസരം അവർ തരുമായിരുന്നു. പോകാതെ ഇവിടെത്തന്നെ തങ്ങിയതെന്തെന്നാൽ, അങ്ങയുടെ നിഴലിലെ പ്രവാസജീവിതമാണെനിക്കേറ്റവും വിലപ്പെട്ടത്. എനിക്കു സിദ്ധിച്ച ഏറ്റവും വലിയ ഭാഗ്യം അങ്ങാണ്. അങ്ങേക്കുവേണ്ടി മരിക്കുന്നത് ബഹുമതിയാണെനിക്ക്, ഒപ്പം കടമയും."

"എന്റെ മൻസൂറിനെ വീണ്ടും കാണുന്നതിൽ എനിക്കു സന്തോഷമുണ്ട്."

എന്റെ അഭിനന്ദനം അയാൾക്ക് ധൈര്യം പകർന്നു. ഊഷ്മളമായ ഒരു ഊർജ്ജത്താൽ പ്രേരിതനായി അയാൾ തിരികെ വന്നു.

"ഞാൻ അതേ ആൾ തന്നെയെന്നും ഈ യുദ്ധം വെറും പുകമറയാണെന്നും വൈകാതെ ലിബിയ മുഴുവൻ പ്രകാശമാനമാകുമെന്നും ഞാനങ്ങേക്ക് തെളിയിച്ചു തരും. അങ്ങയെ പരിഹസിക്കുന്ന കാട്ടാളന്മാരിൽ

അവസാനത്തെ ആളെവരെ ഞാൻ നശിപ്പിക്കും. സിംഹാസനത്തിലേക്ക് അങ്ങേക്ക് നടന്നുചെല്ലാനുള്ള ചുവന്ന പരവതാനിയാക്കും അവരുടെ തൊലി."

"കപ്പൽച്ചേതമുണ്ടാകില്ല, മൻസൂർ. അത് ആരുടെ നിയന്ത്രണത്തിലായിരുന്നാലും ശരി. കുറച്ചുകൂടി ദിവസങ്ങൾ നാം പിടിച്ചുനിൽക്കണം. അത്രയേ ഉള്ളൂ. ഇതിനൊക്കെ പിറകിൽ അൽ-ഖൊയ്ദയാണെന്ന് നാം തിരിച്ചറിയണം. എന്നെ വിശ്വസിക്കൂ. ദൈവത്തിന്റെ പേരു പറഞ്ഞ് കൊള്ളയും കൊലയും ബലാത്സംഗവും നടത്തുന്ന ആ കഴുകന്മാരെ ഒന്നടങ്കം പരസ്യമായി തൂക്കാൻ ഇത്തിരി സാവകാശം വേണമെന്നേയുള്ളൂ."

ഒടുവിലയാൾ ഞാൻ നീക്കിയിട്ട കസേരയിൽ, മാപ്പുകൊടുത്തെന്ന ആത്മവിശ്വാസത്തോടെ ഇരുന്നു. എങ്കിലും ചിരിക്കുന്നുണ്ടായിരുന്നില്ല. പക്ഷേ, കണ്ണുകളിൽ ജാഗ്രതയുടെ ഒരു നവോന്മേഷം തിളങ്ങിയിരുന്നു.

എന്റെ സംസാരം തുടരുന്നതിനുമുമ്പ് അയാൾ പൂർണ്ണമായും ഉത്സാഹവാനാകട്ടെയെന്ന് കരുതി കാത്തു. പിന്നെ പറഞ്ഞുതുടങ്ങി.

"ഞാൻ ഒരു സ്വപ്നം കണ്ടു, മൻസൂർ, ഒരു മുന്നറിയിപ്പ്."

"ഇറാക്കിന്റെ ആക്രമണത്തിനുമുമ്പ് അങ്ങ് അങ്ങനെയൊരു സ്വപ്നം കണ്ടത് ഓർക്കുന്നു. അങ്ങ് എല്ലാം മുൻകൂട്ടി കണ്ടു."

"അതേ, നമുക്കുറപ്പിക്കാം. ആ സ്വപ്നം എനിക്ക് ആശ്വാസം തരുന്നു. ഒക്ടോബർ അവസാനമാകുമ്പോഴേക്കും നാം യുദ്ധം ജയിച്ചിരിക്കും."

"അങ്ങയുടെ ആധിപത്യത്തിലല്ലാത്ത ഒരു ലിബിയ എനിക്കു സങ്കല്പിക്കാനാവില്ല, പ്രഭോ. അത് അസംബന്ധമാണ്."

അയാളുടെ ശബ്ദം വളരെ പതുക്കെയായിരുന്നു. എന്നെ വൈകാരികമായി സ്വാധീനിക്കാൻവേണ്ടി നെടുവീർപ്പിന്റെയത്ര മൃദുവായി. മിന്നുകയും കെടുകയും ചെയ്യുന്ന ഏകാന്തദീപം പോലെയായിരുന്നു അയാൾ. മുമ്പത്തെ ഊജ്ജ്വല പ്രഭാവം ഇന്ന് ദൈന്യതയിൽ മൂടിപ്പോയിരിക്കുന്നു. പഴയ ഒരു ശവക്കച്ച പോലെ.

ഞാൻ ഖുർ ആൻ കൈയിലെടുത്തു. ഇരുപ്പുമെത്തയിൽ ചാരി. അത് തുറന്ന്, കിട്ടിയ താളെടുത്ത് വായിക്കാൻ തുടങ്ങി. കമാൻഡർ ഇപ്പോഴും അനങ്ങാതെ കസേരത്തുമ്പത്ത് ശൂന്യഭാവത്തോടെ ഇരിക്കുകയാണ്. ഞാൻ ഗ്രന്ഥത്തിലെ സൂറത്തുകൾ ഓരോന്നോരോന്നായി വായിച്ചു കൊണ്ടിരുന്നു...

മൻസൂറിന് പോകണമോ വേണ്ടയോ എന്ന് തീരുമാനിക്കാനാവുമായിരുന്നില്ല.

ഞാൻ ഖുർ-ആൻ താഴെ വെച്ചു.

"എന്നോടെന്തെങ്കിലും പറയണമെന്നുണ്ടോ?"

അയാളൊന്നു ഞെട്ടി.

"ഞാൻ... അങ്ങു പറഞ്ഞതു കേട്ടില്ല."

"താങ്കൾക്ക് എന്നോട് വല്ലതും പറയാനുണ്ടോ എന്ന്."

"ഇല്ല, ഇല്ല..."

"ഉറപ്പാണല്ലോ?"

"അതേ..."

"പിന്നെ ഇവിടെയിങ്ങനെയിരിക്കുന്നത്?"

"അങ്ങയോടൊപ്പം ഇരിക്കുന്നതിൽ സുഖം തോന്നുന്നതുകൊണ്ട്."

ഞാനയാളെ ആസകലം നോക്കി. അയാൾ പുറംതിരിയാൻ നോക്കി യെങ്കിലും സാധിച്ചില്ല.

"നിങ്ങളെ അങ്ങനെയങ്ങു വിടില്ല, മൻസൂർ. ദയവായി ഇത്തിരി നട്ടെല്ല് കാണിക്കൂ! അത് നിങ്ങൾക്ക് പൂർണമായും നഷ്ടപ്പെടാൻ തുടങ്ങി യിരിക്കുന്നു."

അയാളുടെ തല തളർന്നുതൂങ്ങി.

അയാൾ എന്നെ കാര്യമായിത്തന്നെ വിഷമിപ്പിച്ചുതുടങ്ങിയിരുന്നു.

"എന്തിനെക്കുറിച്ചാണ് നിങ്ങൾ ചിന്തിക്കുന്നത്?"

"ഉണരുന്നതിനെക്കുറിച്ച്, സഹോദരമാർഗദർശീ."

"നിങ്ങൾ ഉണർന്നിരിക്കയാണല്ലോ."

അയാൾ താടി തിരുമ്മി, മൂക്കു തടവി, ചെവി ചൊറിഞ്ഞു. എന്റെ മേലേക്കു ചാഞ്ഞു. അയാൾ ചാവാൻ പോവുകയാണന്നു തോന്നി.

"ഈ കലാപത്തെ നാം നേരിട്ടുകഴിഞ്ഞാൽ നിങ്ങൾ എന്തു ചെയ്യാ നാണുദ്ദേശിക്കുന്നത്?"

അയാളെ ശാന്തനാക്കാൻ ഞാൻ ചോദിച്ചു.

"വീട്ടിൽ പോകണം." ആരോടും ഒരിക്കലും വെളിപ്പെടുത്താതിരുന്ന ഒരു തീവ്രാഭിലാഷത്തിനായുള്ള അവസരത്തെ കാത്തിരിക്കുകയായി രുന്നുവെന്നതു പോലെ അയാൾ മനസ്സു തുറന്നു.

"എന്നിട്ട്?"

"അവിടെ താമസിക്കുക."

"വീട്ടിലോ?"

"അതേ, വീട്ടിൽ."

"ശരിക്കും?"

"ശരിക്കും."

"ഇനി മുതൽ നിങ്ങളെന്റെ സേനയുടെ കമാൻഡർ ആയിരിക്കില്ല എന്നാണോ?"

"അങ്ങ് മറ്റാരെയെങ്കിലും കണ്ടെത്തണം."

"എനിക്കു നിങ്ങളെയാണ് വേണ്ടത്, മൻസൂർ."

അയാൾ നിഷേധാർത്ഥത്തിൽ തലയാട്ടി.

"ഉത്തരവാദിത്വഭാരം താങ്ങാനാവുന്നതിൽ കൂടുതലാണ് പ്രഭോ... ധരിച്ചിരിക്കുന്ന ഷർട്ടിനെ വഹിക്കാനുള്ള കരുത്ത് മാത്രമേ ഉള്ളൂ, പ്രഭോ. ഞാനീ പട്ടാളവേഷം അവസാനിപ്പിക്കുകയാണ്."

"പകരം ഒരു വീട്ടമ്മയുടെ വേഷം അല്ലേ?"

"എന്തുകൊണ്ടായിക്കൂടാ? സേവനത്തിൽ നിന്ന് പിരിയാനാണാഗ്രഹം. എന്റെ പ്രഭാതങ്ങൾ, ഉദ്യാനത്തിലെ ചെടികൾ നനയ്ക്കാൻ ചിലവഴിക്കും. വൈകുന്നേരങ്ങളിൽ അറിയാതെ ചെയ്തുപോയ അപരാധങ്ങളെക്കുറിച്ചോർത്ത് ക്ഷമിക്കാൻ പ്രാർത്ഥിക്കും."

"നിങ്ങൾ ചീത്ത കാര്യങ്ങൾ ചെയ്തുവോ, മൻസൂർ?"

"ചെയ്തിട്ടുണ്ടായിരിക്കാം. ആരും തെറ്റുകളിൽനിന്നു മുക്തരല്ല. ഞാൻ ക്രൂരവും അന്യായവുമായ കാര്യങ്ങൾ ചെയ്ത സമയങ്ങൾ ഉണ്ടായിരിക്കാം. അറിയില്ല."

അയാളുടെ സ്വരം സഹിക്കാനാവുമായിരുന്നില്ല.

"നിങ്ങൾക്കു തോന്നുന്നുണ്ടോ ഞാൻ അന്യായവും ക്രൂരവുമായ കാര്യങ്ങൾ ചെയ്തിട്ടുണ്ടെന്ന്?"

"ഞാനെന്നെക്കുറിച്ചാണ് പറയുന്നത് പ്രഭോ?"

"ഞാനൊരു കാര്യം ചോദിക്കുമ്പോൾ എന്റെ കണ്ണുകളിലേക്കു നോക്കൂ."

എന്റെ അലർച്ച അയാളെ മൗനിയാക്കി.

"ഞാനെപ്പോഴെങ്കിലും ക്രൂരനും അപരാധിയുമായിരുന്നോ, മൻസൂർ?"

അയാളുടെ തൊണ്ട വിങ്ങി. ഉത്തരമൊന്നും പറഞ്ഞില്ല.

"പറയൂ. എന്നോട് സത്യം പറയാൻ ഞാൻ ആജ്ഞാപിക്കുന്നു. ഈ കൈകൾകൊണ്ടിനി ഒരു കലാപം സൃഷ്ടിക്കപ്പെടരുതെന്ന് ആഗ്രഹിക്കുന്നതുകൊണ്ടാണ്, അതറിയാൻ ഞാൻ ബാദ്ധ്യസ്ഥനാണ്."

"പ്രഭോ..."

"ജനങ്ങളുടെ ഭാഗത്തുനിന്ന് നോക്കുമ്പോൾ എനിക്കു തെറ്റുപറ്റിയിട്ടുണ്ടോ?"

ഞാൻ വീണ്ടും ഒച്ചയെടുത്തു.

"കുറ്റമില്ലാത്തവൻ ദൈവം മാത്രം."

അയാൾ പറഞ്ഞൊപ്പിച്ചു.

പെട്ടെന്നുതന്നെ ഞാൻ സ്ഥലകാലബോധം നഷ്ടപ്പെട്ടവനെപ്പോലെയായി. എന്താണ് ചെയ്യുന്നതെന്ന് അറിയാതെ കമാൻഡറുടെ നേരെ മുമ്പിലേക്കു ചെന്ന് കൈനഖങ്ങൾ വിടർത്തി അയാളെ കീറിപ്പറിക്കാനെന്ന പോലെ നിന്നു. അസഹ്യമായ കോപം എന്നിലേക്ക് ഇരച്ചുകയറി.

ഞാൻ കിതച്ചു.

"തെണ്ടിക്കാഷ്ഠം!"

"ദേഷ്യപ്പെടില്ല എന്ന് അങ്ങ് വാഗ്ദാനം ചെയ്തിരുന്നു പ്രഭോ."

"പോയി തുലയെടോ! ഇന്നലെ എന്റെ വിരുന്നുവേളയിൽ കുത്തിനിറയ്ക്കുകയായിരുന്നു. ഇന്ന് ഊട്ടിയ കൈ തന്നെ കടിക്കാൻ തീരുമാനിച്ചു. ഒരു പശ്ചാത്താപം... ഇത്ര പെട്ടെന്ന്... കീടമേ! സ്വരാജ്യത്തെ സേവിക്കുന്നവർക്ക് ഏറ്റവും വേണ്ടത് ഉളുപ്പാണ്. പരസ്പരം സൃഷ്ടിക്കുന്ന നാശം യുദ്ധത്തിന്റെ ഭാഗമാണ്. രാഷ്ട്രസംബന്ധമായ കാര്യങ്ങളിൽ വികാരങ്ങൾക്കു സ്ഥാനമില്ല, അബദ്ധങ്ങൾ പരിഗണിക്കേണ്ടതുമില്ല... എന്തിനെച്ചൊല്ലിയാണ് ആളുകൾ എന്നെ കുറ്റപ്പെടുത്തുന്നത്? ലോക്കർബി ബോംബാക്രമണവും UTA 722ഉം? അത് തുടങ്ങിവച്ചത് അമേരിക്കക്കാരാണ്. എന്റെ കൊട്ടാരം അവർ ബോംബിട്ടു. എന്റെ വളർത്തുപുത്രിയെ കൊന്നു. മിറ്റിഗായിൽ വ്യോമസേനയ്ക്കെതിരെ 'ഓപ്പറേഷൻ എൽഡൊറാഡോ കാന്യോൺ' എന്ന പദ്ധതി നടപ്പാക്കി. ഉപരോധങ്ങൾ പോകട്ടെ, എന്നെ അന്താരാഷ്ട്രവേദികളിൽ രാക്ഷസനായി അവതരിപ്പിച്ചു. സ്വത്വത്തെ ഷണ്ഡീകരിച്ചു. അതിനൊക്കെ അവരോട് ഞാൻ നന്ദി പറയുമെന്ന് കരുതിയോ? പിന്നെയെന്തിനാണ് എന്നെ അവർ കുറ്റപ്പെടുത്തുന്നത്? 'അബു സലിം ജയിലി'ലെ കൂട്ടക്കൊലയോ? നികൃഷ്ടരായ കൃമികളിൽനിന്ന് രാജ്യത്തെ മോചിപ്പിക്കുക എന്ന കൃത്യമേ ഞാൻ ചെയ്തുള്ളൂ. ഭീകരവാദത്തോടു കൂറുള്ള ഭ്രാന്തദാർശനികരായിരുന്നു അവർ. രാജ്യത്തിന്റെ ഭദ്രതയ്ക്കു ഭീഷണിയാണവർ. ആ പ്രാകൃതർ വിചാരിച്ചതു നടന്നിരുന്നുവെങ്കിൽ ഇവിടം എത്രമാത്രം അലങ്കോലപ്പെടുമായിരുന്നുവെന്ന് ജനങ്ങൾക്ക് വല്ല ബോധവുമുണ്ടോ? അൾജീറിയ എങ്ങനെ ഭീകരതയിലേക്കു നിപതിച്ചുവെന്നു നോക്കൂ. ലാംബേസീസിൽ നിന്ന് ആയിരക്കണക്കിനു തടവുകാർ ജയിൽ ഭേദിച്ചു പുറത്തുചാടിയ അതേ ദിവസം, എല്ലാവർക്കുമറിയാം എന്തു സംഭവിച്ചുവെന്ന്. കൂട്ടക്കൊലകളുടെയും ഭീകരതയുടെയും ഒരു ദശകം... അതേ വിധി നമ്മുടെ നാടിനുണ്ടാകരുതെന്ന് മാത്രം ഞാൻ കരുതി."

മെത്തക്കസേരയുടെ കൈത്താങ്ങിൽ ഞാൻ ആഞ്ഞിടിച്ചു.

“നമ്മുടെ രാജ്യം അഗ്നിയിലൂടെ കടന്നുപോവുകയായിരുന്നു മൻസൂർ, ഓരോ ദിവസവും. നമ്മൾ ഏറ്റെടുക്കുന്ന ഏതു സംരംഭത്തിനും എല്ലാ വിധത്തിലും തുരങ്കംവെക്കാൻ ശത്രുക്കൾ കാത്തിരിക്കുകയായിരുന്നു. നമ്മുടെ ഉദ്യോഗസ്ഥരുൾപ്പെടെ എന്റെ ചിറകിനുകീഴെ കൊണ്ടുനടന്ന സഹോദരങ്ങളെയോർക്കുക. സ്ഥാനമാനങ്ങളും മെഡലുകളും നൽകിയ സഹോദരങ്ങൾ. രാജകീയമായായിരുന്നു അവരുടെ ജീവിതം. അതിലും കൂടുതൽ വേണമെന്നവരാഗ്രഹിച്ചു. എന്റെ തല വെള്ളിത്താലത്തിൽ കിട്ടിയാൽക്കൊള്ളാമെന്നുപോലും. അവരെ ശിക്ഷിച്ചതിന് നിങ്ങളെന്നെ കുറ്റം പറയുമോ? ഞാൻ തെറ്റു ചെയ്തുവെന്ന് കരുതുന്നുണ്ടോ? എല്ലാറ്റിനും അതിന്റേതായ വിലയുണ്ട് മൻസൂർ. വിശ്വസ്തതയ്ക്കും വിശ്വാസവഞ്ചനയ്ക്കും. നിങ്ങൾ മുതലയുടെ കണ്ണീരു തുടച്ചുകൊടുക്കുമ്പോൾ അതിന്റെ തോലിന് മാർദ്ദവം കൈവരുന്നില്ല. ഞാനോ അവരോ എന്ന അവസ്ഥ. കുരിശുയോദ്ധാക്കളുടെ താത്പര്യങ്ങളോ അതോ ലിബിയയുടെ താത്പര്യങ്ങളോ? ഇദ്രിസ് രാജാവിനെ സ്ഥാനഭ്രഷ്ടനാക്കാൻ ജീവൻ പണയപ്പെടുത്തിക്കൊണ്ട് എന്നോടൊപ്പം നിന്ന വീരഭടന്മാർതന്നെ സാമ്രാജ്യത്വദല്ലാളുകൾ നൽകിയ വാഗ്ദാനങ്ങളാൽ പ്രലോഭിപ്പിക്കപ്പെട്ടതും... എനിക്കും അനശ്വരമാതൃരാജ്യമായ ലിബിയയ്ക്കും ജനതയ്ക്കുമെതിരെ ഗൂഢാലോചനയ്ക്കു മടിക്കാതിരുന്നതും ആലോചിക്കുമ്പോൾ... ആ വഞ്ചകരെക്കുറിച്ചാലോചിക്കുമ്പോൾ... ഞാൻ വേണ്ടത്ര നിഷ്ഠുരനായിരുന്നില്ല എന്ന് എനിക്കുറപ്പിച്ചു പറയാം. കുറെക്കൂടി കോപിഷ്ഠനും ക്രൂരനുമാകണമായിരുന്നു. പരമാധികാരപരമായ കാർക്കശ്യങ്ങളിൽ അയവു വരുത്തിയതുകൊണ്ടാണ് ഇന്ന് ഇങ്ങനെയൊരവസ്ഥ വന്നത്. ജനങ്ങളിൽ പകുതിപേർ സുരക്ഷിതരായിരിക്കാൻ മറുപകുതിയെ ഇല്ലാതാക്കണമായിരുന്നു. അങ്ങനെ എല്ലാവർക്കും ഇഷ്ടമുള്ളിടത്ത് ഇഷ്ടമുള്ളത് ചെയ്തുകൊണ്ട് സുഖമായി കഴിയാമായിരുന്നു.”

ഞാനയാളെ കോളറിൽ പിടിച്ചുകൊണ്ട് എഴുന്നേല്പിച്ചു നിർത്തി. എന്റെ തുപ്പൽ അവന്റെ മുഖത്തു ചിതറി. എവിടെ നോക്കണമെന്നറിയാതെ വിറച്ചും പതറിയും എന്റെ തൊട്ടകലത്തിലവൻ നിന്നു. ഞാൻ വിട്ടാൽ ഒരു കീറത്തുണിപ്പാവയെപ്പോലെയവൻ ഊർന്നുവീഴും. “നാമെത്തിയിരിക്കുന്ന അവസ്ഥ നോക്കുക. സഖ്യസേന ആകമാനം പിടിമുറുക്കിക്കഴിഞ്ഞു. നമ്മളുമായി യാതൊരു പ്രശ്നങ്ങളുമില്ലാതിരുന്ന രാജ്യങ്ങൾപോലും ബോംബുകൾക്കു കീഴെ നമ്മെ ശവമടക്കം ചെയ്യുകയാണ്. ഖത്തർ പോലും. എന്താണ് അറബ് രാജ്യങ്ങൾ ചെയ്യുന്നത്? അവർ എവിടെ? നമ്മുടെ കഷ്ടസ്ഥിതി അവർ ആസ്വദിക്കുകയാണ്. നമ്മുടെ മരണോപചാരച്ചടങ്ങുകൾക്കു വേണ്ടി ഒരുക്കങ്ങൾ നടത്തുകയാണ്.”

"പിന്നെ അങ്ങെന്താണ് പ്രതീക്ഷിച്ചത്?"

അയാൾ പെട്ടെന്ന് എന്റെ കൈ ഇടിച്ചുമാറ്റിക്കൊണ്ട് തട്ടിക്കയറി.

"താങ്കളുടെ രക്ഷയ്ക്കായി കൊട്ടും കുരവയും പതാകകളുമായി വരുമെന്നോ?"

ഞാൻ ഒന്നു പകച്ചുനിന്നു. മൻസൂർ ധാവോ എനിക്കെതിരെ കൈ യുയർത്തിയിരിക്കുന്നു, ശബ്ദമുയർത്തിയിരിക്കുന്നു. അയാളെന്റെ കൈ വേദനിപ്പിച്ചിരിക്കുന്നു. അവിശ്വസനീയതയോടെ ഞാൻ പുറകോട്ടു മാറി. അയാൾ മുഖം ചുവന്ന്, മൂക്കു വിറച്ച് അശുഭചിന്തയോടെ തുറിച്ചു നോക്കി.

"അറബുകളെ ഞാനൊട്ടും പഴിക്കില്ല."

നുരയുന്ന വായകൊണ്ട് അയാൾ ആക്രോശിച്ചു.

"അവർ നമ്മളോടുള്ള പെരുമാറ്റത്തെ അങ്ങനെയാക്കിയത് അങ്ങു തന്നെയാണ്. അങ്ങവരെ പുച്ഛിച്ചു, വിമർശിച്ചു, അപമാനിച്ചു. വാലാട്ടുന്ന പട്ടികളാൽ നയിക്കപ്പെടുന്ന പേൻ നിറഞ്ഞ നാൽക്കാലികളെന്നു വിളിച്ചു. അങ്ങയുടെ വീഴ്ചയിൽ അവർ ആഹ്ലാദിക്കുന്നതിൽ തികച്ചും യുക്തി യുണ്ട്."

ഞാൻ ഒന്നും പറയാനാവാതെ നിന്നു. മായാവിഭ്രാന്തിയിലോ സ്വപ്ന ത്തിലോ? ഒരു ഓഫീസർ എന്നോടിങ്ങനെ അപമര്യാദയോടെ പെരു മാറുന്നത് ആദ്യമായാണ്. കോപത്താൽ എനിക്കു ഭ്രാന്തു പിടിച്ചതു പോലെ.

മൻസൂർ സമചിത്തത വീണ്ടെടുത്തിരുന്നില്ല. രോഷവും വെറുപ്പും കൊണ്ട് അടിമുടി വിറയ്ക്കുകയായിരുന്നു.

അയാൾ ജനാലയ്ക്കു നേരെ ചൂണ്ടി.

"അവിടെ എന്താണു സംഭവിക്കുന്നത് പ്രഭോ? എന്താണത്, ആ ശബ്ദം? ആളുകൾ അങ്ങേക്കുവേണ്ടി പ്രണയഗാനം പാടുകയാണോ?"

അയാൾ ജനാലയ്ക്കു നേരെ കുതിച്ചുചെന്ന് അയാളുടെ വിരലു കൾകൊണ്ട് തുണിക്കർട്ടൻ തട്ടിനീക്കി.

"അങ്ങേക്ക് കേൾക്കാമോ, എന്താണതെന്ന്?"

"ഞാൻ കേൾക്കുന്നത് എന്തായിരിക്കണമെന്നാണ് നിന്റെ സങ്കല്പം, വിഡ്ഢീ?"

"മറ്റൊരു മണിനാദം. അങ്ങയുടെ ബൂട്ടുനക്കികളുടെ സ്തുതിഗീത ങ്ങൾ, സ്റ്റാഫ് ഓഫീസർമാരുടെ തേനൂറുന്ന റിപ്പോർട്ടുകൾ. 'കുളിച്ചാറാടി യങ്ങനെ' എന്നും 'എല്ലാം നേരെ പോകുന്നെന്റെ തമ്പുരാട്ടീ' എന്നൊക്കെ യുള്ള വീരഗാഥകളൊക്കെ കഴിഞ്ഞു. അതാ, പുറത്ത് അവരാണ്, രോഷം പൂണ്ട ജനങ്ങൾ...."

"അവിടെ, പുറത്ത് അൽ ഖൊയ്ദ..."

"എത്ര അൽ-ഖൊയ്ദയാണവിടെ? അഞ്ഞൂറ്, ആയിരം, രണ്ടായിരം? നമ്മുടെ നഗരങ്ങളെ തകർത്തു കൊള്ളയടിക്കുന്നു. വൃദ്ധജനങ്ങളെ കൊല ചെയ്യുന്നു. ഗർഭിണികളായ സ്ത്രീകളുടെ വയർ കുത്തിപ്പിളർക്കുന്നു. റൈഫിൾതലപ്പുകൊണ്ട് കുഞ്ഞുങ്ങളുടെ തലമണ്ട അടിച്ചു പൊട്ടിക്കുന്നു. ഇതെല്ലാം ചെയ്യുന്ന പ്രാകൃതർ ആരാണ്? ലിബിയക്കാർ തന്നെയാണ് പ്രഭോ. എന്നെപ്പോലെയും അങ്ങയെപ്പോലെയുമുള്ള ലിബിയക്കാർ. ഇന്നലെ അങ്ങയെ വാഴ്ത്തിയവർ. ഇന്ന് അങ്ങയുടെ തലയ്ക്കുവേണ്ടി മുറവിളി കൂട്ടുകയാണ്."

ഒരു ബൂമറാങ്ങ് പോലെ അയാൾ ജനലിനടുത്തുനിന്ന് തിരികെ കുതിച്ചു.

"എന്തിന്, പ്രഭോ? എന്തിനീ പിന്മടക്കം? എങ്ങനെ ഈ ആട്ടിൻകിടാങ്ങൾ കഴുതപ്പുലികളായി? എങ്ങനെയീ മക്കൾ അച്ഛനെത്തീനികളായി...? അതേ, സഹോദരമാർഗദർശീ, നമുക്ക് തെറ്റുപറ്റിയിട്ടുണ്ട്. മോശമായിരുന്നു നമ്മുടെ സമീപനങ്ങൾ. നിസ്സംശയമായും അങ്ങ് രാജ്യത്തെക്കുറിച്ച് നന്മ മാത്രമേ കരുതിയുള്ളൂ, പക്ഷേ, രാജ്യത്തെക്കുറിച്ചുതന്നെ അങ്ങേക്ക് എന്തറിയാമായിരുന്നു? തീയില്ലാതെ പുകയുണ്ടാവില്ല, സഹോദരമാർഗദർശീ, നമ്മുടെ നട്ടെല്ല് ചുവരിൽ വന്നിടിച്ചത് യാദൃച്ഛികമല്ല. കൂട്ടക്കൊലകളും സർവ്വനാശവുമൊന്നും മായാജാലംകൊണ്ടുളവായതല്ല, നമ്മുടെ അബദ്ധങ്ങൾ കൊണ്ടുണ്ടായവ തന്നെയാണ്."

സേനാകമാൻഡറുടെ വാക്കുകൾ കേട്ട് ഞാൻ ഞെട്ടി. അപമാനഭാരത്താൽ കാൽമുട്ടുകൾ മടങ്ങിപ്പോകുമോ എന്നുപോലും തോന്നി. എന്നോട് ആർക്കെങ്കിലും ഇങ്ങനെ സംസാരിക്കാനാവുമെന്ന് കരുതിയിരുന്നില്ല. എതിർപ്പിന്റെ സ്വരങ്ങൾ കേട്ടുശീലമില്ലാതിരുന്നതിനാൽ, അതും കീഴുദ്യോഗസ്ഥരിൽ നിന്ന്.

ആയിരം നുറുങ്ങുകളായി ഞാൻ ചിതറുന്നതുപോലെ. എല്ലാവർക്കുമറിയാം ഞാൻ മുൻശുണ്ഠിക്കാരനാണെന്നും തീവ്രവികാരങ്ങൾക്ക് എളുപ്പം വഴങ്ങുന്നവനുമാണെന്നും. എതിരഭിപ്രായം പ്രകടിപ്പിക്കുന്നവന്റെ ചോര കുടിക്കാനുള്ള രോഷം എന്നിൽ നിറയുമെന്ന് ആർക്കുമറിയാവുന്നതാണ്.

മൻസൂറിന് സ്വബോധം നഷ്ടമായോ? ഞാൻ പിന്തിരിഞ്ഞു, തല കൈകളിൽ താങ്ങിക്കൊണ്ട് മെത്തയിലേക്കമർന്നു വീണു.

മൻസൂറിനെ അവിടെ വെച്ചുതന്നെ വെടിവെച്ചു കൊല്ലേണ്ടതായിരുന്നോ? ഞാൻ തന്നെയതു ചെയ്യണോ? ചുട്ടു നീറുന്ന വിക്ഷോഭം എന്നിലേക്ക് ഇരമ്പി.

"ഞാനങ്ങയെ വിചാരണ ചെയ്യാനുദ്ദേശിക്കുന്നില്ല, അങ്ങുന്നേ."

"വായടയ്ക്കൂ, നായേ."

അയാൾ എന്റെ മുന്നിൽ മുട്ടുകുത്തിനിന്നു.

അയാളുടെ ശബ്ദം ശാന്തമായി, അനുരഞ്ജനസ്വരത്തോടെ പറഞ്ഞു.

"എന്നിൽനിന്നു പുറത്തുവരുന്ന സത്യത്തെ മൂകമാക്കാൻ ഭൂമിയിലൊരു നിശ്ശബ്ദതയ്ക്കും സാധ്യമല്ല, പ്രഭോ. ഞാൻ കുറ്റപ്പെടുത്തുകയല്ല, വസ്തുത പറയുകയാണ്. എനിക്കറിയില്ല നാം നാളെ ജീവിച്ചിരിക്കുമോ ഇല്ലയോ എന്ന്. മുഅമ്മർ എന്ന അങ്ങ് എനിക്ക് സഹോദരതുല്യനും സുഹൃത്തും യജമാനനുമാണ്. എനിക്കോ കുടുംബത്തിനോ എന്ത് സംഭവിക്കുമെന്നത് വേവലാതിപ്പെട്ടില്ല. ഞാനെന്നത് ഒരപ്രസക്ത വസ്തു മാത്രം. അങ്ങയെക്കുറിച്ചു മാത്രമായിരുന്നു എല്ലാ ഭയാശങ്കകളും. അങ്ങേക്ക് ഹിതകരമല്ലാത്തതെന്തെങ്കിലും സംഭവിച്ചാൽ ലിബിയയ്ക്കു കരകയറാൻ വയ്യാതാകും. എല്ലാ പ്രതിബന്ധങ്ങളെയും മറികടന്ന് അങ്ങ് പണിതുയർത്തിയ ഈ മോഹനരാജ്യം പഴകി ജീർണ്ണിച്ച ഒരു ഭൗതികാവശിഷ്ടം പോലെ തകർന്നടിയും. ഇതിനിടെ തന്നെ അങ്ങയുടെ ഹരിത പതാക അവർ കത്തിച്ചു കളഞ്ഞു. മരണസൂചകം പോലുള്ള ഒരു രക്തത്തുണി പകരം വെച്ചു. നാളെ ദേശീയഗാനത്തിനുപകരം നിരർത്ഥകമായ ഒരു കോമാളിപ്പാട്ടായിരിക്കും ആലപിക്കപ്പെടുന്നത്. ജനങ്ങൾ അങ്ങയുടെ പ്രതിമകൾ തകർത്തുവീഴ്ത്തുകയാണ്, ഛായാചിത്രങ്ങൾ വികൃതമാക്കുകയാണ്, കൊട്ടാരങ്ങൾ കൊള്ളയടിക്കുകയാണ്. അതൊരു ദുരന്ത വെളിപാടാണ്, സഹോദരമാർഗദർശീ, എനിക്കതിന്റെ ഭാഗമാകേണ്ട. അങ്ങയില്ലാതെ ഈ കപ്പൽ ഏതെങ്കിലും തീരത്തു പോയടിയും. അതിന്റെ കഷണങ്ങൾ തിരമാലകൾ തോറും ചിതറിക്കിടക്കും. അതെന്തായിരുന്നു ഒരിക്കൽ എന്നതിന്റെ യാതൊരു ലക്ഷണവും അവശേഷിപ്പിക്കാതെ ആ പ്രാകൃതസന്തതികൾ നൂറ്റാണ്ടുകളോളം സുഷുപ്താവസ്ഥയിലായിരുന്നു. വെറുപ്പിന്റെയും അടങ്ങാത്ത പ്രതികാരചിന്തയുടെയും ശിക്ഷിക്കപ്പെടാത്ത വഞ്ചനകളുടെയും ആയുധങ്ങൾ അങ്ങയുടെ അസാന്നിദ്ധ്യത്തിൽ കുഴിച്ചെടുക്കും. എത്ര ഗോത്രങ്ങളിവിടെയുണ്ടോ അത്രയും രാജ്യങ്ങളുമുണ്ടാകും. അങ്ങ് കൂട്ടിയിണക്കിയൊരുമിപ്പിച്ചവർ തങ്ങളിൽത്തങ്ങളിൽ വീണ്ടും വിഭാഗീയത കണ്ടെത്തിത്തുടങ്ങും. അങ്ങു പണിതുയർത്തിയ ഈ രാഷ്ട്രം ഒരു കുപ്പത്തൊട്ടിയാകും, ഒരു ശവപ്പറമ്പാകും."

"മതിയാക്കൂ, നിർത്തൂ."

മൻസൂർ വിങ്ങിക്കരഞ്ഞു.

മനുഷ്യവംശത്തിന്റെ മുഴുവൻ വിധിയും കൈകളിലേറ്റു വാങ്ങുന്നതു പോലെ അയാൾ എന്റെ കൈകൾ അയാളുടെ കൈകളിൽ ഏറ്റുവാങ്ങി കോർത്തു പിടിച്ചു.

"അങ്ങ് ഈ മഹാദൗർഭാഗ്യത്തെ ജയിക്കണം, പ്രഭോ. നമ്മുടെ ജന്മ നാടിന്റെ നന്മയ്ക്കും ഈ ദേശത്തിന്റെ സുസ്ഥിരതയ്ക്കും വേണ്ടി. എന്റെ ജീവനും ശരീരവും ആത്മാവും ലിബിയ അങ്ങയിലേക്കു തിരിച്ചെത്തു ന്നതിനായി ത്യജിക്കാൻ തയ്യാറാണ്."

ഞാനയാളെ ചെറുതായി, ശ്രദ്ധയോടെ ഉന്തിനീക്കി.

"പോകൂ, മൻസൂർ. സ്വൈരമായി ഞാൻ ഒറ്റയ്ക്കിരിക്കട്ടെ."

തലയുയർത്തി നോക്കുമ്പോഴേക്കും മൻസൂർ പോയിക്കഴിഞ്ഞി രുന്നു.

ഞാൻ തലകറങ്ങി വീണേനേ...

എട്ട്

കാലുകൾ ആഞ്ഞുവീശിക്കൊണ്ട് ഞാൻ മുറിയിൽ ഉലാത്തുകയാ യിരുന്നു.

ആജ്ഞാശക്തിയുള്ള എന്റെ വിരൽ ഒരു നിഴലിനെ ഉന്നമിട്ടു ചൂണ്ടാനോ സാങ്കല്പികമായ ഒരു കഴുത്ത് ഞെരിക്കാനോ വേണ്ടി മാത്രം എന്ന പോലെ ഞാനിടയ്ക്കിടെ നിന്നു.

ദേഷ്യംകൊണ്ട് ഞാൻ തുപ്പിക്കൊണ്ടിരുന്നു.

ആ ഭീരുവായ മൻസൂർ എന്റെ മേൽ കൈവെയ്ക്കാൻ നോക്കി. എന്റെ കുടുംബാംഗങ്ങളെപ്പോലും ഞാൻ ശിക്ഷിച്ചത് അതിനേക്കാൾ നിസ്സാ രമായകുറ്റങ്ങൾക്കാണ്. എന്റെ ലക്ഷ്യങ്ങളിൽ നയരഹിതരായ, സംശ യാലുക്കളായ, ശ്രദ്ധയില്ലാത്ത ആളുകൾ ആർത്തുപൊതിഞ്ഞുനിൽക്കുക യാണ്. തെറ്റായ സ്ഥലത്ത് തെറ്റായ സമയത്തുണ്ടായിരിക്കുക എന്ന താണവർ ചെയ്യുന്ന കുറ്റകൃത്യം. എന്റെ ആജ്ഞകളെക്കുറിച്ച് ആരെ ങ്കിലും ചർച്ച ചെയ്യുന്നതോ, വിധിനിർണയത്തെ ചോദ്യം ചെയ്യുന്നതോ, ദുർമുഖം കാട്ടുന്നതോ ഒന്നും എനിക്ക് സഹിക്കാനാവില്ല.

ഞാൻ പറയുന്നതു ശ്രദ്ധിക്കാത്തവൻ ബധിരനാണ്. സംശയിക്കു ന്നവൻ നരകബാധിതനാണ്. എന്റെ കോപം സഹിക്കുന്നവനെ സംബന്ധി ച്ചിടത്തോളം അത് ചികിത്സയാണ്. ചിന്തിക്കുന്നവനെ സംബന്ധിച്ചിട ത്തോളം എന്റെ നിശ്ശബ്ദത ആത്മശിക്ഷണമാണ്.

മൻസൂർ എന്ത് ലഭിക്കണമെന്നാണ് ഉദ്ദേശിച്ചിട്ടുണ്ടാവുക? അയാളുടെ മൂഢത്വത്തിന്റെ തോത് അയാൾക്കു മനസ്സിലായിക്കാണുമോ? ചൂടും തണുപ്പും ഒരുപോലെ വമിപ്പിക്കുകയായിരുന്നു അയാൾ. അടിക്കടി അസം ഗതമായ വിഷയങ്ങളിലേക്ക് വഴുതുകയും കൂറിൽനിന്ന് അനായാസം നന്ദികേടിലേക്ക് ചാടുകയും ചെയ്യുന്നവൻ.

അയാളെന്റെ സ്വാസ്ഥ്യം കെടുത്തിയിരിക്കുന്നു. ഞാനിവിടെയില്ലായി രുന്നുവെങ്കിൽ ലിബിയ എന്താവുമായിരുന്നു? പേരും ഭാവിയുമില്ലാത്ത ദുരന്തമായിത്തീരും. നിർഭാഗ്യവും അപമാനവും ഈ പുണ്യഭൂമിക്കു വിധിക്കപ്പെടും. നമ്മുടെ ശ്മശാനങ്ങൾ രാപകൽ ഭേദമന്യേ ഭൂതങ്ങളെ

പുറത്തുവിടും. ജീവിച്ചിരിക്കുന്നവരെ പ്രേതജന്മങ്ങളാക്കും. സ്മാരകശിലകളെ കഴുമരങ്ങളാക്കും.

ആധികളാൽ വേട്ടയാടപ്പെട്ട്, ഒരു മനോരോഗിയെപ്പോലെ ചിതറിയ ചിന്തകൾ മനസ്സിൽ പന്താടിക്കൊണ്ട് ഞാൻ കൂടിനുചുറ്റും പമ്മിനടന്നു. അപരാധിയല്ലാത്തത് ദൈവം മാത്രം! ഞാനൊരു കുഴപ്പക്കാരനാണെന്നോ? അതോ അബദ്ധം പറ്റിയെന്നോ? കമാൻഡർ എന്തായിരുന്നു പരാമർശിച്ചത്? ഞാനൊരു കുഴപ്പവും കുത്തിപ്പൊക്കിയിട്ടില്ല. അബദ്ധം വരുത്തിയിട്ടുമില്ല. എന്റെ വാഗ്ദാനങ്ങൾ പൂർണതയോടെ നിറവേറ്റി, പന്തയങ്ങളെല്ലാം ജയിച്ചു, വെല്ലുവിളികളെ നേരിട്ടു. എന്നിട്ടും തെരുവിൽ നിറഞ്ഞുനുരയുന്ന രോഷദ്വേഷ്യങ്ങൾ. അതൊരപചയമാണ്, അപകീർത്തിയാണ്, ദൈവനിന്ദയാണ്. അമ്പരപ്പിക്കുന്ന നന്ദികേടുമാണ്.

ഞാൻ ഒരു സ്വേച്ഛാധിപതിയല്ല. വിട്ടുവീഴ്ചയില്ലാത്ത ഒരു കാവൽഭടനാണ്, മോന്തയേക്കാൾ വലിയ ദംഷ്ട്രകളുള്ള ഒരമ്മച്ചെന്നായ. അന്താരാഷ്ട്ര വേദികളിൽച്ചെന്ന് അവകാശഭൂമിയെ അടയാളപ്പെടുത്താൻ അവിടെ മൂത്രമൊഴിക്കുന്ന ഒരസൂയക്കടുവ. മുകളിൽനിന്നാരെങ്കിലും എന്നെ നോക്കുമ്പോൾ നട്ടെല്ലു വളയ്ക്കാനോ നിലത്തേക്കു നോക്കാനോ അറിഞ്ഞുകൂടാത്തവൻ. പൂർണചന്ദ്രൻ എന്റെ പ്രഭാവലയമാകുംവിധം തലയുയർത്തിപ്പിടിച്ചാണ് നടക്കാറുള്ളത്. ലോകത്തിലെ യജമാനന്മാരുടെയും അവരുടെ അടിയാളന്മാരുടേയും മീതെയാണ് ഞാൻ ചവുട്ടി നടക്കുന്നത്.

ആളുകൾ പറയും 'എനിക്ക് അധികാരമദമാണെന്ന്.'

അതു ശരിയല്ല.

ഞാനൊരു വ്യത്യസ്തജീവിയാണ്, ദൈവകാരുണ്യത്തിന്റെ അവതാരം. ദൈവങ്ങളുടെ അസൂയാപാത്രം. സ്വന്തം നിലയിൽ ഒരു വിശ്വാസമതം രൂപീകരിക്കാനറിയാവുന്നവൻ.

ലിബിയയിലെ ധീരന്മാർ അധഃപതിച്ചതും മാതൃരാജ്യത്തെ തകർക്കാൻ പ്രേരിപ്പിക്കപ്പെട്ടതും അഴുക്കുവെള്ളമെന്ന കണക്കെ രക്തമൊഴുക്കിയതും എന്റെ കുറ്റമാണോ? അവരുടെ രക്തസാക്ഷിത്വത്തിൽ പാവകളിക്കാർ ആഹ്ലാദിച്ചപ്പോഴായിരുന്നു, അന്തസ്സിന്റെ അവസാനത്തെ ഇറുക്കുകുപ്പായത്തിൽനിന്നു മോചനം നേടുമ്പോഴായിരുന്നു അതെല്ലാം.

വിരലുകൾ തലയ്ക്കു പിറകിൽ പിണച്ചുവെച്ചുകൊണ്ട് ചുവരിനെതിരെ തലചായ്ച്ചു. ദീർഘമായി ശ്വാസോച്ഛ്വാസം ചെയ്തു. 'തുടരൂ, മുഅമ്മർ, ആത്മാവിലേക്കു സ്വച്ഛവായു നിറയ്ക്കൂ. അതിന്റെ സുഗമഗതിയിലെ വിഘാതങ്ങളെ മാറ്റി ശുദ്ധീകരിക്കൂ. ഒരു സ്ത്രീയുടെ ചൂര് അറിയുന്നതുപോലെ മന്ദമായി ശ്വസിക്കൂ. ഉള്ളിലെ ദുഷിപ്പിനെ പുറത്തുകളയൂ...

ഇങ്ങനെ തുടരൂ, ശരി, അങ്ങനെതന്നെ... ശ്വസിക്കൂ, ശ്വസിക്കൂ... തൂക്കു പൂന്തോട്ടത്തിനുള്ളിലാണെന്നു സങ്കല്പിക്കൂ. ബാബിലോണിന്റെ സുഗന്ധത്തെ ശ്വാസകോശങ്ങളിലേക്കാവാഹിക്കൂ. സ്വർഗവിഹഗങ്ങൾക്കും മീതെ നിന്റെ ചേതന ഒഴുകിപ്പറക്കട്ടെ. നീ മുഅമ്മർ ഗദ്ദാഫിയാണ്, അതു മറന്നുവോ? നിസ്സാരമായ യാതൊന്നിനേയും നിന്റെ മേഘത്തിൽനിന്നു വലിച്ചിറക്കാനനുവദിക്കരുത്.

എന്റെ ശബ്ദം ഇന്ദ്രിയങ്ങളിലേക്ക് തുളച്ചുകയറി സാന്ത്വനിപ്പിച്ചു. അന്തഃകരണത്തെ വിശുദ്ധമാക്കി. നെറ്റിയിൽ വിങ്ങിനിന്നിരുന്ന മിടിപ്പുകൾ ക്രമേണ അടങ്ങിത്തുടങ്ങി. നാഡീസ്പന്ദനം സാധാരണ നിലയിലായി. വളരെ സുഖം തോന്നി.

മെത്തയിലേക്കു തിരിച്ചുചെന്നു. ഖുർ ആൻ എടുത്ത് അലസമായി ഒരു താൾ തുറന്നു. ശ്രദ്ധിക്കാനായില്ല. മൻസൂറിന്റെ വിലാപങ്ങൾ തിരികെ വന്നു. കൂടംകൊണ്ട് ആരോ മൂർദ്ധാവിൽ അടിക്കുന്നതുപോലെ. സ്വസ്ഥതയ്ക്കുവേണ്ടി കണ്ണുകളടച്ചു.

എനിക്കറിയാവുന്ന ഏകശബ്ദം ഇതാണ്: ഉണ്മയുടെ അഗാധതകളിൽനിന്ന് ഉയർന്നുവരുന്ന ശബ്ദം. അതെന്നെ വിളിക്കുന്നു. വീണാതന്ത്രികളെന്നപോലെ ആത്മവീര്യത്തെ തൊട്ടുണർത്തുന്നു. ഏകാധിപത്യപ്രവണതയെ പറിച്ചെറിയാനും വിധിയെ മുട്ടുകുത്തിക്കാനും പ്രേരിപ്പിച്ചത് ആ ശബ്ദമാണ്.

ലോകത്തിൽ ഒരു മുദ്ര പതിപ്പിക്കാനാണ് ഞാനെത്തിയതെന്ന് അപ്പോഴുമറിയാമായിരുന്നു.

സന്ദേഹിയായിപ്പോകുന്ന വേളകളിൽ ആ പ്രാപഞ്ചികശബ്ദം വഴി കാണിച്ചു കൊണ്ടിരുന്നു. സ്വർഗീയാനുഗ്രഹം ലഭിച്ചവനാണ് ഞാനെന്ന് അനുദിനം തെളിയിച്ചു തന്നു.

എന്റെ ശബ്ദമല്ലാതെ മറ്റൊന്നും ഞാൻ ശ്രദ്ധിക്കാറില്ല.

ഞാൻ ശ്രദ്ധിക്കുന്നില്ലെന്നു കാണുമ്പോഴൊക്കെ അമ്മ അവരുടെ മുടി അസഹ്യതയോടെ പിടിച്ചുവലിക്കുമായിരുന്നു. ഞാനേതോ മന്ത്രത്തിനടിമ പ്പെട്ടുപോയെന്നായിരുന്നു അമ്മയുടെ ധാരണ. അമ്മ സകലതരം കപട സിദ്ധന്മാരെയും കാണിച്ചു. ശാന്തനാക്കാൻ അവരുടെ മരുന്നുകൂട്ടുകളും ഏലസ്സുകളുമൊന്നും പ്രയോജനപ്പെട്ടില്ല. എനിക്കു തോന്നുന്നതുപോലെയൊക്കെ ഞാൻ ചെയ്തു. ശാസനകൾക്കു കാതുകൊടുത്തതേയില്ല. ചേർന്നുപോകാത്ത കാര്യങ്ങൾക്കെല്ലാമെതിരെ സ്വയം കൊട്ടിയടച്ചിരുന്നു. 'നാടോടികളുടെ മന്ത്രവലയത്തിൽ നീ പെട്ടുപോയല്ലോ' എന്ന് അമ്മ കരയുമായിരുന്നു. അമ്മ സഹികെട്ടിരുന്നു. "നേരം വെളുത്ത് ഇരുളും വരെ നീയെന്നെയിങ്ങനെ രോഗിണിയാക്കാൻമാത്രം ഞാനെന്ത് തെറ്റ്

നിന്നോടു ചെയ്തു" എന്ന് അമ്മ ചോദിക്കുമായിരുന്നു. "നിന്നെ നല്ല കുട്ടിയായി ഒരു തവണയെങ്കിലും ഈയമ്മയ്ക്ക് കാണാൻ കഴിയുമോ?" പാവം തോന്നിയിട്ട് ഞാൻ അമ്മ അപേക്ഷിക്കുന്നതുപോലെ അനുസരിക്കാമെന്നേറ്റു. കുറെനേരം കഴിഞ്ഞപ്പോൾ ഞങ്ങളുടെ വാതിലിനരികെ ഒരയൽവാസി അവരുടെ കണ്ണീരും മൂക്കിളയുമൊലിപ്പിക്കുന്ന കുട്ടിയെയും ഉന്തിക്കൊണ്ട് എത്തി. "നിങ്ങൾ അവനെ, നിങ്ങളുടെ ആ ജിന്നിനെ, അടച്ചുപൂട്ടിയിടണം." അവർ എന്റെ അമ്മയോടലറി. "അവൻ നിൽക്കുന്നിടത്തേക്കു ചെല്ലുമ്പോഴേക്കും കുട്ടികളുടെമേൽ ചാടിവീഴുന്നു."

വാസ്തവമെന്താണെന്നുവച്ചാൽ ആര് പറയുന്നതും ഞാൻ കേൾക്കാറില്ല. ആരുടെയും കള്ളങ്ങൾ കേൾക്കാൻ വയ്യാത്തതുകൊണ്ടു തന്നെ.

ആളുകൾ കള്ളം പറയാറുണ്ട്. അച്ഛനെക്കുറിച്ചു ചോദിച്ചപ്പോൾ അമ്മ പെട്ടെന്ന് പറയുമായിരുന്നു, "അദ്ദേഹം സ്വർഗത്തിലാണ്". അച്ഛനെ പിരിഞ്ഞിരിക്കുന്നത് എനിക്കു സഹിക്കാനാവുമായിരുന്നില്ല. അദ്ദേഹത്തിന്റെ അസാന്നിധ്യം എന്നെ ഭയപ്പെടുത്തി. കുട്ടികൾ അച്ഛന്മാർക്കു ചുറ്റും ഓടിക്കളിക്കുന്നത് കാണുമ്പോൾ സങ്കടം വരുമായിരുന്നു. കാണാൻ അശുക്കളായിരുന്നുവെങ്കിലും അച്ഛനുള്ള കുട്ടികൾ ദൈവത്തോളം പൊക്കമുള്ളവരാണവരെന്ന് തോന്നിയിരുന്നു.

അഞ്ചുവയസ്സായിരുന്നപ്പോഴേ എങ്ങനെയെങ്കിലും മരിച്ചാൽ മതിയെന്നായിരുന്നു. മരിച്ചാൽ സ്വർഗത്തിൽ അച്ഛന്റെയൊപ്പം കഴിയാമല്ലോ? അച്ഛനില്ലാതെ ജീവിച്ചിരിക്കുന്നതിൽ ഒരു രസവുമില്ല. മരിക്കാൻവേണ്ടി ഒരു വിഷച്ചെടി തിന്നു. പക്ഷേ വയറിളക്കവും പനിയും പിടിച്ചെന്നുമാത്രം. ഒമ്പതു വയസ്സുണ്ടായിരുന്നപ്പോൾ അമ്മാവന്റെ അടുത്തുചെന്ന് വീണ്ടും വീണ്ടും ചോദിക്കുമായിരുന്നു അച്ഛന് എന്തു സംഭവിച്ചുവെന്ന്. "അദ്ദേഹം ഒരു ദ്വന്ദയുദ്ധത്തിൽ കൊല്ലപ്പെട്ടതാണ്. ഗോത്രത്തിന്റെ അഭിമാനത്തിന്റെ പേരിൽ." അദ്ദേഹത്തിന്റെ ശവകുടീരം കാണിച്ചുതരാൻ അമ്മാവനോടാവശ്യപ്പെട്ടു.

"ധീരന്മാർ ഒരിക്കലും മരിക്കില്ല. അവർ മക്കളിലൂടെ ജീവിക്കും." അതിശയോക്തിപരമായ ആ വിശദീകരണം സ്വീകരിക്കാൻ ഞാൻ തയ്യാറായില്ല. മനസ്സ് നിയന്ത്രണാതീതമായി കലങ്ങി. "നിന്റെ അച്ഛനെ ഗോത്രത്തിൽനിന്നു പുറത്താക്കിയതാ. അദ്ദേഹം ഗോത്രത്തിന്റെ വിശ്വാസത്തെ നഷ്ടപ്പെടുത്തിയെന്നാ കേൾക്കുന്നത്..." മച്ചുനന്മാരുടെ കുത്തുവാക്കുകൾ ക്രോധാവേശങ്ങളെ ഇരട്ടിപ്പിച്ചു.

റോമ്മലിന്റെ കടന്നാക്രമണ സമയത്ത് ഒരു ടാങ്കിനടിയിൽ ഞെരിഞ്ഞമർന്നാണ് അച്ഛൻ മരിച്ചതെന്നാണ് ഒരു അയൽവാസി ഉറപ്പിച്ചു പറഞ്ഞത്.

“ആ പാവം മനുഷ്യൻ മണൽക്കാറ്റിൽ അദ്ദേഹത്തിന്റെ ആടിനൊപ്പ മായിരുന്നു. ടാങ്ക് വരുന്നത് അദ്ദേഹം കണ്ടില്ല.” അതുകേട്ട് ഞാൻ കലി കൊണ്ടു.

“ആരെങ്കിലും അദ്ദേഹത്തിന്റെ ശരീരം തിരികെ കൊണ്ടുവന്നു കാണും.”

“ടാങ്ക് കയറിയിറങ്ങി ചതഞ്ഞുപോയ ശരീരത്തിൽനിന്ന് എന്തു കൊണ്ടുവരാൻ? അരഞ്ഞുപോയ ആ കുഴമ്പിൽ ഒരാടുണ്ടായിരുന്നെന്നു പോലും തിരിച്ചറിയാൻ കഴിയില്ലായിരുന്നു...”

കഠിനമായ നിരാശയോടെ ഞാൻ വിങ്ങിക്കരഞ്ഞു. അയൽക്കാരൻ അടക്കിച്ചിരിക്കാൻ തുടങ്ങിയപ്പോൾ കലികൊണ്ട് അയാളെ പാറക്കല്ലു കളെടുത്ത് എറിഞ്ഞു. മനുഷ്യസമുദായത്തെയാകെ കല്ലുകൾകൊണ്ട് എറിഞ്ഞുമൂടിക്കളയാൻ ആഗ്രഹിച്ചു.

ഏതു സിദ്ധനെ സമീപിക്കണമെന്നറിയാതെ അമ്മാവൻ കുഴങ്ങി. നിസ്സഹായതയോടെ അദ്ദേഹം കൈകൾ കൂട്ടിത്തിരുമ്മി. എന്റെ പെരു മാറ്റത്തെക്കുറിച്ച് ആവലാതികൾ പറഞ്ഞ ആളുകളോട് അമ്മാവൻ അപമാനകരമാംവിധം മാപ്പു ചോദിച്ചു.

പതിനൊന്നു വയസ്സാകുന്നതുവരെ ആളുകൾ മാനസികരോഗമുള്ള ഒരു കുട്ടിയെന്ന നിലയിൽ പെരുമാറി. ഒരു മനോരോഗ ആശുപത്രിയിൽ പ്രവേശിപ്പിച്ചാലോ എന്ന ആലോചനപോലുമുണ്ടായി. പക്ഷേ, രക്ഷി താക്കൾ ദരിദ്രരായിരുന്നു. അവസാനം, ഗ്രാമത്തിന് സൈ്വര്യം കിട്ടട്ടെ എന്നുകരുതി എന്നെ സ്കൂളിലേക്കയയ്ക്കേണ്ടിവന്നു.

അവിടെ സ്കൂളിലെ ടോയ്‌ലറ്റിലെ കണ്ണാടിയിൽ നിന്നാണ് എന്നോട് സംസാരിക്കുന്ന സ്വരം ഞാനാദ്യമായി കേൾക്കുന്നത്. അത് എന്നോട് ഖണ്ഡിതമായി പറഞ്ഞു “അനാഥൻ ആയിരിക്കുക എന്നത് അപമാന കരമായ ഒരവസ്ഥയല്ല.”

പ്രവാചകനായ മുഹമ്മദ് നബിക്ക് അച്ഛനാരെന്നറിയില്ലായിരുന്നു. ഇസ ഇബ്ൻമാറിയ(കൊറാനിലെ യേശുക്രിസ്തു)ത്തിന്റെ കാര്യവും അങ്ങനെതന്നെ.

അതൊരദ്ഭുതശബ്ദമായിരുന്നു. ഒപ്പുകടലാസുപോലെ അത് എന്റെ വേദനകളെ വലിച്ചെടുത്തു. മിക്കവാറും സമയങ്ങളിൽ ആ സ്വരത്തിന് കാതോർത്തു. മറ്റൊരു ശബ്ദവും കേൾക്കാത്ത മരുഭൂവിന്റെ ഏകാന്തത യിലേക്ക് ആ ഏകസ്വരം മാത്രം കേൾക്കാനായി ഞാൻ പോകുമായി രുന്നു. അപവാദങ്ങളാൽ പരിഹസിക്കപ്പെടാത്തവിധം അനായാസം സാവ കാശം അതുമായി സംവദിക്കാൻ കഴിഞ്ഞു. ഞാനൊരു ഇതിഹാസമായി മാറാൻ നിയോഗിക്കപ്പെട്ടവനാണെന്ന് മനസ്സിലായത് അപ്പോഴായിരുന്നു.

സെഭായിലെയും മിസ്റാത്തായിലെയും സ്കൂളുകളിൽ സഹപാഠികൾ എന്റെ വാക്കുകളെ മത്തുപിടിക്കുംവരെ കേൾക്കുമായിരുന്നു. അവരെ സംസാരംകൊണ്ട് മന്ത്രവ്യാമുഗ്ദ്ധരാക്കിയത് ഞാനായിരുന്നില്ല. ചേതനയിലൂടെ അനർഗളം പുറത്തേക്ക് ആലപിച്ച ആ അന്തഃരാള ശബ്ദമായിരുന്നു. അധ്യാപകർക്ക് എന്നെ സഹിക്കാനാവുമായിരുന്നില്ല. അവർ തന്ന മാർക്കിലെ കുറവിനെക്കുറിച്ചു തർക്കം പറയുകയും മൂഢന്മാർക്കു വേണ്ടി വാദിക്കുകയും തെറിവിളിക്കുകയുമെല്ലാം ചെയ്തു. മാത്രമല്ല കുലീന വിദ്യാർത്ഥികൾക്കെതിരെ പാവപ്പെട്ട കുട്ടികളെ ഇളക്കിവിട്ടു. രാജാവിനെ വിമർശിച്ചു. പുറത്താക്കലുകൾകൊണ്ടും ശിക്ഷാനടപടികൾകൊണ്ടുമൊന്നും ഒരു പ്രയോജനവുമുണ്ടായില്ല.

ഞാൻ മിലിറ്ററി അക്കാദമിയിൽ പ്രവേശിച്ചപ്പോൾ ഒരു കുഴപ്പക്കാരൻ എന്ന പദവി അരയ്ക്കിട്ടുറപ്പിക്കപ്പെട്ടു. ചട്ടങ്ങൾക്കും വ്യവസ്ഥകൾക്കുമൊന്നും എന്നെ കീഴ്പ്പെടുത്തിയെടുക്കാനാവുമായിരുന്നില്ല. പ്രതിഷേധികളായ ഗൂഢസംഘങ്ങൾക്ക് നുഴഞ്ഞുകയറാൻ മാർഗ്ഗമുണ്ടാക്കി. മാവോയുടേയും അബ്ദുൾനാസറിന്റേയും പദവിയിലേക്ക് ഞാൻ ഉയർത്തപ്പെടുന്നതായി സ്വപ്നം കാണാൻ തുടങ്ങി.

“സഹോദരമാർഗദർശീ...” വാതിലിനപ്പുറത്തുനിന്ന് ഒരു ശബ്ദം.

“ജനറൽ അങ്ങയോട് അങ്ങോട്ടു ചെല്ലാൻ അഭ്യർത്ഥിക്കുന്നു. അദ്ദേഹം താഴെ അങ്ങയെ കാത്തുനിൽക്കുകയാണ്.”

ഒമ്പത്

"വാഹനവ്യൂഹത്തിന്റെ ആദ്യവിഭാഗം എത്തിയിരിക്കുന്നു." താഴെ നില യിലെത്തിയപാടെ അബൂബക്കർ അറിയിച്ചു.

"എത്ര വാഹനങ്ങൾ?"

"ഇരുപത്. നന്നായി സജ്ജമാക്കിയ അമ്പത് സേനാവിഭാഗങ്ങളു മുണ്ട്."

"എന്റെ മകൻ?"

"ലെഫ്റ്റനന്റ് കേണൽ ട്രിഡ് പറയും പ്രകാരമാണെങ്കിൽ അദ്ദേഹം അധികം വൈകില്ല."

ട്രിഡിന്റെ പേരുകേട്ട മാത്രയിൽ പുതുജീവൻ കിട്ടിയതുപോലെ.

"ട്രിഡ് ഇവിടെയുണ്ടോ?"

"രക്തമാംസങ്ങളോടെ, സഹോദരമാർഗദർശി." ഇടതുവശത്ത് ഒരു ശബ്ദം മുഴങ്ങി.

ലഫ്റ്റനന്റ് കേണൽ എന്നെ സല്യൂട്ട് ചെയ്തു. അയാളെക്കണ്ട് വളരെ സന്തോഷം തോന്നി. കെട്ടിപ്പിടിക്കാനും.

എന്റെ സൈന്യത്തിലെ ഏറ്റവും പ്രായം കുറഞ്ഞ ലഫ്റ്റനന്റ് കേണൽ ആണ് ബ്രാഹിം ട്രിഡ്. വെറും മുപ്പത് വയസ്സേ ഉണ്ടായി രുന്നുള്ളൂ അയാൾക്കെങ്കിലും ഒട്ടേറെ ധീരകർമ്മങ്ങൾ പ്രവർത്തിച്ച യാളാണ്.

കുറുകി ഉറച്ച സുന്ദരരൂപം. കൗമാര ദശയിലെന്നപോലെ ആ മു ഖത്ത് മീശ വേറിട്ടു നിന്നു.

എന്റെ ഓഫീസർമാരിൽ കാണാൻ കൊതിച്ച തരം സദ്ഗുണങ്ങൾ അയാളിലുണ്ടായിരുന്നു. അയാളെപ്പോലെ ശേഷിയുള്ള നൂറുപേർ ഒപ്പ മുണ്ടായിരുന്നെങ്കിൽ ലോകത്തിലെ ഏറ്റവും മികച്ച സേന എന്റേതാ യേനേ. അയാളുടെ കുലീനഭാവവും ചുളിയാത്ത യൂണിഫോമും നന്നായി പോളീഷ് ചെയ്തു മിനുക്കിയ ബൂട്ട്സും ചേർന്ന് അയാൾ

യുദ്ധത്തിൽനിന്നും കുഴപ്പങ്ങളിൽ നിന്നും ഉയരെ അനായാസം വായുവിൽ നീന്തുകയാണെന്നു തോന്നും. അയാളുടെ വീരകഞ്ചുകത്തിന്റെ പൊടികൾ മാന്ത്രികധൂളികളെപ്പോലെ തിളങ്ങി. നിർഭയനും ബുദ്ധിശാലിയുമായ ലെഫ്റ്റനന്റ് ബ്രാഹിം ട്രിഡ് എന്റെ ഓട്ടോ സ്കോർസെനിയാണ്. ഞാനയാളെ അസാദ്ധ്യമായ പല ദൗത്യങ്ങളും ഏല്പിച്ചിരുന്നു. ഉജ്ജ്വലമായ നിലയിൽത്തന്നെ അയാൾ അതെല്ലാം സഫലമാക്കി.

അസാവാദ് മാലവിയൻ എതിർചേരിക്കാർക്ക് പരിശീലനം നൽകാൻ വിശ്വസിച്ചേൽപ്പിച്ചത് ട്രിഡിനെയായിരുന്നു. മൗറിത്താനിയൻ വിപ്ലവകാരികളെ റിക്രൂട്ട് ചെയ്യുന്ന ജോലിയും സാഹെലിനെ അസ്ഥിരപ്പെടുത്താനുള്ള പദ്ധതികളാവിഷ്കരിക്കുന്ന ദൗത്യവും ഏല്പിച്ചത് അയാളെതന്നെ. എന്റെ ഒരു വിഭാഗം കുടുംബാംഗങ്ങളെ അൾജീരിയായിലെ സുരക്ഷാസ്ഥാനങ്ങളിലെത്തിച്ചതും അയാളാണ്. ഒരിക്കലും അയാളെന്നെ നിരാശപ്പെടുത്തിയില്ല. സൂക്ഷ്മത, സഹനക്ഷമത, ധൈര്യം എന്നിവയിൽ ആ തലമുറയിലെ മറ്റേതൊരു ഉദ്യോഗസ്ഥനിൽ നിന്നും അയാൾ വേറിട്ടു നിന്നു. അയാളുടെ സാന്നിദ്ധ്യം ഒന്നുമാത്രം മതിയായിരുന്നു ഞങ്ങൾക്ക് സമാശ്വാസിക്കാൻ. മൻസൂർ പോലും പുറമെ സന്തോഷം പ്രകടിപ്പിച്ചു.

“നീ മരിച്ചുപോയെന്നാണല്ലോ സംസാരം.” സന്തോഷാധിക്യം അധികം പുറത്തുകാട്ടാതെ കുശലം ചോദിച്ചു.

“കേട്ടുകേൾവിയൊക്കെ തെറ്റായിരുന്നു.” ഏത് അങ്കത്തിനും ഒരുക്കമെന്ന മട്ടിൽ അയാൾ ഇരുകൈകളും നിവർത്തി.

“എങ്ങനെയാണ് ഞങ്ങളെ കണ്ടെത്താനായത്?”

“സ്നേഹിക്കുന്നവർ സ്വാഭാവികമായും പരസ്പരം കണ്ടെത്തിക്കൊള്ളും സഹോദരമാർഗദർശീ. അങ്ങയുടെ പ്രഭാവമാണെന്റെ ധ്രുവനക്ഷത്രം.”

“സത്യമായിട്ടും?”

“ബൻഗാസി കലാപകാരികളുടെ സംഘടിതശേഷി നഷ്ടപ്പെട്ടു. കണ്ടുപിടിക്കപ്പെടാതെതന്നെ ഏതൊരു ഗ്രൂപ്പിനും ഉള്ളിൽ കയറിക്കൂടാം എന്ന നിലയാണ്. ഞങ്ങൾ അവരെ നഗരംവരെ പിന്തുടർന്നു. രണ്ടാം ജില്ലയിലെ റോഡ് ബ്ലോക്കിനിടയിൽകൂടെ ഒളിച്ചും പമ്മിയും ഞങ്ങൾ മുന്നേറി. കേണൽ മുത്താസ്സിമിന്റെ ആളുകൾ പോയിന്റ് 36 വരെ എന്നെ അനുഗമിച്ചു. പിന്നെ കണ്ണുമടച്ചുകൊണ്ട് ബാക്കി ഭാഗം ഞങ്ങൾ കടന്നു.”

“എന്റെ മകനെ കണ്ടോ?”

“കണ്ടു സാർ. അദ്ദേഹം എല്ലാം വളരെ നന്നായി ചെയ്തു. കിഴക്കു നിന്നുള്ള ആക്രമണത്തെ തുരത്തുകയും നമ്മുടെ അവശിഷ്ടായുധച്ചവറുകൾ നശിപ്പിക്കുകയും ചെയ്തു. സേനാവിഭാഗങ്ങളെ പുതുക്കി

വിന്യസിച്ചതിനുശേഷം ഞാനിങ്ങു പോന്നു. പതിനൊന്നു വാഹനങ്ങൾ അദ്ദേഹം വിട്ടുതന്നതുമായിട്ടാണ് ഞാൻ വന്നിട്ടുള്ളത്."

"അവൻ എങ്ങനെയിരിക്കുന്നു?"

"വളരെ ഉഷാറാണ്. ഒന്നോ രണ്ടോ മണിക്കൂർ വൈകുമെന്ന് അങ്ങയോടു പറയാൻ ഏല്പിച്ചിരിക്കുന്നു. പക്ഷേ ഉത്തരവാദിത്വഭാരമുണ്ട്."

അയാൾ മേശപ്പുറത്തെ ഗ്ലാസ്സുകൾ മാറ്റി ഭൂപടം നിവർത്തി കാര്യങ്ങൾ വിശദീകരിച്ചു തന്നു.

"വളരെ സങ്കീർണമാണ് അവസ്ഥയെങ്കിലും പരിഹരിക്കാനാവാത്തതല്ല." ഭൂപടത്തിൽ അയാൾ ഞങ്ങളുടെ സ്ഥാനവും ശത്രുപാളയങ്ങളും കളർ പെൻസിൽ കൊണ്ട് വട്ടങ്ങൾ വരച്ചുകാണിച്ചു.

"ആ ഒരു കൂട്ടം കലാപസേന പടിഞ്ഞാറുവശത്തായി ക്യാമ്പു ചെയ്തിട്ടുണ്ട്. ഈ ഭാഗം മിസ്റാത്തയാണ് പിടിച്ചെടുത്തത്. തീരം ചേർന്നാണ് ഒരു വിഭാഗം മുന്നേറുന്നത്. മറ്റേത് സിദിബെവയറാലാ റിംഗ്റോഡ് വഴി 167 ഉപമാർഗ്ഗത്തിലേക്കാണ് പോയിക്കൊണ്ടിരിക്കുന്നത്. ഫെബ്രുവരി 17 രക്തസാക്ഷിസേന ബ്രിഗേഡും അൽ ചൊയ്ദയും ചേർന്ന് ആ വശം മുഴുവൻ അടച്ചിരിക്കുകയാണ്. കിഴക്കുഭാഗത്ത് ബൻഗാസിയിൽ നിന്നുള്ള ചെകുത്താൻകൂട്ടം അബൂസാഹിയാൻ റോഡുവഴി നീങ്ങുന്നുണ്ട്. രണ്ടു കൂട്ടരും 167-ൽ സന്ധിച്ച് ബിർഹമ്മയെ ഒറ്റപ്പെടുത്താനാണ് ശ്രമിക്കുന്നത്."

"നമ്മുടെ സ്ഥാനം അവർക്ക് അറിയാമോ?"

"അറിയാമെന്നു തോന്നുന്നില്ല."

"എന്താണ് നിങ്ങളുടെ പ്ലാൻ?"

"തടസ്സങ്ങൾ തകർത്തുനീക്കാൻ നമുക്ക് രണ്ടു മാർഗ്ഗങ്ങൾ പരീക്ഷിക്കാം. ആദ്യത്തേത് കിഴക്കോട്ട് സ്ഥൈര്യത്തോടെ നീങ്ങുക. ബൻഗാസിയിൽനിന്നുള്ള നായ്ക്കൾക്ക് അവരുടെ മുന്നണിയെ ഏകോപിപ്പിക്കുന്നതിനേക്കാൾ താത്പര്യം തകർക്കുകയും കൊള്ളയടിക്കുകയും ചെയ്യുന്നതിലാണ്."

"അല്ല," പ്രതിരോധമന്ത്രി പറഞ്ഞു. "ആ വഴി അപകടം പിടിച്ചതാണ്."

"എല്ലാം അപകടം പിടിച്ചതു തന്നെയാണ് ജനറൽ, എല്ലാം പ്രായോഗികവുമാണ്."

"പ്രഭു ഞങ്ങളോടൊപ്പമുള്ളപ്പോൾ അല്ല."

ലഫ്റ്റനന്റ് കേണൽ വഴങ്ങി. അദ്ദേഹം രണ്ടാമത്തെ മാർഗം വിശദീകരിക്കാൻ തുടങ്ങി.

"ഇന്നുച്ചതിരിഞ്ഞ് ഈ കനത്ത വഴിയിൽ നിന്ന് തന്ത്രപൂർവ്വമൊരു പിന്തിരിയൽ ആസൂത്രണം ചെയ്യാം. ഈ വഴി കലാപകാരികളുടെ പ്രഥമ

വഴിയാണ്. ശത്രുക്കൾ രണ്ടോ മൂന്നോ കിലോമീറ്ററോളം തെക്കുകിഴക്കോട്ടും തെക്കുപടിഞ്ഞാറുമായി ഉൾവലിഞ്ഞിട്ടുണ്ട്. നമുക്ക് യഥേഷ്ടം മുന്നേറാനുള്ള സൗകര്യവും സാവകാശവും ആരുടേതുമല്ലാത്ത ആ ഭാഗത്തു ലഭിക്കും. എന്റെ നിരീക്ഷണസേനാവിഭാഗത്തിന്റെ അഭിപ്രായപ്രകാരം ബിർഹമ്മാ മുതൽ കൂർബ് അൽ-അഖ്വാസ് വരെയുള്ള വഴി എടുക്കാം."

"അതൊരു പതുങ്ങിയാക്രമണമായിത്തീർന്നേക്കാം." മൻസൂർ വിയോജിപ്പു പ്രകടിപ്പിച്ചു. "ആ വിടവ് ഒരു കെണിയായി കൂടായ്കയില്ല. നമ്മൾ ഒരു ചോർപ്പിനകത്തേക്ക് വലിക്കപ്പെടുകയാണെങ്കിൽ ഒരു കൊടിൽ നീക്കംകൊണ്ട് നമ്മെ അവർക്ക് പുറത്തെടുത്ത് നശിപ്പിക്കാവുന്നതേയുള്ളൂ. 167 ഉപവഴി മിസ്റാത്താ ഏറ്റെടുത്താൽ നമുക്ക് പിന്തിരിയാൻ പോലും കഴിയാതെ വരും."

"ക്രമരഹിതമായ ഒരു സേനയെയാണ് നാം അഭിമുഖീകരിക്കുന്നത്." ലെഫ്റ്റനന്റ് ഉറപ്പിച്ചുപറഞ്ഞു. "വഴിയിൽ വരുന്നതിനെയെല്ലാം അടിച്ചുടച്ചു പാഞ്ഞുവരുന്ന ഒരു കുത്തൊഴുക്കാണത്. പടിഞ്ഞാറുഭാഗത്തേക്ക് ബബാമിസ്റ്റുകൾ നഗരത്തിലൂടെ ഒരു കൂർമ്പൻ ചീർപ്പുമായി കടന്നുപോകുന്നു. കിഴക്കു ഭാഗത്തേക്ക് ബൻഗാസിയിൽ അരാജകത്വമൊക്കെത്തന്നെയാണ്. എന്നാലും ആ തെണ്ടികൾ നമ്മെ പ്രതിരോധിക്കാനിടയുണ്ട്. അവരുടെ സൈനിക ബലത്തിന്റെ തോത് നമുക്കറിയില്ല. ആയിരക്കണക്കിനുപേർ തെരുവുകളിൽ കറങ്ങി നടക്കുന്നുണ്ട്. സൈനികവ്യൂഹങ്ങളെ കൊള്ള ചെയ്യാൻ. പിന്നെ അവശേഷിച്ച രക്ഷാമാർഗ്ഗം തെക്കുദിക്കാണ്."

ഞാൻ ലഫ്റ്റനന്റ് കേണലിന്റെ നിർദ്ദേശം സ്വാഗതം ചെയ്തു. തർക്കമറ്റതാണയാളുടെ വാദങ്ങൾ. സഹജാവബോധം എന്നെ ചതിക്കാറില്ല. ഇന്നു രാവിലേയും ഞാൻ തിരഞ്ഞെടുത്ത പദ്ധതി തെക്കോട്ടുള്ള നീക്കം തന്നെയായിരുന്നു.

എനിക്കു വേണ്ടി ആ ശബ്ദം സംസാരിക്കുന്നുണ്ടെന്നതിന് തെളിവാണിത്. ദൈവമിച്ഛിക്കുന്നതാണ് ഞാൻ തീരുമാനിക്കുക. ബാബ് അൽ അസിസിയായിലെ വസതിയിൽ കുടുംബാംഗങ്ങളെല്ലാം ചേർന്ന് പ്രിയപ്പെട്ട ചെറുമകന്റെ ജന്മദിനം ആഘോഷിച്ചുകൊണ്ടിരുന്നപ്പോൾ നടന്ന ബോംബാക്രമണത്തിൽനിന്ന് രക്ഷപ്പെട്ടില്ലേ? മരണത്തിൽ നിന്ന് രക്ഷപ്പെട്ടില്ലേ? അതിൽ എന്റെ ആറാമത്തെ മകൻ സെയ്ഫ് അൽ-ആരബിനും അവന്റെ മൂന്നു മക്കൾക്കും ജീവൻ നഷ്ടമായില്ലേ? ഒരു പോറൽ പോലുമേൽക്കാതെ ആ നാശനഷ്ടങ്ങളിൽ നിന്ന് ഞാൻ എഴുന്നേറ്റുവന്നു. എന്റെ ഭരണകാലത്ത് നേരിട്ട ആപത്തുകൾ, അനുസ്യൂതമായി നടന്ന ഗൂഢപദ്ധതികളും വധശ്രമങ്ങളും മറ്റൊരാൾക്കും

അതിജീവിക്കാനാവുമായിരുന്നില്ല. ദൈവം എന്നെ പരിപാലിച്ചുകൊണ്ടേയിരിക്കുന്നു. അതിനായി എനിക്ക് രണ്ടാമതാലോചിക്കേണ്ടതില്ല. ഏതാനും മണിക്കൂറുകൾക്കുള്ളിൽ മോസസ്സിനുമുന്നിൽ ചെങ്കടലെന്ന പോലെ തടസ്സങ്ങൾ അകന്നുമാറും. തുണിയിൽ സൂചി കയറ്റുന്ന ലാഘവത്തോടെ ശത്രുസേനയ്ക്കുള്ളിലേക്ക് കുത്തിക്കയറും,

"നമുക്ക് ചെയ്യാൻ ആകെയുള്ളത് മുത്താസ്സിമിനെ കാത്തിരിക്കുക എന്നതുമാത്രമാണ്." ഞാൻ പറഞ്ഞുനിർത്തി. "അയാൾ വരുമ്പോൾ ത്തന്നെ നമുക്ക് പിൻവലിയൽ നീക്കം നടത്തണം."

"നാലുമണിയാണ് ഏറ്റവും ഉത്തമസമയം." ജനറൽ സാഹസത്തോടെ പറഞ്ഞു

"അല്ല. അങ്ങനെ ആലോചിക്കുകയേ വേണ്ട." ഞാൻ തടസ്സം പറഞ്ഞു. "അങ്ങനെ ഒരുത്തമസമയം എന്നൊന്നില്ല അബൂബക്കർ. നമുക്ക് ഈ കടന്നൽക്കൂട്ടിൽ നിന്ന് എത്രയും വേഗം പുറത്തുകടക്കണം. സഖ്യകക്ഷികളുടെ യുദ്ധവിമാനങ്ങൾ വർഷിക്കുന്ന ബോംബുകൾ ഏതു നിമിഷവും നമ്മുടെ മേൽ പതിച്ചേക്കാം."

"ഞാൻ യോജിക്കുന്നു." മൻസൂർ പറഞ്ഞു.

"നീ യോജിച്ചാലും യോജിച്ചില്ലെങ്കിലും വ്യത്യാസമൊന്നുമില്ല." ഞാൻ അയാളുടെ നേരെ ഒച്ചയിട്ടു. "ഞാനാണിവിടെ ആജ്ഞാപിക്കുന്നത്, പിൻവലിയാൻ തുടങ്ങിക്കൊള്ളൂ. മുത്താസ്സിം വാഹനം വിട്ട് വരേണ്ടതില്ല. അയാളുടെ വാഹനവ്യൂഹം സമീപിക്കുമ്പോഴേക്കും അണികളായി നിരന്ന് മുന്നേറണം. സൈന്യത്തോടൊപ്പംതന്നെ ഞാനുണ്ടെന്ന് ആരുമറിയരുത്."

ലഫ്റ്റനന്റ് കേണൽ ഭൂപടം തിരികെയെടുത്ത് ശ്രദ്ധയോടെ മടക്കി ബ്രീഫ്കേസിൽ വെച്ചു.

"താങ്കൾക്കുപോകാം, കേണൽ ട്രിഡ്. ഉന്മേഷവാനാകുക. താങ്കൾ ഒരു അസാമാന്യ ഓഫീസർ തന്നെ." ജനറലിനേയും ഗാർഡ് കമാൻഡറേയും പുച്ഛത്തോടെ നോക്കിക്കൊണ്ട് കൂട്ടിച്ചേർത്തു. "താങ്കളെന്റെ ആദരവ് അർഹിക്കുന്നു."

ചെറുപ്പക്കാരനായ ഓഫീസർ അവിടത്തന്നെ നിന്നു. പിന്നെ കുസൃതിച്ചിരിയോടെ പറഞ്ഞു. "ഞാൻ വെറുംകൈയ്യുമായല്ല വന്നത്, സഹോദരമാർഗദർശീ."

അയാൾ വിരൽ ഞൊടിച്ചു. രണ്ടു പട്ടാളക്കാർ കെട്ടിവരിയപ്പെട്ട ഒരു തടവുകാരനെ മുറിക്കുള്ളിലേക്കു തള്ളി. ഒരു മുഷിഞ്ഞ കമ്പിളിക്കുപ്പായവും ഒരു അയഞ്ഞ കാൽശരായിയുമായിരുന്നു അയാൾ ധരിച്ചിരുന്നത്. അതിന്റെ കാൽമുട്ടുഭാഗത്ത് കീറിയിരുന്നു. നരച്ച തവിട്ടു നിറമായിരുന്നു അയാൾക്ക്. ഒരു കരടിയുടെ ശരീരപ്രകൃതം. മുഖത്താകെ

അടികൊണ്ട പാടുകൾ. കണ്ണുകൾക്കുചുറ്റും കരുവാളിച്ചു വീർത്തിരിക്കുന്നു. കണ്ണുകൾ മിക്കവാറും അടഞ്ഞുപോയിരുന്നു. അയാളുടെ നരച്ച മുടിയും കീഴ്ത്താടിയെല്ലുകളും വയസ്സ് അമ്പതുകളാണെന്നു സൂചിപ്പിച്ചു.

അവർ അയാളെ എന്റെ കാൽക്കീഴിലേക്കു നീക്കിയിട്ടു. അയാൾ മുട്ടുകാലിൽ നിന്നു. കഴുത്തിനുപിറകിൽ രക്തം പറ്റിയിരിക്കുന്ന ആഴമുള്ള മുറിവു കണ്ടു.

"ആരാണയാൾ?"

"ക്യാപ്റ്റൻ ജറൂദ്. ജനറൽ യൂനിസന്റെ അഡ്ജുട്ടന്റ്" ട്രിഡ് സമ്മാനാർജിതനെപ്പോലെ അഭിമാനത്തോടെ പറഞ്ഞു. മിലിറ്ററി അക്കാദമിയിൽ പോകാത്ത ഇയാളെ യൂനിസ്, ഓഫീസർ റാങ്കിൽ അവരോധിച്ചു.

ഞാൻ ആ തടവുകാരനെ ചവിട്ടിയകറ്റി. അയാളിൽ നിന്നു വമിക്കുന്ന നാറ്റം കാരണം മൂക്കു പൊത്തി.

"ഇയാളെ ഓടയിൽ നിന്നാണോ കിട്ടിയത്?"

"റിംഗ്റോഡിൽ ഉല്ലാസയാത്ര നടത്തുകയായിരുന്നു ഇയാൾ." പരിഹാസത്തോടെ ലഫ്റ്റനന്റ് കേണൽ പറഞ്ഞു. "ഞാൻ അങ്ങയെ കാണാനായി ശ്രമിക്കുകയായിരുന്നു. സാർ സത്യമായും."

ഞാൻ വെറുപ്പോടെ അയാളെ നോക്കി. "ജനറൽ യൂനിസ് നിങ്ങളെ ഡിസ്മിസ് ചെയ്തുകാണും. അതുകൊണ്ടല്ലേ?"

"എന്നെ അത്ര കാര്യമാക്കാൻ മാത്രം ഞാനാരുമല്ല സാർ."

"അയാളെന്തിനാണ് നിങ്ങളെ ചതിച്ചത്.?'

"എനിക്കറിയില്ല സർ."

"കലാപകാരികളോടൊപ്പം കാല് മാറിയതാവും" മൻസൂർ പറഞ്ഞു.

"നിലവിട്ട അത്യാഗ്രഹമായിരുന്നു അയാൾക്ക്." ജനറൽ കൂട്ടിച്ചേർത്തു. ഞാൻ ആ മുൻ അ്ഡ്ജുട്ടന്റിനെ ഒന്നു തള്ളി.

"നിന്റെ നാക്കു വിഴുങ്ങിപ്പോയോ?"

ഒരു ഗാർഡ് അയാളുടെ കഴുത്തിന് ഒരടി കൊടുത്തു.

"പ്രഭുവിനോട് ഉത്തരം പറയൂ."

തടവുകാരൻ പലതവണ ഉമിനീരിറക്കിയതിനുശേഷം പുലമ്പി.

"ജനറൽ യൂനിസിന് അസൂയയായിരുന്നു സർ, അദ്ദേഹത്തിന് അങ്ങയെ ഇഷ്ടമല്ലായിരുന്നു. ഒരു ദിവസം ഓഫീസിൽ വെച്ച് അങ്ങയുടെ ഛായാചിത്രത്തിനുനേരെ റിവോൾവർ നീട്ടി നിൽക്കുന്നതു കണ്ട് ഞാൻ അന്ധാളിച്ചിട്ടുണ്ട്."

"അത് നിങ്ങളാരോടും പറഞ്ഞുമില്ല?"

അയാൾ തലകുനിച്ചു. ഒരു വിങ്ങിക്കരച്ചിലിൽ അയാളുടെ തോളുകൾ ഉയർന്നു.

“നിങ്ങൾക്ക് അതെന്നെ അറിയിക്കാമായിരുന്നു.”

“ജനറൽ യൂനിസ് അങ്ങേരുടെ മുന്നിൽ വലിയ പദവികൾ കാണിച്ചിട്ടുണ്ടാകും.” ലഫ്റ്റനന്റ് കേണൽ പറഞ്ഞു.

ഇടപെടരുതെന്ന് മൻസൂർ അയാളോട് കണ്ണുകാട്ടി.

വിശ്വാസഘാതകനായ ആ തടവുകാരൻ തന്റെ തോളിൽ മൂക്കു തുടച്ചു. എന്റെ മുഖത്തേക്ക് നോട്ടമുയർത്താനുള്ള ശേഷി അയാൾക്കുണ്ടായിരുന്നില്ല. റൈഫിളിന്റെ കുഴൽകൊണ്ട് ഗാർഡ് അയാളെ വീണ്ടും തട്ടി,

“പ്രഭു നിന്നോടൊരു ചോദ്യം ചോദിച്ചു.”

“എനിക്കു പേടിയായിരുന്നു അദ്ദേഹത്തെ...” തടവുകാരൻ തുറന്നു പറഞ്ഞു. “അദ്ദേഹത്തെ പോലുള്ള ഒരു കഴുകന്റെ അഡ്ജുട്ടന്റ് ആവുകയെന്നത് ഏതു നിമിഷവും കൊത്തിവലിക്കപ്പെട്ടേക്കാമെന്ന അവസ്ഥയാണ്. നാഴികകൾക്കപ്പുറത്ത് നടക്കുന്നതുപോലും അദ്ദേഹത്തിന് മണത്തറിയാം, ആളുകളുടെ മനസ്സ് വായിക്കാനറിയാം. എന്തും ചെയ്യാൻ മടിക്കാത്തയാളാണ്. ഒരു നിസ്സാരസംശയമുണ്ടായാൽ പോലും ഉടനടി പ്രതികരിക്കും. എന്റെ നേരെ നോക്കുമ്പോഴൊക്കെ ഞാൻ അപകടം മണത്തു. മാനസിക സംഘർഷത്തിനുള്ള മരുന്നുകഴിച്ചുകൊണ്ടുമാത്രമേ അദ്ദേഹത്തിന്റെ കൂടെ എനിക്ക് ജോലി ചെയ്യുവാനാകുമായിരുന്നുള്ളൂ.”

“എങ്ങനെയാണയാൾ മരിച്ചത്?”

“ഒരു നായയെപ്പോലെ സർ.”

“നായ്ക്കളെങ്ങനെയാ മരിക്കുന്നത്?” പ്രതിരോധമന്ത്രി ചോദിച്ചു. “എനിക്കൊരെണ്ണമുണ്ടായിരുന്നു. എന്റെ മക്കള് എപ്പോഴും അതിന്റെ ചുറ്റും സ്നേഹത്തോടെ കളിക്കുമായിരുന്നു.

“ജനറൽ യൂനിസിന്റെ അന്ത്യം അങ്ങനെയായിരുന്നോ?”

“അയാൾ ശരിക്കും കൊല്ലപ്പെട്ടോ, അതോ അയാളെ രക്ഷിക്കാൻ വേണ്ടി നടത്തുന്ന കള്ളപ്രചാരണമോ. എന്തൊക്കെയായാലും നിക്കോളസ് സാർക്കോസി അങ്ങേരെ എലീസേ കൊട്ടാരത്തിലേക്കു ക്ഷണിച്ചിരുന്നു. അതൊരു വൻ ഇടപാടാണ്. യൂനിസ് ഒരു സംഭാഷണചതുരനാണ്. എനിക്കു തോന്നുന്നത് അയാൾ ഒരു പോറലുമേൽക്കാതെ രക്ഷപ്പെട്ടുവെന്നു തന്നെയാണ്. നാം പറഞ്ഞതുപോലെ ഏതെങ്കിലും വഴിയമ്പലത്തിൽ അഭയം തേടിക്കാണും. അവിടെ അയാൾ വലിയ ഭാഗ്യം കൊയ്യുകയും ചെയ്തിരിക്കാം.”

“അയാൾ വധിക്കപ്പെട്ടു സാർ, അക്കാര്യത്തിൽ ഒരു സംശയവുമില്ല.”

“നിങ്ങൾ അവിടെയുണ്ടായിരുന്നോ?”

"ഇല്ല സാർ."

"പിന്നെയെങ്ങനെയാണിത്ര തറപ്പിച്ചു പറയാൻ കഴിയുക? ആളുകൾ എല്ലാമങ്ങു പൊലിപ്പിച്ചു പറയും. ജനറലിന്റെ കൊലപാതകത്തിനു പുറകിൽ ഞാനാണെന്നുപോലും ആളുകൾ പറയുന്നതു കേട്ടിട്ടുണ്ട്. ആണെങ്കിൽ എനിക്കതു വളരെ സന്തോഷകരമായേനേ. എന്നാൽ, അതു ശരിയല്ല എന്നു മാത്രം."

"അയാൾ അവിടെയുണ്ടായിരുന്നില്ല, പക്ഷേ, അയാൾക്കതേക്കുറിച്ച് എന്തൊക്കെയോ അറിയാം." ലഫ്റ്റനന്റ് കേണൽ ഇത് പറയുകയും ആ വഞ്ചകന്റെ അടുത്തേക്കു പതുക്കെ ചെല്ലുകയും ചെയ്തു. അനന്തരം അയാളുടെ ചെവിക്കു പിടിച്ച് തൂക്കിയെടുത്ത് എഴുന്നേൽപ്പിച്ചു നിർത്തി.

"എന്താണ് സംഭവിച്ചതെന്ന് പ്രഭുവിനോടു പറയൂ, മൂഷികന്റെ മകനേ. അയാളെ ആ പ്രഹേളികവിചാരണയ്ക്കു വിളിച്ചു വരുത്തുമ്പോൾ നിങ്ങൾ യജമാനന്റെ അടുത്തുണ്ടായിരുന്നു. ആ ദിവസം എന്താണ് നിങ്ങൾ കണ്ടത്, കേട്ടത്, മറ്റൊന്നും പറയേണ്ട."

"എനിക്കു ദാഹിക്കുന്നു."

ആ വഞ്ചകൻ ഞരങ്ങി.

പ്രതിരോധമന്ത്രി വെള്ളം കൊണ്ടുവരാൻ ഒരു പട്ടാളക്കാരനെ ഏർപ്പാടു ചെയ്തു. ദാഹം ശമിച്ചതിനുശേഷം തടവുകാരൻ ആ കഥ പറഞ്ഞു തുടങ്ങി.

ആ കഥ ഇങ്ങനെ:

ഫെബ്രുവരി 17, രക്തസാക്ഷി സേനയുടെ ഒരു വിഭാഗത്തിലേക്ക് അപകടകരമാംവിധം അധികാരസംതുലനമേറുന്നതായി ജനറൽ ഫത്തേ കുനിസിന്റെ ശ്രദ്ധയിൽ പെട്ടു. ആ സംഘടനയെ നയിച്ചിരുന്നത് ഒരു തീവ്രഇസ്ലാമിസ്റ്റായ അബ്ദുൾ ഹക്കീം ബെൽഹബ്ബാജ് ആണ്. എന്റെ ജയിലിൽ അയാൾ ആറു വർഷത്തോളം തടവിൽ കഴിഞ്ഞിട്ടുണ്ട്. കലാപത്തിന് വലിയ തോതിൽ പിന്തുണ കിട്ടിയിരുന്നുവെങ്കിലും അയാളുടെ പ്രവർത്തനപരമായ അധികാരങ്ങൾ നേർത്തുനേർത്തു വന്നുകൊണ്ടിരുന്നു. നാഷണൽ ട്രാൻസിഷണൽ കൗൺസിലിലെ വെറും ഉപദേഷ്ടാവിന്റെ സ്ഥാനത്തേക്കയാൾ തരംതാഴ്ത്തപ്പെട്ടു. ജീവസ്സായിരുന്ന ഒരന്തരീക്ഷത്തിൽ നിന്ന് വീർപ്പുമുട്ടിക്കുന്ന ഒരവസ്ഥയിലേക്കു നിപതിച്ചതുപോലെ അയാൾക്ക് തോന്നുകയും കാര്യവാഹകപദവികൾ തിരിച്ചു കിട്ടണമെന്ന് മോഹമുദിക്കുകയും ചെയ്തു. പക്ഷേ കരയാനുള്ള യോഗമേ അവർ അയാൾക്ക് വിധിച്ചുള്ളൂ. ഫ്രഞ്ചുകാർക്ക് അയാളെ ഇഷ്ടമായിരുന്നില്ല. അവർ അയാളെ സന്ധിസംഭാഷണങ്ങളിൽ ഒരു പണയവസ്തു പോലെ ഉപയോഗപ്പെടുത്തി. നയപരിപാടികളിലും സംഭവവികാസങ്ങളിലുമൊന്നും സ്വാധീനമില്ലാത്തതിനാൽ എപ്പോൾ വേണമെങ്കിലും

അയാൾ തഴയപ്പെട്ടേക്കാമെന്നുമായി. അമേരിക്കക്കാർക്കാകട്ടെ അയാളുടെ വിധി മുദ്രവെക്കപ്പെട്ടു കഴിഞ്ഞിരുന്നു. ജനറൽ അങ്ങേയറ്റം ഒരു നടക്കും ശവമായിരുന്നു അവർക്ക്. ഇങ്ങേയറ്റം അദ്ദേഹം ഒരു യുദ്ധക്കുറ്റവാളി. ഇന്റർനാഷണൽ ക്രിമിനൽ കോർട്ടിലേക്ക് പൊതിഞ്ഞുകെട്ടി അയയ്ക്കപ്പെടേണ്ടയാൾ."

"കഥ ചുരുക്കിപ്പറയൂ."

മൻസൂർ ആജ്ഞാപിച്ചു. "നിങ്ങളുടെ യജമാനൻ എങ്ങനെ മരിച്ചുവെന്നു മാത്രം പറയൂ."

"അതിലേക്കാണ് ഞാൻ വരുന്നത്. സാർ."

"എടോ വിഡ്ഢീ, വിശദമായൊന്നും കേൾക്കാൻ നേരമില്ല. വസ്തുതകൾ മാത്രം പറയൂ."

ആ വഞ്ചകൻ മുരടനക്കിയിട്ട തുടർന്നു"ജനറൽ ഒരു ദ്വിമുഖ ഏജന്റ് ആയി കുറ്റപ്പെടുത്തപ്പെട്ടു, പ്രഭോ. അങ്ങേക്കുവേണ്ടിയും സാർക്കോസിക്കുവേണ്ടിയും പ്രവർത്തിക്കുന്നവൻ എന്ന്. അറസ്റ്റു വാറണ്ടു ലഭിക്കുമ്പോൾ അദ്ദേഹത്തിന്റെ കൂടെയുണ്ടായിരുന്നു. അതിൽ ഒപ്പിട്ടിരുന്നത് ജയിലറായിരുന്ന അബ്ദുൾ ജലീൽ ആയിരുന്നു. (മുസ്തഫ അബ്ദുൾ ജലീൽ നാഷണൽ ട്രാൻസിഷണൽ കൗൺസിലിന്റെ ചെയർമാൻ) രോഷം കൊണ്ട് അപ്പോഴദ്ദേഹം കാർക്കിച്ചു തുപ്പി. ചതിക്കപ്പെട്ടുവെന്ന് അട്ടഹസിച്ചു. പട്ടാളക്കോടതിവരെ ഞാനദ്ദേഹത്തെ അനുഗമിച്ചു. അവിടെ അദ്ദേഹത്തിനെതിരായ ആരോപണങ്ങൾ വായിക്കപ്പെട്ടു. അദ്ദേഹം പ്രതിഷേധിച്ചു. കോടതിയുടെ നിയമസാധുതയെ അംഗീകരിക്കുന്നില്ല എന്നു പറഞ്ഞുകൊണ്ട് ഔദ്യോഗിക വസതിയിലേക്ക് തിരികെ പുറപ്പെടാൻ ഉദ്യമിച്ചു. കോടതിയിലുണ്ടായിരുന്ന ഇസ്ലാമിസ്റ്റു സംഘടനയുടെ പ്രവർത്തകനായ എന്റെ ഒരു മച്ചുനൻ അദ്ദേഹത്തിന്റെയൊപ്പം പോകുന്നതിൽനിന്ന് എന്നെ വിലക്കി. ട്രിപ്പോളിയിലെ അമ്മായിയുടെ അടുത്തേക്കു പോകാമെന്നും പുറത്തും തെരുവിലുമൊന്നും ഞാൻ കാണപ്പെടരുതെന്നും അവൻ ഉപദേശിച്ചു. ഇസ്ലാമിസ്റ്റുകൾ ജനറലിനെ ഒരു 4 X 4 വാഹനത്തിൽ പിടിച്ചിട്ടതിനുശേഷം ഓടിച്ചു പോയി. അദ്ദേഹം അന്നു തന്നെ വധിക്കപ്പെട്ടുവെന്നും അറിഞ്ഞു."

"എങ്ങനെ?"

"ട്രിപ്പോളിയിലെ എന്റെ മച്ചുനൻ കുറെക്കഴിഞ്ഞ് അമ്മായിയുടെ വീട്ടിലെത്തി. അദ്ദേഹത്തെ വാഹനത്തിൽ കയറ്റിക്കൊണ്ടുപോയവരിൽ അവനുമുണ്ടായിരുന്നു. ജനറൽ വാഹനത്തിൽ നിന്ന് പുറത്തേക്കു ചാടാൻ ശ്രമിച്ചിരുന്നുവെന്നവൻ പറഞ്ഞു. അദ്ദേഹത്തെ വിചാരണയ്ക്കായി ഒരു ഷെഡ്ഡിലേക്കു കൊണ്ടുപോയി. ഇറുക്കുചവണകൊണ്ടും തീവിളക്കു

കൊണ്ടുമൊക്കെ അവർ അദ്ദേഹത്തെ പീഡിപ്പിച്ചു. അവർ അദ്ദേഹത്തിന്റെ കാൽവിരലുകൾ ഛേദിച്ചു. ഒരു കണ്ണു ചൂഴ്ന്നെടുത്തു. ഹാക്ക്സോ കൊണ്ട് വയറുകീറി.”

“നിങ്ങളുടെ മച്ചുനൻ ഭീകരസിനിമകൾ കുറെ കണ്ടിട്ടുണ്ടല്ലേ?” സംശയത്തോടെ മൻസൂർ ചോദിച്ചു.,

“അവനത് അവന്റെ മൊബൈൽ ഫോണിൽ എടുത്തിട്ടുണ്ട്. ജനറൽ എങ്ങനെയാണ് കൊല്ലപ്പെട്ടതെന്ന് ഞാൻ കണ്ടു. മൂന്നു ദിവസവും രാത്രികളിൽ ഞെട്ടി നിലവിളിച്ചു. ഇപ്പോഴും ഞാൻ വിറയ്ക്കുകയാണ്.” പെട്ടെന്ന് തലയുയർത്തി അയാൾ ആകെ വിളറിക്കൊണ്ട് തുടർന്നു. “ഈ ആളുകൾ മനുഷ്യരല്ല പ്രഭോ, തെരുവിൽ അവരെ കണ്ടുമുട്ടിയപ്പോഴൊക്കെ അടിമുടി വിറച്ചു പോയിട്ടുണ്ട്. അവർ സ്വയം വിളിക്കുന്നത് മുസ്ലീങ്ങളെന്നാണ്. പക്ഷേ, ചെകുത്താന് ചെയ്യാൻ ഇനിയൊന്നും ബാക്കി വെയ്ക്കാത്തവർ. ഈച്ചകളെ കൊല്ലുന്നതുപോലെയാണവർ കുഞ്ഞുങ്ങളെ തല്ലിക്കൊല്ലുന്നത്. അവരുടെ മുഖഭാവത്തേക്കാൾ ഭീകരമായി ജീവിതത്തിൽ ഞാനൊന്നും കണ്ടിട്ടില്ല. മരണം തന്നെയാണ് നിങ്ങളെ നോക്കുന്നത് എന്നു തോന്നും. എന്റെ മച്ചുനൻ ഈ സ്ക്വാഡിൽ ചേരാൻ എന്നോടു നിർദ്ദേശിച്ചിരുന്നു. അപ്പോൾ ‘ആവാം’ എന്നു പറയുകയും ചെയ്തു. ഞാനൊരല്പം ശങ്കിച്ചിരുന്നുവെങ്കിൽ അമ്മായിയുടെ മുമ്പിൽ വെച്ചുതന്നെ യാതൊരു കൈയറപ്പുമില്ലാതെ ജനറലിനെ ചിത്രവധം ചെയ്തതുപോലെ എന്നെയും ചെയ്യുമായിരുന്നു. പക്ഷേ, ആ പ്രാകൃതരുടെ കൂട്ടത്തിൽ കൂടുക സാദ്ധ്യമല്ലായിരുന്നു. അവരുടെയൊപ്പം ആഹാരം കഴിക്കാൻ പോലും ഭയമായിരുന്നു. ആ രാത്രി. മച്ചുനൻ ഉറങ്ങാൻ പോയപ്പോൾ പിറകോട്ടു തിരിഞ്ഞു നോക്കാതെ ആവുന്നത്ര വേഗത്തിൽ ഞാൻ ഓടി. സിർത്തിൽ എത്തുകയെന്നതും അങ്ങയുടെ സേനയോടൊപ്പം ചേരുക എന്നതുമായിരുന്നു ഉദ്ദേശ്യം പ്രഭോ. പക്ഷേ, പട്ടണം കലാപകാരികളെക്കൊണ്ടു നിറഞ്ഞിരുന്നു. അവർ ആരെക്കണ്ടാലും വെടിയുതിർത്തുകൊണ്ടിരുന്നു. രാത്രിയും പകലും നിലവറകളിൽ ഞാൻ അഭയം തേടി. ലഫ്റ്റനന്റ് കേണലിനെ റിംഗ് റോഡിൽ കണ്ട് തിരിച്ചറിഞ്ഞപ്പോൾ ഒരു ദുഃസ്വപ്നത്തിൽ നിന്ന് ഞാൻ വിളിച്ചുണർത്തപ്പെടുകയായിരുന്നുവെന്ന് തോന്നി.”

“വിഷമിക്കേണ്ട നിങ്ങളിപ്പോഴും അതിൽത്തന്നെയാണ്.” വാഗ്ദാനം നൽകുന്ന മട്ടിൽ ലഫ്റ്റനന്റ് കേണൽ പറഞ്ഞു. “പ്രഭോ..” തടവുകാരൻ മുട്ടുകാലിൽ നിന്നുകൊണ്ട് അപേക്ഷിച്ചു. “തുടക്കം മുതലേ അങ്ങയുടെ സേനയോടൊപ്പം ചേരണമെന്ന് കരുതിയതാണ്. അതാണ് സത്യം. ആണയിട്ടു പറയുന്നു...”

"സത്യം, അങ്ങനെയൊന്നില്ല. യുക്തിക്കു ചേരുന്ന കാര്യമേ ആളുകൾ വിശ്വസിക്കുകയുള്ളൂ. നിങ്ങളുടെ കഥ എന്റെ യുക്തിക്കു ചേരുന്നില്ല."

അയാൾ നിരങ്ങിക്കൊണ്ട് എന്നെ പിന്തുടർന്നുവന്നു. "ഞാൻ അങ്ങയെ അച്ഛനെക്കാൾ, മുത്തച്ഛന്മാരേക്കാൾ ആരാധിക്കുന്നു. സഹോദരമാർഗദർശീ, എനിക്കു നാലു കുട്ടികളുണ്ട്. ഭാര്യ മാനസികരോഗിയാണ്. പ്രവാചകനെക്കരുതി ശിക്ഷിക്കരുതേ. വീണ്ടും അങ്ങയുടെ സേനാംഗമാകാൻ അങ്ങ് അനുവദിക്കണേ. അങ്ങയുടെ വിശ്വാസത്തിന് പാത്രീഭവിക്കാൻ അർഹനാണെന്ന് ഞാൻ തെളിയിച്ചുകാണിക്കും..."

വിശ്വാസം?

ആ പഴയ ചരക്ക്!

പിച്ചവെച്ചു നടക്കാൻ തുടങ്ങിയ കാലത്തുതന്നെ എന്റെ പദസഞ്ചയത്തിൽനിന്ന് ആ വിഷമയമായ വാക്ക് ഒഴിവാക്കിയതാണ്. വിശ്വാസം ഒരു ചെറുമരണമാണ്. എല്ലാറ്റിനെക്കുറിച്ചും എല്ലാവരെക്കുറിച്ചും എനിക്ക് സംശയമാണ്. പ്രത്യേകിച്ചും വിശ്വസ്തരിൽ വിശ്വപ്രശസ്തരായവരെ. എന്റെ തെറ്റുകുറ്റങ്ങളെപ്പറ്റി ഏറ്റവും അറിയാവുന്നത് അവർക്കാണ്. ആളുകളെ ശ്രവിക്കുന്നതോ, അവരുടെ ബോധത്തിന് എന്നെത്തന്നെ വിട്ടുകൊടുക്കുന്നതോ ആയുരാരോഗ്യത്തെ രക്ഷിക്കുകയില്ല. സഹോദരങ്ങളെ ഒരു കൈയകലത്തിൽ നിർത്തുന്നതിനായി എന്റെ ഇരട്ട സഹോദരനെ വധിക്കാൻ പോലും തയ്യാറായവനാണ് ഞാൻ!

നിർദ്ദയമായ നടപടികളും വലിയ മുൻകരുതലുകളും ശുദ്ധീകരണങ്ങളുമെല്ലാം ഉണ്ടായിട്ടും വഞ്ചിക്കപ്പെട്ടു. വിശ്വസ്തരിൽ ഏറ്റവും വിശ്വസ്തരായവർ അങ്ങനെയാണുണ്ടായത്. ജനറൽ യൂനിസ് എഫെ. ശരിതെറ്റുകളിലെല്ലാം പങ്കാളിയായിരുന്നവൻ. ഒരു സഹോദരനേക്കാൾ സ്നേഹിച്ചിരുന്നവൻ. പ്രാർത്ഥനകളിൽ എന്നെയൊരിക്കലും വിസ്മരിക്കാതിരുന്നവൻ. എന്റെ വീഴ്ചകൾ ഗൂഢലിപികളായി വായിച്ചവൻ. അയാളാണെന്നെ ചതിച്ചത്. അയാളുടെ ദാരുണമായ അന്ത്യം വഴി അയാൾക്കു ലഭിച്ചത് ദിവ്യശിക്ഷയാണെന്ന് ബോധ്യമായില്ലെങ്കിലേ അദ്ഭുതമുള്ളൂ. എന്റെ അനുഗ്രഹങ്ങളെ നിരാകരിച്ചുകൊണ്ട് സ്വന്തം മരണവാറണ്ട് ഒപ്പിടുകയായിരുന്നു അയാൾ. അയാളോട് പുച്ഛമെന്നൊരു വികാരം പോലുമില്ല. മറിച്ച് അവ്യക്തമായ സങ്കടം അഥവാ പിടികിട്ടാത്ത ഏതോ ചേരുവകളടങ്ങിയ ഒരുതരം ദയയാണ് തോന്നുന്നത്. അതെന്നെ ഒരേ സമയം ആശ്വസിപ്പിക്കുകയും ശാന്തനാക്കുകയും ചെയ്യുന്നു.

"ഞാനങ്ങയോടപേക്ഷിക്കുന്നു പ്രഭോ." ആ വഞ്ചകൻ വീണ്ടും തേങ്ങിത്തുടങ്ങി. "ഞാനങ്ങയുടെ സേനയോടൊപ്പം ചേരാൻ ശ്രമിച്ചു. ഞാനേറ്റവും വിലമതിക്കുന്നതിന്റെ നിറുകയിൽ തൊട്ട് സത്യം ചെയ്യാം."

"ഏറ്റവും വിലപിടിച്ചതായി നിനക്കിനി അവശേഷിക്കുന്നത് നിന്റെ

തല മാത്രമാണ്. അതാണെങ്കിൽ ഒരു മുള്ളങ്കിക്കിഴങ്ങിന്റെയത്രപോലും വിലയില്ലാത്തത്." ഞാൻ പറഞ്ഞു.

ഞാൻ രണ്ടു പട്ടാളക്കാരുടെ നേരെ തിരിഞ്ഞു.

"ഇയാളെ നേരെ നരകത്തിൽ കൊണ്ടുപോയാക്ക്." വഞ്ചകൻ പട്ടാളക്കാരുടെ കൈകളെ ആവുന്നത്ര പ്രതിരോധിച്ചു മുഖം ചുളിച്ചുകൊണ്ട് പുളയുകയും മല്ലിടുകയും ചെയ്തു. മയമേതും കൂടാതെ അവർ അയാളെ മുറ്റത്തേക്ക് ഇഴച്ചുവലിച്ചു കൊണ്ടുപോയി. അയാൾ കരയുന്നതും ദയയ്ക്കുവേണ്ടി യാചിക്കുന്നതും കേൾക്കാമായിരുന്നു. അയാളുടെ വിലാപം ഒരു ചീറിക്കരച്ചിലായി. ഒടുവിൽ ആ ആർത്തനാദങ്ങൾ രാത്രിയുടെ ഇരുളുകളിലേക്കു പിൻവലിഞ്ഞു. എല്ലാ അപേക്ഷകളും നിഷ്ഫലമായപ്പോൾ അയാൾ ദൈവനിന്ദയാരംഭിച്ചു.

"നിങ്ങൾ ഒരു ഭ്രാന്തൻ മാത്രമാണ് മുഅമ്മർ. നിർദ്ദയനായ രക്തദാഹി. നിങ്ങൾ ജന്മമെടുത്ത ഗർഭപാത്രവും നിങ്ങൾ പിറന്നുവീണ ദുർദിനവും എന്നേക്കുമായി ശപിക്കപ്പെടട്ടെ...നിങ്ങൾ ഒരു ജാരസന്തതിയല്ലാതെ മറ്റൊന്നുമല്ല. മുഅമ്മർ, പൊലയാടിമോൻ..."

പിന്നെയാരോ അയാളെ കൊന്നുവീഴ്ത്തിയിരിക്കണം. പിന്നീട് ശബ്ദമൊന്നും കേട്ടില്ല.

ആ നിശ്ശബ്ദതയ്ക്കുശേഷം ജാരസന്തതി എന്ന വാക്ക് ഹൃദയത്തെ മഥിക്കുന്ന പ്രതിധ്വനികളായി. ഏകാന്തതയിൽ അത് എന്നോട് എന്തൊക്കെയോ പറഞ്ഞുകൊണ്ടിരുന്നു. ഭയന്ന ഒരു ഒച്ചിനെപ്പോലെ സ്വയം ചുരുണ്ടു സങ്കോചിച്ചുപോകാൻ മാത്രം രാക്ഷസീയമായിരുന്ന അതിന്റെ പ്രതിധ്വനികൾ, അതെന്നെ തളർത്തിക്കൊണ്ടിരുന്നു.

മൻസൂറും പ്രതിരോധമന്ത്രിയും ലഫ്റ്റനന്റ് കേണലും തലകുനിച്ചുകൊണ്ടു താഴോട്ടു നോക്കിനിന്നു. ശരണാർത്ഥിയെങ്കിലും വഞ്ചകനായ ആ തടവുകാരൻ ചൊരിഞ്ഞ നിന്ദാവചനങ്ങൾ കേട്ട് അവർ അത്രയ്ക്കും തളർന്നു മരവിച്ചുപോയിരുന്നു.

അപമാനത്തിൽ നിന്ന് വിശ്രാന്തി നേടാൻ ഞാൻ മുറിയിലേക്ക് തിരിച്ചുപോയി.

നിങ്ങൾ ഒരു ജാരസന്തതിയല്ലാതെ മറ്റൊന്നുമല്ല മുഅമ്മർ, പൊലയാടിമോൻ...

ആ വാക്യത്തിന്റെ പ്രതിധ്വനി ഉള്ളിൽ അലയടിച്ചുകൊണ്ടിരുന്നു.

പത്ത്

ജാരസന്തതി

ജാരസന്തതി

ജാരസന്തതി.....

അപമാനം ചുവരുകളെ ചൂഴ്ന്നുനിന്നു. നാനാവശത്തുനിന്നും എന്നിലേക്കതു തറച്ചുകയറി. അളവില്ലാത്തത്രയും വിഷം നിറച്ച് അതെന്റെ തൊലിക്കടിയിൽ സ്ഫോടനങ്ങൾ തീർത്തു. നഗരത്തിൽ നിന്നുള്ള വെടിയൊച്ചകൾ കേൾക്കുമ്പോഴും താഴെ വാതിൽ അടയുമ്പോഴും സാധനങ്ങൾ നിലത്തുവീഴുമ്പോഴുമെല്ലാം ആ വാക്ക് വീണ്ടും വീണ്ടും കേട്ടുകൊണ്ടിരുന്നു. ജാരസന്തതി!

ചെവികൾ സിമന്റിട്ടടച്ചുകഴിഞ്ഞാലും ചെവിപ്പാടകൾ പൊട്ടിച്ചുകളഞ്ഞാലും നാട്ടിൽ ഇപ്പോൾ ഇരമ്പുന്ന യുദ്ധകോലാഹലങ്ങൾക്കും മീതെ ആ ശബ്ദം പിന്നെയും കേട്ടുകൊണ്ടിരിക്കും. അപമാനകരമായ ആ പദം എപ്പോഴും എവിടെയും എന്നെക്കാത്ത് പതുങ്ങിയിരിപ്പുണ്ടായിരുന്നു. നിദ്രാവിഹീനമായ രാത്രികളിൽ തലയിണയോട് കോർത്തു കെട്ടിയിടുമായിരുന്നു. ദൈനംദിന കോലാഹലങ്ങൾക്കൊടുവിൽ, എന്റെ സ്വകാര്യനിമിഷങ്ങളിൽ കൊട്ടിയടച്ചിരിക്കുമ്പോഴും അന്തഃപുരദാസികൾ എന്റെ രേതസ്സു നുകർന്ന് ഉറക്കത്തിലേക്കു ചായുമ്പോഴും വാൻഗോഗ് ക്യാൻവാസിലേക്ക് പിന്മടങ്ങുമ്പോഴും കൊട്ടാരത്തിൽ നിശ്ശബ്ദത ഇരുളിനോടൊപ്പം ചേരുമ്പോഴും പുതപ്പുകൾക്കടിയിൽ അത് സദാ മുഴങ്ങിക്കൊണ്ടിരുന്നു. ഉറക്കം കെടുത്തിക്കൊണ്ട്. പലപ്പോഴും പ്രഭാതം വരെ.

എന്നെ നശിപ്പിച്ച ഒരു ചരിത്രമുണ്ട് ആ വാക്കിന്.

ക്യാപ്റ്റനായി സ്ഥാനക്കയറ്റം കിട്ടിയ സമയം. അന്നു വൈകുന്നേരം കട്ടിലിൽ മലർന്നു കിടക്കുകയായിരുന്നു. ആ സന്തോഷം ഭാര്യയുടേയും കൂട്ടുകാരുടേയും ഒപ്പമോ അതോ ഫെസ്സാനിൽ ഗോത്രക്കാരുടെ കൂടെയോ ആഘോഷിക്കേണ്ടതെന്നാലോചിക്കുകയായിരുന്നു, വാൻഗോഗ് അപ്പോൾ നിദ്രയിൽ പടച്ചട്ടകളണിഞ്ഞ പടയാളിയുടെ വേഷത്തിൽ പ്രത്യക്ഷനായി.

ഉറഞ്ഞുപോയ ഒരു തടാകത്തിന്റെ അഗാധതലത്തിൽ മുങ്ങിയാഴ്ന്നു പോയ മട്ടിലായിരുന്നു അദ്ദേഹം...

പ്രഭാതത്തിൽ എന്റെ വസതിക്കു മുമ്പിൽ ഒരു ജീപ്പ് വന്നു നിന്നു. ഉലഞ്ഞ യൂണിഫോമിൽ ചുവന്ന തലമുടിക്കാരനായ ഒരു ചെറുപ്പക്കാരൻ ഡ്രൈവർ ഔദ്യോഗിക വസതിയിലേക്ക് എത്തിക്കാൻ ഓർഡറുമായി വന്നതാണെന്നറിയിച്ചു ഏതെങ്കിലും ആഘോഷവേളയിലോ മറ്റോ സംബന്ധിക്കാനായിരിക്കുമെന്നാണ് കരുതിയത്. വേഷവും തൊപ്പിയും നേരെയാക്കിക്കൊണ്ട് ഡ്രൈവറോടൊപ്പമിരുന്നു.

ഔദ്യോഗിക വസതിയിലെത്തിയ എന്നോട് ബ്ലോക്ക് ബിയിലെത്താൻ നിർദ്ദേശിച്ചു. ഇദ്രസ് സെനൂസി രാജാവിന്റെ പ്രത്യേക ദൗത്യങ്ങൾക്കായുള്ളതായിരുന്നു ആ പൈശാചിക കെട്ടിടം. ഞാൻ ആഗ്രഹിച്ചതു പോലെ ഒരു സമ്പന്ന രാജ്യത്തെ എംബസിയിൽ നിയമിക്കപ്പെടുമെന്ന പ്രതീക്ഷയിൽ മൂന്നാം നിലയിലേക്കുള്ള പടവുകൾ കയറി. ആ മോഹന പ്രതീക്ഷയിൽ ശ്രദ്ധ മറ്റെവിടെയോ ആയിപ്പോയി. അശ്രദ്ധകൊണ്ട് കാൽ കാർപ്പെറ്റിലുടക്കി തെറിച്ചുവീണു.

പന്തേറുകളിയിലെ നായയെപ്പോലെ ഒരു കോർപ്പറൽ എന്നെ സ്വീകരിച്ചു. ഒരു ഭാരിച്ച വ്യവസ്ഥയ്ക്കുള്ളിൽ ഏതൊരു അടിയാളനും അണിയേണ്ടിവരാറുള്ള ഒരു തരം ദാസ്യമനോഭാവം അയാളിൽ കണ്ടു. ഞാനതിന് വലിയ പ്രാധാന്യം കൊടുത്തതില്ല. ഞാൻ ഒരു കാത്തിരിപ്പുമുറിയിലേക്ക് ആനയിക്കപ്പെട്ടു. ഒരു പാദമേശയും ചായമടർന്നുതുടങ്ങിയ ഒരു നിര ഇരുമ്പുകസേരകളും അവിടെ സജ്ജമാക്കിയിരുന്നു. അവിടെ കാത്തിരുന്നു മുഷിഞ്ഞുതുടങ്ങി. മൂന്നു മണിക്കൂറോളം അവിടെത്തന്നെയിരുന്നു. അതിനിടയിൽ ഒരാളും അങ്ങോട്ടുവന്നില്ല. കോർപ്പറൽ വീണ്ടും വന്നപ്പോഴേക്കും ദേഷ്യത്തിന്റെ വക്കത്തെത്തിയിരുന്നു ഞാൻ.

മേജർ ജലാൽ സെനൂസി അദ്ദേഹത്തിന്റെ ഓഫീസിൽ എന്നെ കാത്തിരിക്കുന്നുണ്ടായിരുന്നു. വസൂരിക്കലകൾ നിറഞ്ഞ ചുവന്ന മുഖവും ചുൽമുടിയും അവലക്ഷണമായ ചെവികളുമുള്ള ഒരാളായിരുന്നു അദ്ദേഹം. പന്നിയെപ്പോലുള്ള അയാളുടെ ശരീരപ്രകൃതം യൂണിഫോമിനകത്തുള്ള ഒരു തീറ്റിമാടനെ സൂചിപ്പിച്ചിരുന്നു. പക്ഷേ, അയാളുടെ ഒരൊറ്റ നോട്ടം മതി ഏതു പറ്റം ആടുകളേയും ഏറ്റവും കറുത്ത ആടുകളെപ്പോലും നിശ്ശബ്ദമാക്കാരൻ. ഏറ്റവും കഠിനമായി ഞാൻ വെറുക്കുന്നതെല്ലാം അയാളിൽ കണ്ടു. കുടവയർ, സൈനികപദവിയുടെ അന്തസ്സിനു നിരക്കാത്ത വിധം അണിഞ്ഞ യൂണിഫോം എന്നിവ.

ഞങ്ങൾക്കിടയിൽ സ്വച്ഛത നിലനിന്നു. അക്കാദമിയിലുണ്ടായിരുന്ന കാലത്തേ അയാളെ അറിയാം. ഓഫീസർ കാഡറ്റ് ആയിരിക്കുമ്പോൾ അദ്ദേഹം എന്റെ പരിശീലകൻ ആയിരുന്നു. അദ്ദേഹം ടോപ്പോഗ്രഫി

പഠിപ്പിച്ചുതന്നു. പക്ഷേ, ഒരു കോമ്പസ്സും ഭൂപടവുമുപയോഗിച്ച് സ്ഥലം നിർണ്ണയം നടത്താൻ അദ്ദേഹത്തിന് സാധിക്കുകയില്ലായിരുന്നു. കാഡറ്റുകളിലെ അളിഞ്ഞ പഴങ്ങളേതെന്ന് തിരിച്ചറിയുകയായിരുന്നു അക്കാദമിയിലെ അദ്ദേഹത്തിന്റെ പ്രധാന ജോലി. പിന്നെ പുതിയതായി നിയമിക്കപ്പെട്ടവരുടെ സ്വഭാവങ്ങളും നീക്കങ്ങളുമൊക്കെ നിരീക്ഷിച്ച് ദൈനംദിന റിപ്പോർട്ട് തയ്യാറാക്കലും.

ബ്ലോക്ക് ബി.യിലെ മൂന്നാംനിലയിലായിരുന്നു അദ്ദേഹത്തിന്റെ ഓഫീസ് എന്നതിൽ അദ്ഭുതപ്പെടാനൊന്നുമുണ്ടായിരുന്നില്ല. പക്ഷേ, എന്റെ വൈദേശിക നിയമനത്തെക്കുറിച്ചുള്ള സ്വപ്നം അജണ്ടയിൽ ഉണ്ടായിരുന്നില്ല. ഞാൻ അമ്പരന്നു.

മേജർ എന്നോട് ഇരിക്കാൻ പോലും ആവശ്യപ്പെട്ടില്ല. തടിച്ച ശരീരം തന്റെ ഇരിപ്പിടത്തിന്മേൽ അമർത്തി എന്റെ ഫയലിന്റെ താളുകൾ പുച്ഛഭാവത്തോടെ മറിച്ചുനോക്കിക്കൊണ്ടിരുന്നു. പിന്നെ മൂക്കുചൊറിഞ്ഞുകൊണ്ട് എന്നെ തറപ്പിച്ചു നോക്കി.

“ഞാനെന്തിനാണ് നിങ്ങളെ വിളിച്ചതെന്നറിയാമോ ലെഫ്റ്റനന്റ്?”

“ലഫ്റ്റനന്റ് അല്ല, ക്യാപ്റ്റൻ.”

ഞാൻ ഓർമ്മപ്പെടുത്തി.

“അതിന് നിങ്ങൾ ക്യാപ്റ്റൻ ആയില്ലല്ലോ. രണ്ടുമാസത്തിനുശേഷമേ നിങ്ങളുടെ പ്രൊമോഷൻ ഫലത്തിൽ വരികയുള്ളൂ. അതിനെ എതിർക്കാനുള്ള സാവകാശവും അവസരവും എനിക്കു വരണമല്ലോ.,”

“താങ്കൾ ആ കല്പന എതിർക്കുമോ മേജർ?”

“എന്താ സംശയം? തീർച്ചയായും എതിർക്കും. എന്റെ പ്രത്യേകാധികാരങ്ങളിലൊന്നാണത്. മഹാരാജാവിന്റെ സ്പെഷൽ സർവ്വീസിലുള്ളവർക്ക് ഏത് തീരുമാനത്തേയും രാജ്യതാത്പര്യം മുൻനിർത്തി റദ്ദാക്കാവുന്നതാണ്.”

അദ്ദേഹം അതിശയോക്തിയുടെ ഭാഷ സംസാരിക്കുകയാണെന്ന് എനിക്കറിയാമായിരുന്നു. സാധാരണക്കാരായ പട്ടാളക്കാരെ ഭയപ്പെടുത്തി ഭരിക്കാൻ നിയോഗിക്കപ്പെട്ട ശിങ്കിടിയാണദ്ദേഹം. ഒരു ബൂട്ടുനക്കി. അയാളേക്കാൾ ശക്തരായവരെ അഭിമുഖീകരിക്കുമ്പോഴൊക്കെ പക്ഷിക്കാഷ്ഠം പോലെ അരച്ചുതേയ്ക്കപ്പെടുന്നതിൽ സന്തോഷിക്കുന്നവൻ. അതേസമയം താനെത്ര ജാഗരൂകനാണെന്ന് യജമാനന്മാരെ കാണിക്കാൻ മാത്രം, ഒരു നിരപരാധിയെ ജയിലിലേക്കയയ്ക്കാൻ മടിക്കാത്തവൻ.

രാജകീയഭാവമുള്ള പേരായതിനാൽ മേജർ ജലാൽ സെനൂസി താനും രാജാവിനെപ്പോലെ അൾജീരിയയിൽ നിന്നുള്ളവനാണെന്നും കിരീടാവകാശിയായ രാജകുമാരനുമായി തനിക്ക് നല്ല ബന്ധമാണുള്ളതെന്ന് ജനങ്ങളറിയണമെന്നും വല്ലാതെ ആഗ്രഹിക്കുന്നവനായിരുന്നു.

യഥാർത്ഥത്തിൽ ചെള്ളു നിറഞ്ഞ ഒരു കുറുക്കനേക്കാൾ കുലീനത യൊന്നും അങ്ങേർക്കുണ്ടായിരുന്നില്ല. സകലതരം എച്ചിലുകളിലും കൈവെയ്ക്കും. വയറിനേക്കാൾ വലുതായിരുന്നു കണ്ണുകൾ. ഏറ്റവും നിസ്സാരമായ കാര്യങ്ങൾക്കുപോലും കൈക്കൂലികൊടുക്കണം. രാജാവിന്റെ ചിലവിൽ സുഭിക്ഷമായി കഴിഞ്ഞുകൂടി. ഒരിക്കലും സ്വന്തം ചിലവിനായി കീശയെ ആശ്രയിച്ചില്ല. അങ്ങേരുടെ ദാക്ഷിണ്യത്തിൽ കഴിഞ്ഞിരുന്ന പാചകക്കാർ യഥേഷ്ടം ഒരുക്കിക്കൊടുത്തു. ഒരു കുടുംബ ത്തിന് ഒരു മാസത്തേക്കുള്ള ആഹാരം ഓരോ രാത്രിയിലും ഉറപ്പു വരുത്തി. കോഴിയിറച്ചി വെച്ചത്, ഒരാടിനെ മുഴുവനായി പൊരിച്ചത്, കൂടകളിൽ നിറയെ പഴങ്ങൾ. പച്ചക്കറികൾ, ടിന്നിലടച്ച ആഹാരങ്ങൾ.

എല്ലാ പ്രഭാതങ്ങളിലും ആർത്തി പിടിച്ച തെരുവുകുട്ടികൾ അയാൾ കഴിച്ചതിന്റെ എച്ചിൽകൂനയ്ക്ക് ചുറ്റും കടിപിടി കൂടുമായിരുന്നു. അദ്ഭുത ങ്ങളുടെ കാന്റീൻ എന്ന് അത് അറിയപ്പെട്ടു. ഞാനയാളെ വെറുത്തിരുന്നു വെന്ന് അയാൾക്കറിയാമായിരുന്നു.

“നിങ്ങളിവിടെ എത്താൻ കാരണം നിങ്ങളുടെ നാവിന്റെ നീളം കാരണമാണ്. അതുപയോഗിച്ച് നിങ്ങളെ ഞങ്ങൾക്ക് തൂക്കിക്കൊല്ലാം.” ഫയൽ മേശപ്പുറത്തടിച്ചുകൊണ്ടയാൾ അലറി.

ഞാൻ പ്രതികരിച്ചില്ല. എനിക്കെതിരെ ഈ പന്നിക്ക് വല്ല തെളിവു കളുമുണ്ടെങ്കിൽ നേരെ ഫയറിംഗ് സ്ക്വാഡിനു മുമ്പിലേക്ക് എന്നെ അയച്ചേക്കും. അങ്ങനെ അങ്ങേർ ഉദ്ദേശിക്കുന്നുണ്ടെന്ന് എനിക്കു തോന്നി യിരുന്നു.

“എന്റെ കണ്ണ് നിങ്ങളിൽ പതിഞ്ഞിരിക്കുന്നു മുഅമ്മർ.”

“ഏതു കണ്ണ് മേജർ? ആ കോങ്കണ്ണോ അതോ ഇടതുവലതു ചാഞ്ചാടുന്ന മറ്റേ കണ്ണോ?”

“രണ്ടും ലഫ്റ്റനന്റ്. ആറടി താഴ്ചയിലേക്ക് നിന്നെ താഴ്ത്താനാവുന്ന കണ്ണുകൾ രണ്ടും! നിന്റെ ചില കൊച്ചു പദ്ധതികളെക്കുറിച്ചൊക്കെ എനിക്കറിയാം, തെണ്ടിച്ചെകുത്താനേ, നിന്റെ വിപ്ലവാശയങ്ങൾ ചില മൂഢ ബുദ്ധികൾക്ക് പകർന്നുകൊടുക്കുന്നുണ്ട്. ഒരിക്കൽ നീ മൂക്കിളയൊലി പ്പിച്ചു കരയുന്ന ഒരു പിച്ചക്കാരനായിരുന്നു. ഇപ്പോഴത്തെ ഓഫീസർ പദവി യിൽ നിന്നെ എത്തിച്ച രാജാവിനെതിരെ നീ മോശമായി സംസാരിക്കാൻ ധൈര്യപ്പെടുന്നു. പണ്ടു നീ മേച്ച ഒട്ടകങ്ങളുടെ കാഷ്ഠം നിന്നെ ഇപ്പോഴും മണക്കുന്നുണ്ട്. നീയതറിയുന്നുണ്ടോ?”

“ഒരാൾ എവിടെ നിന്നുവന്നുവെന്നതല്ല പ്രധാന കാര്യം, അയാൾ ഏതു പാതയിലാണ് എന്നതാണ്. ആരും എന്നെ സഹായിച്ചിട്ടല്ല ഞാനിത്ര യുമായത്. ഞാൻ സൗജന്യങ്ങളില്ലാതെ പഠിച്ചവനാണ്. എന്നെ ഞാനാ ക്കിയത് ഞാൻ തന്നെയാണ്. നിങ്ങളുടെ പദവി എന്നെ അപമാനിക്കാൻ നിങ്ങളെ അർഹനാക്കുന്നില്ല മേജർ.”

"നിന്റെ മേലാസകലം ചവുട്ടി നടക്കാൻ ആ പദവി എന്നെ അനുവദിക്കുന്നുണ്ട് തെണ്ടിച്ചെകുത്താനേ. നിന്റെ ഷൂസുകളിൽ കയറി എനിക്കു നായകവേഷമാടാം. നീയതിന്റെ അളവുകൾക്കു യോജിച്ചവനല്ല. നീയാരുമല്ല. ഭ്രാന്തഭാവനകളിൽ വിശ്വസിക്കുന്ന വെറുമൊരു വായാടി. നിങ്ങൾ ഏതോ ഒരു കടയിൽ വെച്ചുനടത്തിയ രഹസ്യയോഗങ്ങളെക്കുറിച്ച് ഞാൻ കേട്ടിട്ടുണ്ട്. നിന്റെ യൂണിറ്റിലെ ചില ചൂടന്മാരെ പിരികേറ്റുന്നതായും കേട്ടിട്ടുണ്ട്. നിനക്ക് നിഷേധിക്കാൻ കഴിയുമോ?"

"തെളിവു ഹാജരാക്കാൻ വെല്ലുവിളിക്കുന്നു മേജർ. താങ്കളുടെ ആരോപണം വളരെ ഗുരുതരമാണ്. സത്യസന്ധതയും പ്രാപ്തിയുമുള്ള ഒരു ഓഫീസറാണ് ഞാൻ. ഞാൻ നിയമാനുസൃതമായാണ് എന്റെ കടമകൾ നിർവ്വഹിക്കുന്നത്. ഞാൻ ആളുകളുടെ റേഷൻ കവർന്നു ഭക്ഷിക്കാറില്ല. ചെയ്യുന്ന ഉപകാരത്തിന് ഒരു ദർഹംപോലും കൈക്കൂലിയും വാങ്ങാറില്ല. എന്റെ അവകാശങ്ങളെക്കുറിച്ച് എനിക്കറിയാം."

അദ്ദേഹം ജ്വാലകളായി പടർന്നുകത്തുന്നതുപോലെ ജ്വലിച്ചു. അയാൾ തന്റെ കൈയിലെ കടലാസുകൾ കീറിയെറിഞ്ഞു.

"നിങ്ങൾ ഇപ്പോൾ പറഞ്ഞത് എന്താണ്? എന്താണ് ആ കുത്തുവാക്കുകൾകൊണ്ട് ഉദ്ദേശിക്കുന്നത് ലഫ്റ്റനന്റ്?"

"കുത്തുവാക്കും പറഞ്ഞില്ല. സൈനിക കോടതിക്കു മുമ്പിൽ പറഞ്ഞത് വ്യക്തമായിത്തന്നെ ആവർത്തിച്ചുകൊണ്ട് സ്വയം പ്രതിരോധിച്ചുകൊള്ളാം. താങ്കൾക്ക് അതു സാധിക്കുമോ?"

"അല്ല, അതല്ല, നിങ്ങൾ പറഞ്ഞതെന്താണെന്ന് ഒന്നുകൂടി തിരിഞ്ഞു നോക്കുക. റേഷനെക്കുറിച്ചും ദർഹത്തെക്കുറിച്ചുമൊക്കെ പറഞ്ഞല്ലോ."

"താങ്കളെക്കുറിച്ച് വ്യക്തമായ ഒരു ചിത്രം ഞാൻ വരയ്ക്കണോ മേജർ? എല്ലാവർക്കും അറിയാവുന്നതാണ്. നിങ്ങൾ കടത്തിക്കൊണ്ടുപോകുന്നതെന്തൊക്കെയെന്ന്. നിങ്ങളെ ഇതിനൊക്കെ അനുവദിക്കുന്നവർക്കും അതിന്റെ ലാഭങ്ങളുണ്ടാകാം. പക്ഷേ, ഇതൊക്കെ കണ്ടുകൊണ്ട് ഞാനങ്ങു നടന്നുപോകുമെന്നു കരുതേണ്ട. ഞാൻ തെറ്റായൊന്നും ചെയ്യുകയോ പറയുകയോ ചെയ്തിട്ടില്ല. നിങ്ങളുടെ ആരോപണങ്ങൾ ഭ്രാന്തവും ആപത്കരവുമാണ്. താങ്കൾ എന്താണ് സൂചിപ്പിച്ചതെന്ന് ശരിയായ ബോധ്യമുണ്ടോ? ഞാൻ ഒരു പ്രക്ഷോഭക്കാരനാണെന്നാണോ താങ്കൾ പറയുന്നത്?"

അയാളെ മാനസികമായി ഉലയ്ക്കാനായിത്തന്നെ ഞാൻ അലറുകയായിരുന്നു. അയാൾ എന്നോട് ശാന്തനാകാനും ഇരിക്കാനും ആവശ്യപ്പെട്ടു. പക്ഷേ, ദേഷ്യം കൊണ്ട് ഞാൻ വിറച്ചുനിന്നു. കൈപൊള്ളാനുള്ളതൊന്നും ആ ഫയലിൽ ഉണ്ടായിരുന്നില്ല. എന്നെക്കുറിച്ച് സംശയാസ്പദമായ പരാമർശങ്ങൾ ഒന്നുപോലുമുണ്ടാകാനിടയില്ല.

അയാൾ ടവൽകൊണ്ട് മുഖം തുടച്ചു. അയാൾ കിതയ്ക്കുന്നുണ്ടായിരുന്നു. ഞാൻ അയാളെ ജയിച്ചിരിക്കുന്നു.

“നിങ്ങളെ കാര്യങ്ങളൊക്കെ അറിയിച്ച ആൾ ആരാണ്? കോർട്ട് മാർഷലിൽ അയാൾ ഉത്തരം പറയേണ്ടതായി വരും. ചെയ്ത ദ്രോഹങ്ങ ളെക്കുറിച്ച്.”

“ശരി. മതിയാക്കൂ.” മേജർ പറഞ്ഞു. “ശാന്തനായിരിക്കൂ. ഞാൻ നിങ്ങളെ വിളിച്ചത് നിങ്ങളെപ്പറ്റി എനിക്കു പ്രത്യേകമതിപ്പുള്ളതിനാലും സദുദ്ദേശ്യങ്ങളുള്ളതിനാലുമാണ്. പ്രതിക്രിയാപരമായ പ്രസ്താവനകൾ പലതും നിങ്ങൾ നടത്തിയിട്ടുണ്ട് എന്ന വർത്തമാനം കേട്ടു.”

“വർത്തമാനം കേട്ടുവെന്നോ, ആരിൽ നിന്ന്.?”

“ഞാനെന്റെ ജോലിചെയ്യുകയാണ്. നിങ്ങളെപ്പോലെതന്നെ. ഞാൻ ഒരു കാര്യവും യാദൃച്ഛികതകൾക്കു വിട്ടുകൊടുക്കാറില്ല. ഞാൻ കേട്ടിട്ടുണ്ട്.”

“എന്തു കേട്ടിട്ടുണ്ടെന്നാണ്?”

അവിടെ മേജർ നിശ്ശബ്ദനായി. മിണ്ടാതെയവിടെ ഇരുന്നോട്ടെയെന്നു ഞാനും കരുതി. അധികൃതരുടെ സമക്ഷം എല്ലാ കഥകളും അവതരി പ്പിക്കുമെന്ന് ഞാൻ ഉറക്കെ പറഞ്ഞു. ഉപ്പൂറ്റി നിലത്തുരച്ചുകൊണ്ട് ഞാൻ പുറത്തു കടന്നു. എനിക്കു ഭയമുണ്ടായിരുന്നുവെന്നതാണ് നേര്. അയാളെ ആശയക്കുഴപ്പത്തിലാക്കാൻ വേണ്ടതൊക്കെ ചെയ്തു. ഇടനാഴിയിൽ ഒരു സാർജന്റ് തടഞ്ഞുകൊണ്ടുപറഞ്ഞു. “മുഅമ്മർ ഗദ്ദാഫി, എന്റെ ഓഫീ സിലേക്കു വരൂ.”

അയാൾ എന്നെ സല്യൂട്ട് ചെയ്തിരുന്നില്ല. ചട്ടവിരുദ്ധമായി യൂണിഫോം ധരിച്ചിരിക്കുന്നു. അയാൾ ജാക്കറ്റ് ഉള്ളിലേക്കിട്ടിട്ടായിരുന്നില്ല ബെൽറ്റ് മുറിക്കിയിരുന്നത്. കൈകൾ തെറുത്തുവെച്ചിരുന്നു. എന്നെ പ്പോലെ അച്ചടക്കത്തിൽ നിഷ്ഠയുള്ള ഒരാളെ സംബന്ധിച്ചിടത്തോളം ഒരു എൻ.സി.ഒ.യുടെ പ്രകോപനപരമാം വിധമുള്ള ഈ അശ്രദ്ധ ഗുരു തരമായ തെറ്റാണ്. ദൈവനിന്ദയോളം.

എന്റെ പേരു മാത്രമാണ് അയാൾ അഭിസംബോധന ചെയ്തത്. എന്റെ റാങ്കിനെ അയാൾ അവഗണിച്ചു. മാത്രമല്ല അയാളെ പിന്തുടർന്നു ചെല്ലാൻ ആവശ്യപ്പെടുകയും ചെയ്തു. എനിക്ക് രോഷമടക്കാൻ കഴി ഞ്ഞില്ല.

മെലിഞ്ഞ് ഇരുനിറത്തിലുള്ള സാർജന്റിന്റെ രൂപത്തിന് കുലീനത യുണ്ടായിരുന്നു. നീലക്കണ്ണുകളും സ്ത്രൈണമായ ചുണ്ടുകളുമായിരുന്നു അയാൾക്ക്. ലിബിയൻ മദ്ധ്യവർഗ്ഗത്തിൽനിന്നും വന്ന ഊർജ്ജസ്വലനും ലാളിച്ചു വഷളനാക്കപ്പെട്ടവനുമായ ഒരു ചെറുപ്പക്കാരൻ. രാജാവിന്റെ സ്പെഷ്യൽ സർവ്വീസിലിരുന്ന് സാധാരണക്കാരായ മനുഷ്യരെ എങ്ങനെ കാൽക്കീഴിലാക്കി അമർത്താമെന്ന് പഠിച്ചവൻ. ഞാൻ ഹയർ സെക്കന്ററി സ്കൂളിൽ പഠിക്കുന്ന കാലത്തുതന്നെ ഈ വക പൊങ്ങച്ചജീവികളേയും

അഹങ്കാരികളേയും ഡസൺ കണക്കിനു കണ്ടിട്ടുണ്ട്. ഓരോന്നിന്റേയും കഥ കഴിക്കാൻ തോന്നാറുണ്ടായിരുന്നു എനിക്ക്. സുന്ദരവിഡ്ഢികളായ ഈ ചെറുക്കന്മാരോടുള്ള വെറുപ്പാണ് എന്റെ വിമർശനാത്മക മനസ്സിനെ രൂപപ്പെടുത്തിയത്. ഇവറ്റകളെ കാണുമ്പോഴൊക്കെ മനസ്സിൽ നുരയുന്ന പൈശാചികമന്ത്രങ്ങളെ അകറ്റാൻ ഞാൻ രഹസ്യമായി കാറിതുപ്പു മായിരുന്നു.

സാർജന്റിന്റെ ഉദ്ദേശ്യം ഒന്നുമാത്രമായിരുന്നു.

“നിങ്ങളുടെ പിതൃത്വകാര്യത്തിൽ ഒരു ചെറിയ പ്രശ്നമുണ്ട് മുഅമ്മർ.”

“എന്തു പ്രശ്നം? പിന്നെ, എന്നെ അഭിസംബോധന ചെയ്യുന്നത് ലഫ്റ്റനന്റ് എന്നായിരിക്കണം. നമ്മൾ ആടുകളെയെല്ലാം ഒന്നിച്ചുകൂട്ടി യിട്ടുകൊണ്ടല്ല വളർത്തുന്നത്.”

“ഞാൻ ഒരിക്കലും ഒരു ഇടയനായിരുന്നില്ല.” അയാൾ അവജ്ഞ നിറഞ്ഞ ഈർഷ്യയോടെ തിരിച്ചടിച്ചു. “അതൊന്നും പദവിക്ക് അനുഗുണ മല്ലെന്ന് ഞാൻ ഓർമ്മിപ്പിക്കേണ്ടതില്ല ലഫ്റ്റനന്റ്. ആർക്കിഷ്ടപ്പെട്ടാലും ഇല്ലെങ്കിലും ഈ ഓഫീസിലെ കാര്യങ്ങളെല്ലാം തീരുമാനിക്കുന്നതും കൈകാര്യം ചെയ്യുന്നതും ഞാനാണ്. നിങ്ങളുടെ തിരിച്ചറിയൽ രേഖ യിലെ വിവരങ്ങൾ സ്ഥിരീകരിക്കാൻ ഡിപ്പാർട്ടുമെന്റ് എന്നെ അധികാര പ്പെടുത്തിയിട്ടുണ്ട്. നിങ്ങളുടെ സ്ഥാനക്കയറ്റത്തിന് അനുസൃതമായി നിറ വേറ്റേണ്ട കടമകളുടെ പ്രാധാന്യവും ഇതിലുണ്ടെന്ന് നിങ്ങൾ അറിയണം. സ്ഥാനക്കയറ്റത്തിനായി സമർപ്പിച്ച അപേക്ഷയിൽ തെറ്റുകളൊന്നും ഉണ്ടാകരുത്...”

“പ്രശ്നമെന്താണ്?”

“നിങ്ങളുടെ അച്ഛൻ..”

നിസ്സാരനായ ഈ എൻ.സി.ഒ.യുടെ മെക്കിട്ടുകയറ്റം എന്നെ അതി നിടെ തന്നെ നീരസപ്പെടുത്തിയിരുന്നു. എന്റെ കുടുംബകാര്യങ്ങൾ ഈ മനുഷ്യനോട് സംസാരിക്കേണ്ടിവന്ന അവസ്ഥ എന്നെ കൂടുതൽ കോപിഷ്ഠനാക്കിക്കൊണ്ടിരുന്നു.

“അദ്ദേഹം അന്തസ്സോടെ മരിച്ചു.”

“അങ്ങനെയൊന്നുമല്ല, നിങ്ങളുടെ ഗോത്രത്തിൽ അന്വേഷണം നടത്തിയതിൽ നിന്ന് അറിവായത്. നിങ്ങൾ അജ്ഞാതനായ ഒരാളുടെ മകനാണെന്നാണ്. ആൽബർട്ട് പ്രസിവോസി എന്നു പേരുള്ള ഒരു കോർസിക്കൻ വംശജനിൽനിന്ന് പിറന്നവനാണ്. ഒരു ജർമ്മൻ യുദ്ധ വിമാനം 1941-ൽ വെടിവെച്ച് വീഴ്ത്തപ്പെട്ടിരുന്നു. അതിന്റെ പൈലറ്റായി രുന്നു അദ്ദേഹം. നിങ്ങളുടെ ഗോത്രക്കാർ വസിക്കുന്നിടത്ത് അയാൾ ചികിത്സയിൽ കഴിഞ്ഞിരുന്നു.”

എന്റെ മുഷ്ടിക്ക് അതിന്റേതായ ഒരു മനസ്സുണ്ട്. അത് അയാളുടെ മുഖത്ത് ആഞ്ഞുപതിച്ചു. അയാൾ മൂക്കു തകർന്ന് പിറകോട്ടു മറിഞ്ഞു. അയാളെ കൊന്നുകളയാനുള്ള സാവകാശം എനിക്ക് ലഭിച്ചില്ല. നാലാളുകൾ എന്റെമേൽ ചാടിവീണു. അവർ എന്നെ നിലത്തേക്ക് തള്ളിയെറിഞ്ഞു.

മേജർ ജലാൽ സെനൂസി* കൈ പിണച്ചുകെട്ടി വാതിൽക്കൽ ചിരിയടക്കിക്കൊണ്ടു നിന്നു. അയാൾ സ്വർഗ്ഗത്തിലായിരുന്നു. എന്നെ ജയിച്ചതിന്റെ സന്തോഷത്താൽ. ഞാനയാളുടെ കെണിയിൽ വീഴുകയായിരുന്നു. അയാളുടെ ഓഫീസിലേക്കെന്നെ വിളിപ്പിച്ചത് പദ്ധതിയുടെ ആദ്യഭാഗമായിരുന്നു. ആത്മനിയന്ത്രണത്തെ നഷ്ടമാക്കുക എന്നതായിരുന്നു അത്. ഈ താഴ്ന്ന ഉദ്യോഗസ്ഥന്റെ പ്രകോപനപരമായ പെരുമാറ്റത്തോട് ഞാൻ ഇത്തരത്തിൽ പെരുമാറുമെന്ന് അയാൾ ആദ്യമേ വിഭാവനം ചെയ്തിരുന്നു.

"ഞാൻ എന്തായിരുന്നു പറഞ്ഞത് ബദൂയിൻ? ഞാൻ നിങ്ങളുടെ സ്ഥാനക്കയറ്റത്തിന് എതിരു നിൽക്കുമെന്ന് ഇപ്പോഴെങ്കിലും വിശ്വസിക്കുമോ?"

തലച്ചോറിന്റെ സ്ഥാനത്ത് പന്നിക്കൊഴുപ്പുള്ള, ആവേശഭരിതനായ ഒരു പേനയുന്തി മാത്രമെന്നേ അയാളെക്കുറിച്ചു ഞാൻ കരുതിയിരുന്നുള്ളൂ. ഇനിയുമേറെ സൂത്രങ്ങൾ അയാൾ ചെകുത്താന് കാണിച്ചുകൊടുത്തേനേ.

അച്ചടക്കസമിതിയുടെ മുമ്പാകെ ഞാൻ ഹാജരാക്കപ്പെട്ടു. ക്യാപ്റ്റൻ പദവിയിലേക്കുള്ള സ്ഥാനക്കയറ്റവും ലഭിച്ചില്ലെന്ന് മാത്രമല്ല കുറച്ചു കാലത്തെ ഏകാന്തത്തടവിനും വിധിക്കപ്പെട്ടു.

അതിനുശേഷം ഫെസ്സാനിലേക്ക്, സ്വദേശത്തേക്ക് യാത്രയായി. അവിടെ എന്റെ ഗോത്രവുമായി ചില കണക്കുകൾ തീർക്കാനുണ്ടായിരുന്നു.

ശത്രുതയും പാരുഷ്യവും ചേർന്ന് ഫെസ്സാൻ നരകത്തേക്കാൾ കഷ്ടമായിത്തീർന്നിരുന്നു. വരണ്ടു ദാഹിച്ച് ആ ഗ്രാമം വെന്തു കിടക്കുന്നു, ഒറ്റപ്പെട്ട ഒരു മരുപ്രദേശം പോലെ തന്നെ. ഞാനും നഗ്നനും ശൂന്യനുമായിരുന്നു.

ഒരു അക്കേഷ്യമരത്തിനു കീഴിലിരുന്ന് നാടോടികളെക്കുറിച്ചും തട്ടിപ്പറിക്കാരെക്കുറിച്ചും തീർത്ഥാടകരെക്കുറിച്ചും കാരവൻവണ്ടികളെക്കുറിച്ചും വഴിതെറ്റിയ യാത്രക്കാരെക്കുറിച്ചും സാഹസികരെക്കുറിച്ചുമെല്ലാം

* സർക്കാർ സ്ഥാപനങ്ങളുടെ സംശുദ്ധീകരണത്തിനു നിയോഗിക്കപ്പെട്ട ദൗത്യസംഘത്തിന്റെ തലവനായിരുന്ന സമയത്ത് മേജർ സെനൂസിനെക്കൊണ്ട് അയാളുടെ കുഴിമാടം അയാളുടെതന്നെ വെറും കൈകൾ കൊണ്ട് ഞാൻ ബലമായി കുഴിപ്പിച്ചിട്ടുണ്ട്.

ഞാൻ ദിവാസ്വപ്നങ്ങൾ കണ്ടു. ഏതുവഴിയൊക്കെ താണ്ടിയാണ് മുൾ നിറഞ്ഞ ഈ മരത്തിന്റെ തണലിലെത്തിയതെന്നോർത്തുകൊണ്ടും ലക്ഷ്യമിവിടെ പൂർത്തിയായോ എന്ന് ശങ്കിച്ചുകൊണ്ടും.

ഇവിടെ വന്നെത്തിയ പ്രഭുക്കളെക്കുറിച്ചും അടിയാളരെക്കുറിച്ചും ഞാനോർത്തു.

സാധാരണത്തേതിലും അസന്തുഷ്ടനായിരുന്നു ഞാൻ. മണലിൽ വളർന്നുപൊന്തിയ അക്കേഷ്യമരത്തിന്റെ ശുഷ്കിച്ച നിഴലിനേക്കാൾ കഷ്ടമായ അവസ്ഥ. വന്യമാംവിധം ഉന്മത്തനായിരുന്ന എനിക്കു ചുറ്റും വേരുകൾ കെട്ടുപിണഞ്ഞു കിടന്നു. എവിടെയാണ് സങ്കടങ്ങൾ കുഴിച്ചു മൂടേണ്ടത് എന്നറിയാതെ.

എനിക്കു ചുറ്റുമുള്ള മരുവെയിലിന്റെ ചൂളയേക്കാൾ വലുതായിരുന്നു അന്തരാത്മാവിലെ ചൂള.

മരുഭൂമിയിൽ എന്തു തേടിയാണ് വന്നത്? നിശ്ശബ്ദതയുടെ വിശ്രാന്തിയോ അതോ കടന്നുപോകുന്ന കാലത്തിന്റെ തീവ്രയാതനയോ? എനിക്കായി അവിടെ ഒന്നുമുണ്ടായിരുന്നില്ല. ദൂരെ കണ്ണുകളെ കബളിപ്പിച്ചുകൊണ്ടിരിക്കുന്ന മരീചികയുടെ അത്രത്തോളം തന്നെ ഒരു മായാവിഭ്രാന്തി മാത്രമാണെന്റെ ലക്ഷ്യസ്ഥാനം. ആ ദിവ്യശബ്ദം കേൾക്കാനായിട്ടാണോ ഇവിടെയെത്തിയത്? അതോ സാർജന്റിന്റെ ശബ്ദം തേച്ചു കഴുകിക്കളയാനോ? മോഹഭംഗത്തിന്റെ നിലയില്ലാക്കയത്തിൽ ഒന്നും സാദ്ധ്യമായിരുന്നില്ല. കയറുകെട്ടി അതിനുമുകളിൽ നടക്കുന്ന അഭ്യാസിയെപ്പോലെ ശൂന്യതയിൽ അങ്ങോട്ടുമിങ്ങോട്ടും ചാഞ്ചാടി നടന്നു. താഴെ വീഴുന്നത് ദുരന്തമാകുമെന്നറിയാമായിരുന്നു. അപ്പോൾ ഒരു കാറ്റ് പോലെ എവിടെന്നോ എന്റെ അമ്മാവൻ വന്നു. അദ്ദേഹം ചോദിച്ചു.

“എന്തിനാണിവിടെ ഇരിക്കുന്നത് മുഅമ്മർ?”

“ഞാൻ പിന്നെ എവിടെ പോകണം?”

“വീട്ടിലേക്കു വരൂ. മണിക്കൂറുകളായി ചുടുവെയിലത്ത് പൊരിയുകയാണല്ലോ. സൂര്യാഘാതമേൽക്കുന്നത് അത്ര നല്ല കാര്യമല്ല.”

“അത്രയേ ഉള്ളൂ?”

“അവർ പറയുന്നതു ശരിയാണോ, സൈന്യത്തിൽ നിന്ന് നിന്നെ പുറത്താക്കിയെന്ന്?”

“അവരെന്നെ സസ്പൻഡ് ചെയ്തു.”

“അതെങ്ങനെ സംഭവിച്ചു?”

“ഞാൻ ഒരു സാർജന്റിനെ ഇടിച്ചു.”

“ഒരു സാർജന്റിനെ ഇടിച്ചെന്നോ?”

“ഞാൻ രാജാവിനെതന്നെ അങ്ങനെ ചെയ്തേനേ.”

പ്രായത്തിന്റെ ഭാരം കൊണ്ട് അദ്ദേഹത്തിന്റെ നട്ടെല്ല് വളഞ്ഞുപോയിരുന്നു. ധൂളികൾ കൊണ്ടു തീർത്ത ഒരു പ്രഭാപരിവേഷം പോലെയായിരിക്കുന്നു മുഖം. ഒരു നീളൻ കുറ്റിയിൽ പതിച്ചുവെച്ച ഒരു തുണിക്കഷ്ണം പോലെയായിരിക്കുന്നു അമ്മാവൻ. ദാരിദ്ര്യം കാരണം ചോരയും നീരും വലിഞ്ഞു പോയിരിക്കുന്നു. വിധിയെ പ്രതിഫലിപ്പിക്കാനവശേഷിക്കുന്നത് പ്രായാധിക്യംകൊണ്ട് ചുക്കിച്ചുളിഞ്ഞ കൈകൾ മാത്രം.

ഞാൻ മുഷിച്ചിലോടെ ചോദിച്ചു.

"ആരാണ് ആൽബർട്ട് പ്രസിവോസി?"

അദ്ദേഹം കവിളത്ത് വിരൽവെച്ച് കണ്ണുകൾ താഴ്ത്തി ആലോചനയിലാണ്ടു.

"നമ്മുടെ കൂട്ടത്തിൽ അത്തരം പേരുകാരുണ്ടോ?"

"അതൊരു ക്രിസ്തീയ നാമമാണ്."

"എനിക്ക് ക്രിസ്ത്യാനികളെയാരേയും അറിയില്ലല്ലോ."

"ആലോചിച്ചു നോക്കൂ. കുറെക്കാലം മുമ്പത്തെ കാര്യമാണ്. ക്ഷണിക്കപ്പെടാതെ ക്രിസ്ത്യാനികൾ നമ്മുടെ വീടുകളിൽ വരാറുണ്ടായിരുന്ന ആ പഴയകാലം."

"കോളനി സായിപ്പന്മാർ കടലിനടുത്തായിരുന്നു സാധാരണ താമസിച്ചിരുന്നത്. മരുഭൂമിയിൽ അവർക്കു പ്രയാസമായിരുന്നു."

ഞാൻ എഴുന്നേറ്റുനിന്നു. അദ്ദേഹത്തിന്റെ നേരെ മുമ്പിൽ ചെന്നു നിന്നു. അദ്ദേഹം ഒരു കുട്ടിഭൂതത്തെപ്പോലെ ചെറുതായി.

"അങ്ങു പറയുന്നത് ഒരൊറ്റ കാഫിർപട്ടാളക്കാരനും നമ്മുടെ പ്രദേശത്തേക്ക് വരാൻ സാഹസപ്പെട്ടിട്ടില്ല എന്നാണോ? ആഫ്രിക്ക കോർവാൻ സേഴ്സ് ഇവിടെ തമ്പടിച്ചിരുന്നുവെന്നതിന്റെ അടയാളങ്ങൾ ഇപ്പോഴും ഇവിടെ ചില സ്ഥലങ്ങളിലുണ്ടല്ലോ. ഇവിടെ നിന്ന് മൂന്നുകിലോമീറ്ററിനുള്ളിൽ തന്നെയുണ്ടല്ലോ ടാങ്കുകളുടെ ജീർണ്ണാവശിഷ്ടങ്ങൾ. 1940 ആകുമ്പോഴേക്കും അങ്ങ് ഒരു മുതിർന്ന ആളായിക്കഴിഞ്ഞിരുന്നു. ഒന്നോ രണ്ടോ ക്രിസ്ത്യാനികളെ കണ്ട ഓർമ്മയെങ്കിലും അങ്ങേക്കുണ്ടാകും. ഇസ്ലാമികമായ ഒരനുകമ്പകൊണ്ട് മുറിവേറ്റ ഒരാളെ നമ്മുടെ ഗോത്രക്കാർ പരിചരിച്ചിരുന്നില്ലേ?"

അദ്ദേഹം നിഷേധാർത്ഥത്തിൽ തലയാട്ടി. പുരികം ചുളിഞ്ഞു.

"ഇവിടെയടുത്ത് ഒരു വിമാനം 1941-ൽ യുദ്ധത്തിനിടയിൽ വെടിയേറ്റു വീണത് അങ്ങേക്ക് ഓർമ്മയില്ലേ?"

അദ്ദേഹം വീണ്ടും ഇല്ലെന്ന് തലയാട്ടി.

"അതിന്റെ വൈമാനികൻ കൊല്ലപ്പെട്ടിരുന്നില്ല. നമ്മുടെ ആളുകൾ സഹായത്തിനെത്തി. അയാളെ ഒളിപ്പിച്ചു താമസിപ്പിക്കുകയും പരിചരിക്കുകയും ചെയ്തു. അങ്ങ് അതു മറന്നുപോകാനിടയില്ല. അതൊരു ഫ്രഞ്ചുകാരനായിരുന്നു. ഒരു കോർസിക്കൻ..."

'ഇവിടെങ്ങും ഒരു വിമാനവും വീണില്ല. യുദ്ധസമയത്തുമില്ല അല്ലാത്തപ്പോഴും ഇല്ല.'

"എന്റെ മുഖത്തു നോക്കുക."

അദ്ദേഹം എന്റെ മുന്നിൽ താടി ഇടത്തോട്ടും വലത്തോട്ടും ഇളക്കിക്കൊണ്ട് വിറച്ചുനിന്നു.

എന്റെ ശബ്ദം ഒരു വിസ്ഫോടനം പോലെയായിരുന്നു.

"ഞാൻ ഒരു ജാരസന്തതിയാണെന്നത് സത്യമാണോ? ഇതിലെ കടന്നുപോയ ഒരു കോർസിക്കൻ നായയുടെ മൂത്രം.?"

അപരിഷ്കൃതവും പരുക്കനുമായ പദപ്രയോഗം കേട്ട അദ്ദേഹം ചൂളിപ്പോയി. പ്രായമായവരുടെ മുമ്പിൽ സാധാരണയായി അസഭ്യപ്രയോഗങ്ങൾ ഞങ്ങളാരും പറയാറുണ്ടായിരുന്നില്ല. അദ്ദേഹം എതിർപ്പോ മുഷിച്ചിലോ കാണിച്ചില്ല. ഞാൻ എത്ര രോഷാകുലനാണെന്ന് അദ്ദേഹത്തിനു മനസ്സിലായിരുന്നു ക്ഷോഭത്തെ എങ്ങനെ നേരിടണമെന്നറിയാതെ അദ്ദേഹം കുഴങ്ങി. അടക്കം പറയുംമട്ടിൽ പറഞ്ഞൊഴിയാൻ നോക്കി.

"നീയെന്താണുദ്ദേശിക്കുന്നതെന്ന് മനസ്സിലാകുന്നില്ല."

"അങ്ങയുടെ മൂക്കിൻതുമ്പിനപ്പുറമുള്ളതൊന്നും അറിയില്ലല്ലോ. പറയൂ. എന്നോടു സത്യം പറയൂ. ഞാൻ ആ കോർസിക്കൻ നായയ്ക്കു പിറന്ന ജന്തുവാണോ?"

"ഇത്തരം അതിരുകടന്ന വഷളത്തമൊക്കെ ആരാണ് നിന്നോടു പറഞ്ഞത്?"

'അതൊരുത്തരമല്ല.'

"നിന്റെ അച്ഛൻ ഒരു ദ്വന്ദയുദ്ധത്തിലാണ് മരിച്ചത്. ഞാൻ ഒരായിരം പ്രാവശ്യം നിന്നോടതു പറഞ്ഞുകഴിഞ്ഞു."

"അങ്ങനെയെങ്കിൽ അദ്ദേഹത്തിന്റെ ശവക്കല്ലറ എവിടെയാണ്? മരിച്ചുപോയ ബന്ധുക്കളുടെ കൂട്ടത്തിൽ നമ്മുടെ ശ്മശാനത്തിലെന്തു കൊണ്ടാണ് അദ്ദേഹത്തെ അടക്കം ചെയ്യാതിരുന്നത്?"

"ഞാൻ..."

"അടങ്ങ്, നിങ്ങൾ നുണയനാണ്. എല്ലാവരും എന്നോടു കള്ളം പറഞ്ഞു. നിങ്ങളോട് നന്ദിയുള്ളവനായിരിക്കാൻ ഞാൻ ഒട്ടും ബാദ്ധ്യസ്ഥനല്ല. എന്റെ അച്ഛൻ ഇപ്പോഴുമുണ്ടായിരുന്നുവെങ്കിൽ അദ്ദേഹത്തെ

കണ്ടെത്തുമായിരുന്നു. ലോകത്തിലെ കല്ലുകളെല്ലാം മറിച്ചിട്ടു തപ്പേണ്ടി വന്നാൽ പോലും. മരിച്ചുവെങ്കിൽ അദ്ദേഹത്തിന്റെ കല്ലറ കണ്ടെത്തി ക്കൊള്ളാം. ഇനി നിങ്ങളെക്കുറിച്ച് രണ്ട് വാക്ക്, നിങ്ങളെയെല്ലാം ഹൃദയ ത്തിൽ നിന്നാട്ടിപ്പുറത്താക്കുന്നു. ഇനിയുള്ള ദിനങ്ങളിൽ നിങ്ങളെ ശപിച്ചുകൊണ്ടേയിരിക്കും. പടച്ച തമ്പുരാൻ 'മതി' എന്നു പറയും വരേയും."

അമ്മാവനോട് മറ്റൊന്നും ഉരിയാടിയില്ല.

രാജാവിനെ സ്ഥാനഭ്രഷ്ടനാക്കി ലിബിയയെ ഒരു റിപ്പബ്ലിക്കായി പ്രഖ്യാ പിച്ചതിനുശേഷം ജനക്കൂട്ടത്തിന്റെ ആരവം കാതുകൾക്കുള്ളിൽ ഇരമ്പി ക്കൊണ്ടിരിക്കെ ഗോത്രക്കാരുടെ അടുത്തേക്ക് വിപ്ലവം ആഘോഷിക്കുന്ന തിനായി പോയി. എന്റെ വർഗ്ഗക്കാരോട് പ്രതികാരം ചെയ്യുക എന്ന ഉദ്ദേശ്യവുമുണ്ടായിരുന്നു. എന്നിൽ നിന്ന് അവർ ഒരു രഹസ്യം മറച്ചു വെച്ചു. എനിക്കതെല്ലാം അതിജീവിക്കാനാവുമെന്ന് തെളിയിച്ചുകൊടുത്തു. അന്നു പ്രഭാതത്തിൽ ഫെസ്സാൻ ഗ്രാമം എനിക്കു വേണ്ടി പുതിയ ചർമ്മ മണിഞ്ഞുനിന്നു. മരുഭൂമി അതിന്റെ നഗ്നത, എഴുതാത്ത ഒരു താള്പോലെ സമർപ്പിച്ചുകൊണ്ട് അപ്രതിരോധ്യമായ എന്റെ ഉയർച്ചയുടെ ഇതി ഹാസത്തെ വരവേറ്റു.

ഏറ്റവും തലമൂത്ത ഒരു കാരണവരുടെ കൂടാരത്തിൽ കാലിന്മേൽ കാൽകയറ്റി ഞാൻ ഇരുന്നു. ഒരു മിനാരത്തിന്റെ മുകളിലെ ചന്ദ്രക്കല യോളം വിസ്തൃതമായിരുന്നു എന്റെ പുഞ്ചിരി. ആളുകളിൽ ഞാനു ണർത്തിയ നവോന്മേഷത്തിൽ ആഹ്ലാദിച്ചു. ഇനി ആരുമെന്നെ നിന്ദാ പൂർവ്വം കാണില്ല. അവരിപ്പോൾ എന്റെ കാൽക്കീഴിൽ ദണ്ഡനമസ്ക്കാരം ചെയ്യുകയാണ്. കുട്ടികൾ അങ്ങിങ്ങ് പരക്കം പായുന്നു. അവർ എന്റെ സാന്നിദ്ധ്യംകൊണ്ട് ഉത്സാഹഭരിതരാണ്. മറകൾക്കപ്പുറത്ത് സ്ത്രീകൾ ഒളിച്ചുനോക്കുന്നത് അറിയുന്നുണ്ടായിരുന്നു. ആണുങ്ങൾ ചോരപൊടിയും വിധം അങ്ങോട്ടുമിങ്ങോട്ടും കളിയായി നുള്ളിക്കൊണ്ടിരുന്നു. കൃത്യമായി തയ്ച്ചെടുത്ത യൂണിഫോമിൽ ഞാൻ ഒരു രാജകുമാരനെപ്പോലെയിരുന്നു. വേണ്ടപ്പെട്ടവരോടൊപ്പം കുറെ ചായ കുടിച്ചു. മരുഭൂമിയിൽ ഞങ്ങളുടെ ആഹ്ലാദാരവങ്ങൾ ഓളം വെട്ടി. അമ്മാവൻ സന്തോഷത്തിൽ പങ്കു ചേരണമോ വേണ്ടയോ എന്നറിയാതെ കൂടാരത്തിന് പുറത്തുതന്നെ നിന്നു. ഞാൻ അദ്ദേഹത്തെ കണ്ടതായി ഭാവിച്ചതേയില്ല. ഒരു കോർസി ക്കനിൽ ജനിച്ച ജാരസന്തതിയോ അതോ ഒരു ധീരപുരുഷനിൽ പിറന്ന ന്യായസന്തതിയോ ഞാൻ എന്നത് ഇപ്പോൾ എനിക്കത്ര പ്രാധാന്യമുള്ള കാര്യമേയല്ല. ഞാൻ എന്റെതന്നെ സന്തതിയാണ്. എന്നിൽതന്നെ പിറന്നവൻ.

നാമെല്ലാവരും നമ്മുടെ അച്ഛന്റെ മക്കൾ തന്നെയാണോ? ഈസാനബി, ദൈവപുത്രനായിരുന്നുവോ? ഒരു ബലാത്സംഗത്തിൽ പിറന്നവനോ?

അതോ അലക്ഷ്യമായ ഒരു ഭോഗചാപല്യത്തിലുണ്ടായതോ? അതിലെന്താണിത്ര പ്രസക്തമായുള്ളത്? അനശ്വരതയിലേക്ക് സ്വന്തം യൗവ്വനത്തെ പണിഞ്ഞു മാറ്റുന്നതെങ്ങനെയെന്നും കുരിശിന്റെ വഴി ക്ഷീരപഥമാക്കേണ്ടതെങ്ങനെയെന്നും അദ്ദേഹത്തിനറിയാമായിരുന്നു. നാം വിടപറയുമ്പോൾ നാമെന്ത് അവശേഷിപ്പിക്കുന്നുവെന്നതാണ് കാര്യം. എത്ര ലോകോത്തര വീരജേതാക്കൾ ഒന്നിനും കൊള്ളാത്ത ഭരണാധികാരികളുടെ പിതാക്കളായി? പ്രാപ്തിയില്ലാത്ത അനന്തരാവകാശികളുടെ കൈയിലെത്തുമ്പോഴേക്കും അപ്രത്യക്ഷമായിപ്പോയ നാഗരികതകൾ എത്ര? ബന്ധനസ്ഥരായ അടിമകൾ ചങ്ങലകൾ പൊട്ടിച്ചെറിഞ്ഞ് വമ്പൻ സാമ്രാജ്യങ്ങൾ പണിതുയർത്തിയില്ലേ?

അച്ഛൻ ആരാണെന്നറിയേണ്ട ആവശ്യം ഇനിയില്ല. കേളികേട്ട ഏതോ അപരിചിതന്റെ കുഴിമാടം അന്വേഷിച്ചു ചെല്ലേണ്ടതുമില്ല. ഞാൻ മുഅമ്മർ ഗദ്ദാഫിയാണ്. ബൻഗാസിയിലെ റേഡിയോ നിലയം പിടിച്ചെടുത്ത് തളർന്നവശരായ ജനതയോട് ഞാൻ വിമോചകനായെത്തിയിരിക്കുന്നുവെന്ന് വിളംബരം ചെയ്ത പ്രഭാതത്തിൽ സംഭവിച്ചത് എന്നെ സംബന്ധിച്ചിടത്തോളം ജീവിതത്തിൽ നടന്ന ഒരു കതിനാവെടിക്കെട്ടാണ്. ജാരസന്തതിയായാലും വേണ്ടില്ല അനാഥനായാലും വേണ്ടില്ല ഞാൻ നിയമാനുസൃത പാതയിലും അനന്യതയിലും ഒരു രാജ്യത്തിന്റെ ഭാഗധേയം തന്നെയായി പരിവർത്തനം ചെയ്യപ്പെട്ടിരിക്കുന്നു. ഒരു നവയാഥാർത്ഥ്യത്തിന് ഉയിരേകിയിരിക്കുന്നു. ഇതിഹാസദൈവങ്ങളോടോ ചരിത്രനായകന്മാരോടോ എനിക്കിനി യാതൊരു കാരണവശാലും അസൂയ തോന്നാൻ ഒന്നുമില്ല.

ഞാൻ ഞാനായിത്തന്നെയിരിക്കുന്നതാണ് ഉചിതം.

പതിനൊന്ന്

ഞാൻ മുറിയിൽ ഒറ്റയ്ക്ക് അടച്ചിരുന്ന് ഖുർ ആൻ വായിക്കുമ്പോഴായിരുന്നു രണ്ടാം ജില്ലയിൽ വ്യോമാക്രമണം നടന്നത്. ഒരു മിസൈൽ, പിന്നെ വീണ്ടുമൊരെണ്ണം... മൂന്നാമത്തേത് വളരെ ശക്തമായിരുന്നു. അവശേഷിച്ച ജനൽഗ്ലാസുകൾ തെറിച്ചു നിലത്തുവീണ് പൊട്ടിച്ചിതറാൻ മാത്രം ശക്തമായിരുന്നു.

ആശങ്കപ്പെട്ട സഖ്യകക്ഷി ആക്രമണം തുടങ്ങിക്കഴിഞ്ഞു.

ഇടനാഴിയിലേക്കു ചെന്നു. എല്ലാ വെളിച്ചങ്ങളും കെടുത്താൻ ആരോ താഴത്തെ നിലയിൽനിന്ന് ഉറക്കെ ആജ്ഞാപിക്കുന്നത് കേട്ടു. ഉടൻതന്നെ സ്വീകരണമുറിയിലെ മെഴുകുതിരികൾ കെടുത്തപ്പെട്ടു. ഞങ്ങളുടെ സ്കൂൾ ഹെഡ്ക്വാർട്ടേഴ്സിൽനിന്ന് അധികം അകലെയല്ലാതെ നാലാമതൊരു മിസൈൽ കൂടി പതിച്ചു.

ആശങ്കയുടെ ഒരു ഉഷ്ണമൂർച്ഛ അനുഭവപ്പെട്ടു.

മട്ടുപ്പാവിലേക്കുള്ള കോണിപ്പടികൾ നാലെണ്ണംവെച്ച് ധൃതിപ്പെട്ടു കയറി. കാണണം, നഗരത്തിലെ ബോംബുവർഷം. എനിക്ക് ഭയമില്ല.

നിർണായകമായ ഒരന്ത്യഘട്ടമായിരുന്നു പ്രതീക്ഷിച്ചിരുന്നത്. ആകാശത്തിന് നെടുകെയും കുറുകെയും അഗ്നിനക്ഷത്രങ്ങളുടെ പരക്കംപാച്ചിൽ, സൂര്യതേജസ്സുള്ള സ്ഫോടനങ്ങൾ, ആക്രമണപദ്ധതിയുടെ നേരെ പിടിച്ച സെർച്ച്ലൈറ്റുകൾ, തിരിച്ചാക്രമണങ്ങൾ, ഫയർ എഞ്ചിനുകളുടെ ചീറ്റിക്കുതിപ്പുകൾ, നാനാഭാഗത്തും വീശിയടിക്കുന്ന തീക്കാറ്റുകൾ - പക്ഷേ, ഞാൻ കണ്ടതോ വെറും ഉശിരില്ലാത്ത, തരംതാണ പ്രകടനം. ഡ്രോണുകളുടെ ഉഗ്രതയ്ക്ക് നേരെ ധൈര്യമില്ലാതെ ഒരു നഗരം. അഴുക്കിലും പൊടിയിലും ആലസ്യംപൂണ്ട്, മലിനശയ്യയിൽ കിടക്കുന്ന ഒരു തെരുവുവേശ്യയെപ്പോലെ. ആകാശത്തുനിന്നും വർഷിക്കപ്പെടുന്ന ബോംബുകളും കാറ്റത്ത് കീറത്തുണികളെപ്പോലെ നീറിപ്പുകയുന്ന അവയുടെ ലക്ഷ്യസ്ഥലങ്ങളുമെല്ലാം ചേർന്ന് സിർത്ത്, ചരിത്രം ഉപേക്ഷിച്ച ചവറുപോലെ

വിഷണ്ണവും മ്ലാനവുമായിരിക്കുന്നു. ഒരൊറ്റ ജോടി ഹെഡ്ലൈറ്റുകളുമില്ല. നിലവിളിക്കുന്ന അലാറങ്ങളില്ല, മേൽക്കൂരയിൽനിന്നുതിരുന്ന വെടിയൊച്ചകളില്ല. സ്ഫോടനപരമ്പരകളും ഭൂമിയിലേക്ക് ഇറങ്ങിവന്ന ഭൂതങ്ങൾ നിറഞ്ഞ കൂരിരുളും മാത്രം. അബദ്ധങ്ങൾ പറ്റാതിരിക്കാൻ വായിൽ വിരൽ ചേർത്ത് അവർ പതുങ്ങി നടന്നു.

എനിക്ക് നിരാശ തോന്നി, 2003 മാർച്ച് 28-ാം തീയതിയിലെ രാത്രി ഓർക്കുന്നു. അഗ്നിപ്രളയം ബാഗ്ദാദിനെ വിഴുങ്ങിയ ദിനം. പ്ലാസ്മാ സ്ക്രീനിനു മുമ്പിൽ ഒരു കൈക്കസേരയിൽ ഇരിക്കുകയായിരുന്നു ഞാൻ. ഹാരൂൺ-അൽ-റഷീദിന്റെ നഗരം നീലപ്പച്ചയാർന്ന ഒരു ഇരുളിലേക്ക് കുതിർന്നമർന്നുപോകുന്നതുകണ്ട് ആകമാനം മരവിച്ചുപോയി. റ്റോമാഹോക്ക് ബാലേയുടെ മധ്യഭാഗത്ത് അഗ്നിയാളുന്നുണ്ടായിരുന്നു. വിമാനരോധയന്ത്രത്തോക്കുകൾ തിളങ്ങുന്ന ഗന്ധകപ്പൊട്ടുകളുടെ നിര മാനത്തുതിർത്തു. കോൺക്രീറ്റിന്റെയും ഉരുക്കിന്റെയും ആരവങ്ങളോടെ കെട്ടിടങ്ങൾ തകർന്നുവീണു. വെടിക്കോപ്പുകളുടെ അവശിഷ്ടക്കൂമ്പാരങ്ങളിൽനിന്ന് അഗ്നിഗോളങ്ങൾ തലങ്ങുവിലങ്ങ് ചീറ്റിത്തെറിച്ചു. അതൊരു മാന്ത്രികദൃശ്യമായിരുന്നു. ഘോരമായ ഒരു അദ്ഭുതലോകം. ഇറാഖികളുടെ പോരാട്ടവീര്യത്തിനെതിരെ അന്തിമവെളിപാടുപോലെ സഖ്യകക്ഷികളുടെ അഗ്നിവർഷം.

ദാവീദും ഗോലിയാത്തും ഒരു വിദഗ്ദ്ധ നർത്തകൻ ആവിഷ്കാരം നൽകിയ പ്രകടനംപോലെ വമ്പിച്ച ഒരു യുദ്ധത്തിൽ ഏർപ്പെട്ടുകൊണ്ടിരിക്കയാണ്. വ്യോമാക്രമണ സൈറണുകൾ ആംബുലൻസ് സൈറണുകളോടുചേർന്ന് തീവ്രതകൊണ്ടും ഭീതിദസൗന്ദര്യംകൊണ്ടും അസഹ്യമായ ഒരു സിംഫണിയൊരുക്കി - ദൗർഭാഗ്യത്തിന്റെ സിംഫണി.

ബാഗ്ദാദിന്റെ മുറിവേറ്റ കൈകളിൽ, ആദരണീയമാംവിധം ധീരതയുള്ള ഒരു രാജ്യത്തിന്റെ ആത്മാഭിമാനത്തിന്റെ ഹൃദയഭാഗത്ത് എനിക്ക് മരണം പൂകാമായിരുന്നു. "ആക്രമണകാരിക്ക് മരണം!" എന്നാർത്തുകൊണ്ട്, ആയിരം കഷണങ്ങളായി ചിതറുന്ന ഒരു സ്മാരകസ്തംഭത്തോടൊട്ടിനിന്നുകൊണ്ട്, ഒരു ഷെല്ലിനാൽ ചിതറിത്തെറിപ്പിക്കപ്പെട്ടുകൊണ്ട് മരിക്കാൻ ഒരുക്കമായേനേ. കീഴടങ്ങാതെ ആത്മത്യാഗം ചെയ്യുന്ന, ഓരോ വെടിയുണ്ടയുമായും പരമമായ ത്യാഗത്തിനായി സമർപ്പിക്കുന്ന ഓരോ മാംസത്തുണ്ടുമായും താദാത്മ്യം കൊള്ളുന്നതിൽ കൂടുതൽ ചാരിതാർത്ഥ്യമൊന്നുമില്ല.

സ്വന്തം രാജ്യത്ത് അത്തരമൊരു പ്രതിരോധം ഉണ്ടായില്ല എന്നത് എത്ര സങ്കടകരമാണ്!

സിർത്ത് ഇപ്പോൾ ഒരു പടുകുഴിയാണ്. ജീർണിച്ചു കീറിയ ഒരു പഴയ കംബളം. നാറുന്ന പാദരക്ഷകൾ ചവിട്ടിത്തേക്കാനുള്ള ചവിട്ടുപായ.

ഒളിമ്പസ് മരണദുഃഖാചരണത്തിനായി ദൈവങ്ങൾ തിരഞ്ഞെടുത്ത ഒരു തരം സ്ഥലം.

“അവിടെ നിൽക്കരുത്, സഹോദരമാർഗദർശീ.”

കോണിപ്പടികളുടെ ഏറ്റവും മുകളിൽ നിൽക്കുകയായിരുന്നു അയാൾ. മട്ടുപ്പാവിൽ എന്റെ അരികിലേക്കു വരാൻ അയാൾക്ക് ഭയമായിരുന്നു. അയാളുടെ വിളർച്ച അരണ്ട വെളിച്ചത്തിൽ മിന്നിക്കാണാമായിരുന്നു, ഒരു മരണമുറിയിലെ മെഴുകുതിരിയെന്നോണം.

“സഹോദരമാർഗദർശി, ദയവായി ഇങ്ങോട്ടുവരൂ.”

എനിക്കയാളെ തുപ്പണമെന്നു തോന്നി. മൻസൂറും ലഫ്റ്റനന്റ് കേണൽ ട്രിഡും ഓടിവന്നു.

“ദയവായി, പ്രഭോ, അവിടെ നിൽക്കരുത്.”

“എന്തുകൊണ്ട് പാടില്ല? എന്റെ നഗരമാണ് അവർ നശിപ്പിച്ചുകൊണ്ടിരിക്കുന്നത്. ഞാൻ വേറെയൊരിടത്തേക്ക് എങ്ങനെ നോക്കും? എനിക്ക് മുഖം മറച്ചുകൊണ്ടിരിക്കാനാവുന്നതെങ്ങനെ?”

അബൂബക്കർ മട്ടുപ്പാവിലേക്കിറങ്ങാൻ ധൈര്യപ്പെട്ടു.

“നിങ്ങൾ നിങ്ങളുടെ മാളത്തിലേക്കു പോകൂ.” ഞാൻ അയാളോടാജ്ഞാപിച്ചു. “ ഒളിച്ചു പതുങ്ങാൻ ബെൻ അലിയെപ്പോലെയല്ല. ഞാനീ മണ്ണിൽ പിറന്നവനാണ്. ഈ ദേശം തന്നെയായിരിക്കും എന്റെ ശവക്കല്ലറ.”

“അങ്ങേക്ക് അപകടം സംഭവിക്കാം.”

“അതുകൊണ്ടെന്താണ്?”

‘ഞങ്ങൾക്ക് അങ്ങയെ വേണം, പ്രഭോ.”

“പോകൂ. ഇത് എന്റെ ആജ്ഞയാണ്. എനിക്കു മരിക്കുന്നതിൽ പേടിയില്ല.”

അപ്പോൾ സ്കൂളിന്റെ ഏതാനും കെട്ടിടസമുച്ചയങ്ങൾക്കപ്പുറത്ത് ഒരു മിസൈൽ പതിച്ചു. പ്രതിരോധമന്ത്രി കോണിപ്പടികളിലേക്കു പിന്തിരിഞ്ഞു. മടങ്ങിച്ചുരുണ്ട് കൈകൾ ചെവികളിൽ പൊത്തിക്കൊണ്ടു നിന്നു. മൻസൂർ നിലത്തു ചാടിയമർന്നു കിടന്നു. ലഫ്റ്റനന്റ് കേണൽ മാത്രം എന്റെയരികിലേക്കു വരാൻ ധൈര്യപ്പെട്ടു. അയാളെ പിന്തുടരാൻ എന്നോട് എന്തു പറഞ്ഞാവശ്യപ്പെടും എന്ന് അയാൾ ആകുലനായിരുന്നു.

അപ്പോഴേക്കും മിസൈൽ പതിച്ച കെട്ടിടം ഒരു കൂറ്റൻ പന്തമായി മാറിക്കഴിഞ്ഞിരുന്നു. ചുറ്റുമുള്ള വൃക്ഷങ്ങളിലേക്ക് തീ ആളിപ്പടർന്നു. അഭൗമമായൊരു പ്രകാശം തെരുവിലാകെ വ്യാപിച്ചു. ചുട്ടുപഴുത്ത മിന്നുന്ന കൽക്കഷണങ്ങൾ അവിടെയാകെ ചിതറിക്കിടന്നു.

വെടിശബ്ദങ്ങളും ആളുകളുടെ സംഭ്രമാക്രന്ദനങ്ങളും എന്നെ ഉന്മത്ത നാക്കി. സ്വർഗീയമായ ആഗ്നേയവർഷത്തിനായി കൈകൾ നീട്ടി ആർത്തു പ്രാർത്ഥിച്ചു.

"നിങ്ങളെന്നെ ജീവനോടെ പിടികൂടുകയില്ല. ഉള്ളിത്തണ്ടുപോലെ ഒരു കയറിൽ തൂങ്ങേണ്ടവനല്ല ഞാൻ. എന്റെ രക്തത്തിന്റെ അവസാനതുള്ളി വരെ പോരാടും... വരൂ, എന്നെ കിട്ടുമോ എന്നു നോക്ക്, നായ്ക്കളേ! ഞാൻ അല്ലാഹുവിന്റെ പോരാളിയാണ്; മരണം വരിക്കുകയാണെന്റെ ദൗത്യം. എന്റെ സ്ഥാനം പ്രവാചകന്മാരുടെ സമീപം സ്വർഗത്തിലാണ്. മാലാഖമാരാലും ഹൂറികളാലും വലയം ചെയ്യപ്പെട്ടുകൊണ്ടു ഞാൻ വിരാജിക്കും. ഒരു ഉദ്യാനത്തിന്റെ പച്ചപ്പരപ്പിലെ പൂക്കളുടെ അത്രയും കിരീടങ്ങൾ എന്റെ ശവകുടീരത്തെ അലംകൃതമാക്കും... എന്താണ് നിങ്ങൾ കരുതുന്നത്? എന്നെ കുത്തിയിളക്കി കരയ്ക്കു കയറ്റാൻ ആരെ ങ്കിലും വരുന്നതുവരെ പൊട്ടക്കിണറ്റിൽ ഇറങ്ങി ഒളിച്ചിരിക്കുമെന്നോ? നിങ്ങളുടെ കീറത്തുണികൊണ്ട് എന്റെ കവിളുകൾ ഒപ്പുകയില്ല. ഒരു തെണ്ടിയുടെ കുറ്റിത്താടിയോടെ പ്രൈം ടൈം ടി.വിയിൽ നിങ്ങളെന്നെ പ്രക്ഷേപണം ചെയ്യില്ല. എടോ, സാർക്കോസി, നിങ്ങളുടെ ദേശീയ അസംബ്ലിയുടെ മേൽക്കൂരയ്ക്കു മുകളിൽ എന്റെ തലയോട്ടി കിടന്നാ ടാനുള്ള ഉൽകൃഷ്ട ബഹുമതി നിങ്ങൾക്കു കിട്ടില്ല."

"ഞാനങ്ങയോടു യാചിക്കുന്നു, പ്രഭോ, എന്റെയൊപ്പം വരൂ." ട്രിഡ് എന്നോടു കെഞ്ചിപ്പറഞ്ഞു. എന്നാൽ ഞാൻ ശ്രദ്ധിച്ചതേയില്ല.

എന്റെതന്നെ തീവ്രഅട്ടഹാസങ്ങൾ മാത്രമേ കേൾക്കുന്നുണ്ടായി രുന്നുള്ളൂ. അവ സ്ഫോടനങ്ങൾ തീർത്ത ശബ്ദവീചികൾക്കുംമീതെ മുഴങ്ങി. ഞാൻ ഒരു അലറുന്ന നരകാഗ്നിയാണ്. ഒരു പ്രപഞ്ചാതീതശക്തി യാൽ ഞാൻ മോഹിതനായിക്കഴിഞ്ഞിരുന്നു. ഉഗ്രമായ കൊടുങ്കാറ്റിനെയും തടുക്കാനാവുന്നത്ര പ്രബലൻ.

സ്കൂളിനു തൊട്ടടുത്തുതന്നെ വീണ്ടും ഒരു ബോംബ് വന്നു പതിച്ചു. അതിന്റെ പ്രകമ്പനം എന്റെ മുഖത്തു വന്നലച്ചു. അതെന്റെ രോഷത്തെ പതിന്മടങ്ങാക്കി. പാരപ്പെറ്റിലേക്കു കയറി, നെഞ്ചുവിരിച്ച്, മുഖമുയർത്തി കൈകൾ രണ്ടും വിശാലമായി നീട്ടിപ്പിടിച്ചു.

ചുവരിന്റെ വശത്തേക്കു ഞാൻ കാലെടുത്തുവെക്കാതിരിക്കാൻ ലഫ്റ്റ നന്റ് കേണൽഎന്റെ അരക്കെട്ടിൽ മുറുകെ പിടിച്ചു. അവിടെനിന്നും ഞാൻ താഴേക്കു കുതിച്ചു ചാടാനൊരുമ്പെടുകയാണെന്നയാൾ സംശ യിച്ചു. ഞാനയാളെ ഒരു കൈകൊണ്ടു തട്ടിമാറ്റി. ആ അക്രമകൃത്യ ങ്ങൾക്ക് വീണ്ടും ദൃക്സാക്ഷിയായിക്കൊണ്ട് മുഴുവൻ ലോകത്തിനു മെതിരെ ഞാൻ ആക്രന്ദനങ്ങൾ തുടർന്നു.

"നോക്കൂ. ഞാനിവിടെ ഈ ഉയരത്തിൽ വന്നുനിൽക്കുകയാണ്, മജ്ജമാംസാദികളോടെ. നിങ്ങളെന്നെ കാണുംമുമ്പുതന്നെ ഞാൻ

ആത്മത്യാഗം ചെയ്തിരിക്കും. വരൂ... ചങ്കൂറ്റം കാണിക്കൂ, ഭീരുക്കളേ, ആണത്തമുണ്ടെങ്കിൽ എന്നെ വന്നുപിടികൂടുവിൻ. ഞാൻ ബെൻ അലി അല്ല, സദ്ദാം അല്ല, ബിൻലാദനുമല്ല എന്ന് നിങ്ങൾക്കു മനസ്സിലാകും."

"തെരുവിനപ്പുറത്ത് വെടിയുതിർക്കാൻ അവർ ഒളിച്ചിരിക്കുന്നവരുണ്ടാകും പ്രഭോ."

"അവർ പുറത്തേക്കു വരട്ടെ. അവർക്ക് ഒരു പർവ്വതത്തെ വെടി വെക്കാനാവില്ല. അവർ പേടിച്ചു വിറയ്ക്കുകയാണ്."

ലഫ്റ്റനന്റ് കേണൽ എന്റെ അരക്കെട്ടിനു ചുറ്റുമായി വീണ്ടും മുറുകെ പിടിച്ചു. എന്റെ രോഷശബ്ദങ്ങളെ നക്ഷത്രങ്ങൾവരെ എത്തിച്ചു വിടാനാണ് അങ്ങനെ അയാൾ ചെയ്തതെന്നാണ് തോന്നിയത്. ലഫ്റ്റനന്റ് കേണലിനു നേരെ ആലംബത്തിനായി ഞാൻ ചാഞ്ഞുനിന്നു. ആർട്ടിലറി ഷെല്ലുകളേക്കാൾ അപ്പുറത്തേക്ക് അട്ടഹാസങ്ങൾ എത്താൻ വേണ്ടി എന്റെ കൈപ്പത്തികൾ വായയ്ക്കിരുവശത്തും മെഗാഫോൺ പോലെ വെച്ചു.

"ആർത്തിപ്പണ്ടാരങ്ങളേ, നിങ്ങളുടെ ആത്മാവിൽ ശാപങ്ങൾ വീഴട്ടെ, പ്രിയപ്പെട്ട സദ്ദാം ഹുസൈൻ! ഈദിന്റെ ആരംഭത്തിൽത്തന്നെ തൂക്കിലേറ്റപ്പെടാനായി നിങ്ങൾ ജീവനോടെ പിടികൊടുത്തതെന്തിന്? സ്വന്തം തലച്ചോറിലേക്ക് ഒരു വെടിയുതിർത്തുകൂടായിരുന്നോ താങ്കൾക്ക്? ആ കുരിശുയോദ്ധാക്കളുടെ നീചമായ പ്രതികാരമോഹത്തെ താങ്കൾക്ക് കവർന്നെടുക്കാമായിരുന്നല്ലോ. താങ്കൾ കാരണം, പ്രവാചകനായ മുഹമ്മദും അനുയായികളും ഇനിയൊരിക്കലും ദൈവത്തിനുനേരെ കണ്ണുകളുയർത്താൻ മുതിരില്ല... പക്ഷേ, ഞാൻ നട്ടെല്ലു നിവർത്തി തമ്പുരാനു മുന്നിൽ നിൽക്കും. ഞാൻ അവിടുത്തെ കണ്ണുകളിലേക്ക് ഉറ്റുനോക്കും. അവിടുന്ന് കണ്ണുകൾ തിരിക്കുംവരെ. ഏഷണികൾ കുന്നുകൂട്ടുകയും ഒരു ഇസ്ലാമികദേശത്ത് നിയന്ത്രണമേതുമില്ലാതെ മല വിസർജ്ജനം നടത്തിക്കൊണ്ടിരിക്കയും ചെയ്യുന്ന കാഫിറുകൾക്കുനേരെ അബാബിലിനെ അഴിച്ചുവിടാൻ അവിടുത്തേക്ക് ഒരു ബുദ്ധിമുട്ടുമില്ല."

എന്റെ അട്ടഹാസങ്ങൾ പ്രപഞ്ചശക്തികളുടെ ഒരു കുതിച്ചൊഴുക്കു പോലെയായിരുന്നു. ഭൂമിയും വാനവും അവിടെ ഇടകലർന്നു. പിന്നെ അഗാധഗർത്തം....

പന്ത്രണ്ട്

എനിക്കു തണുക്കുന്നുണ്ടായിരുന്നു. അനാദികാലം മുതലേ ഞാൻ ഇരുളടഞ്ഞ ഒരു നിലവറയിലായിരുന്നുവെന്നു തോന്നി. വീഴാതിരിക്കാൻ തപ്പിത്തടഞ്ഞു നിന്നു. വയറിനകത്ത് ഭയം നഖങ്ങളാഴ്ത്തി. എന്നാൽ എനിക്കറിയാമായിരുന്നു ഞാൻ ഒറ്റയ്ക്കല്ലെന്ന്. എനിക്കുചുറ്റും അസ്പൃശ്യമായ ഒരു സാന്നിധ്യമുണ്ട്. പാദപതനങ്ങൾ കേൾക്കുന്നുണ്ട്. ഞാൻ നിൽക്കുമ്പോൾ ആ ശബ്ദവും നിലയ്ക്കുന്നു.

"ആരാണവിടെ?"

നിശ്ശബ്ദത.

"ആരാണവിടെ? ഞാൻ കാതു പൊട്ടനല്ല. ഒളിച്ചുകളി എത്ര വേണമെങ്കിലും ആയിക്കൊള്ളൂ. എനിക്കു നിങ്ങളെ കേൾക്കാം."

"നിങ്ങൾ കേൾക്കുന്നത് നിങ്ങളുടെ തന്നെ ഭയത്തിന്റെ പ്രതിധ്വനിയാണ്, മുഅമ്മർ."

ഞാൻ ആ ശബ്ദത്തിനു നേരെ തിരിഞ്ഞു. അത് നിലവറയിൽ മുഴങ്ങിത്തെറിച്ചു. അതെന്നിൽ അലയടിച്ചതിനുശേഷം ഒരു കോട്ടുവാ നിശ്വാസം പോലെ പിൻവലിഞ്ഞു.

"എനിക്കു ഭയമില്ല."

"ഉണ്ട്. നിങ്ങൾ ഭയചകിതനാണ്."

"ഞാനാരെയാണ് ഭയക്കേണ്ടത്? ഞാൻ നിർഭയനായ ഒരു മാർഗദർശി. ഞാൻ ആകാശത്തോളം തലയുയർത്തി നടക്കുമ്പോൾ നക്ഷത്രങ്ങൾ പോലും വിനയത്തോടെ പിൻവാങ്ങും."

"പിന്നെ എന്തിനാണ് ഈ ഇരുളിൻമറവിൽ വന്നൊളിച്ചിരിക്കുന്നത്?"

"ഒരുപക്ഷേ ഞാൻ മരിച്ചുപോയിരിക്കും."

"ശിക്ഷയിൽ നിന്നൊഴിഞ്ഞു മാറിക്കൊണ്ടോ? വളരെയെളുപ്പം, അങ്ങനെ തോന്നുന്നുണ്ടോ?"

"നിങ്ങൾ ആരാണ്? മാലാഖയോ ചെകുത്താനോ?"

"രണ്ടും! ഒരിക്കൽ ഞാൻ ദൈവത്തോളം ഉണ്ടായിരുന്നു."

"എങ്കിൽ നിങ്ങൾ പുറത്തുവരൂ, അത്ര വീരനാണെങ്കിൽ."

എന്തോ ഒന്ന് ആ നിലവറയുടെ അഗാധതയിൽ ചലിക്കുന്നുണ്ട്. അത് അരികിലേക്ക് വരികയാണ്. ഇപ്പോൾ എനിക്ക് ഒരു മനുഷ്യരൂപം കാണാൻ കഴിയുന്നുണ്ട്. കീറവസ്ത്രങ്ങളണിഞ്ഞ ദീനനായ ഒരാൾ. അയാളുടെ താടിരോമങ്ങൾ ഉലഞ്ഞുതൂങ്ങിയിരുന്നു. കഴുത്തിനുചുറ്റും വരിഞ്ഞു കെട്ടിയിട്ട അനന്തമായ കയർ നിലത്തിഴച്ചുകൊണ്ടാണയാൾ നടക്കുന്നത്. ചങ്ങലകളാൽ ബന്ധിതനുമായിരുന്നു.

"നിങ്ങൾ ആരാണ്?"

"എന്തേ നിങ്ങൾക്കു തിരിച്ചറിയാനാവുന്നില്ലേ? ഏതാനും നിമിഷങ്ങൾക്കുമുമ്പ് നിങ്ങളെന്റെ നേരെ ശാപവാക്കുകൾ ഉരുവിട്ടുകൊണ്ടിരുന്നത് ഇത്ര വേഗം മറന്നോ?"

"സദ്ദാം ഹുസ്സൈൻ?"

"അങ്ങനെയൊരാളിൽ അവശേഷിച്ചതെന്തോ, അതു മാത്രം. സ്നേഹിതാ, അതുമാത്രം... ഇരുളിൽ തപ്പിനടക്കുന്ന ഒരു ദീനൻ."

"എങ്കിൽ ഞാൻ മരിച്ചവനാണ്."

"ഇല്ല. ആയില്ല. അതിനു മുമ്പ് മാംസത്തിന്റെ സഹനത്തെക്കുറിച്ചുള്ള അഗ്നിപരീക്ഷകളുണ്ട്. അതിനു വിധേയനാകണം."

"നിങ്ങൾക്ക് എന്നിൽനിന്നും എന്താണു വേണ്ടത്?"

"നിങ്ങൾ നിങ്ങളുടെ മുഖം കാണുക. അവിടെ എഴുതപ്പെട്ട ഭീതി വായിച്ചെടുക്കുക. നിങ്ങൾ എന്നെ അപമാനിച്ചു. ശപിച്ചു. എന്റെ നേരെ തുപ്പി. അമേരിക്കയും സഖ്യശക്തികളും എന്നെ തൂക്കിലേറ്റിയെന്ന് ഞാൻ നിങ്ങളെ ഓർമ്മപ്പെടുത്തട്ടെ, പക്ഷേ, ഇനി കണ്ടോളൂ, നിങ്ങളുടെ ആളുകൾ നിങ്ങളെ വടികൊണ്ടടിക്കും."

"നിങ്ങളുടെ ജനങ്ങളും നിങ്ങളെ വഞ്ചിച്ചു."

"അത് ഇതുപോലെയല്ല, മുഅമ്മർ. എന്റെ ഭരണത്തിൻകീഴിൽ ഇറാക്ക് ഒരു മഹാരാജ്യമായിരുന്നു. ഹാറൂൺ-അൽ-റഷീദ് എന്റെയത്ര പ്രഭാവമുള്ള ഭരണാധികാരിയായിരുന്നില്ല. എന്റെ സർവ്വകലാശാലകൾ പ്രതിഭാശാലികളെ സൃഷ്ടിച്ചു. ഓരോ നിശയിലും ബാഗ്ദാദ് ആഹ്ലാദത്തിലാറാടി. എന്റെ വിത്തുകൾ നിലം തൊടേണ്ട താമസം മുളച്ചുയർന്നു. പക്ഷേ നിങ്ങൾ, മുഅമ്മർ, നിങ്ങൾ നിങ്ങളുടെ ജനങ്ങളെ എന്താക്കി മാറ്റി? ഒരു പട്ടിണിക്കൂട്ടം. അവർ നിങ്ങളെ ആകമാനം കടിച്ചുവലിക്കും."

"എനിക്കു നിങ്ങളുടെ വിധി അറിയില്ല, ഹുസ്സൈൻ. പക്ഷേ, എന്റെ വിധി എന്റെ കൈകളിൽത്തന്നെയാണ്. പിന്നെ ദൈവത്തിന്റെ കൈകളിലും."

"ദൈവം ആരുടേയും ഒപ്പമല്ല. അവിടുത്തെ പുത്രൻ കുരിശേറുന്നത് അവിടുന്ന് കണ്ടുനിന്നില്ലേ? അവിടുന്ന് ആരുടെയും സഹായത്തിനെത്തുകയില്ല. തുരുതുരാ വർഷിക്കപ്പെടുന്ന കല്ലുകൾക്കിടയിൽക്കിടന്ന്

നായയെപ്പോലെ ചാവുന്നതും അവിടുന്ന് നോക്കിനിൽക്കും. നിങ്ങളുടെ ആത്മാവ് നിങ്ങളുടെ ദേഹത്തിൽനിന്നു മുക്തമാകുമ്പോൾ പോലും അദ്ദേഹത്തെ ദർശിക്കാനാവില്ല. നിങ്ങൾ ഇരുളിൽ തപ്പി നടന്നലയും. ഇപ്പോൾ ഞാൻ ചെയ്യുന്നതുപോലെ. നിഴലുകൾക്കിടയിലെ നിഴലായി മാറുന്നതുവരെ."

"ഒരുപക്ഷേ, ഞാനിപ്പോഴും മരിച്ചിട്ടില്ല. പോരാടാനും ഇച്ഛാനുസരണം അവസ്ഥയെ മാറ്റാനുമുള്ള ശക്തി എനിക്കിപ്പോഴുമുണ്ട്. ഞാൻ താങ്കളെപ്പോലെ ദാരുണമായ അന്ത്യം കൈവരിക്കില്ല. എന്റെ സിംഹാസനം എന്നെ തിരികെ വിളിക്കുന്നുണ്ട്. ഏതാനും നാളുകൾക്കുള്ളിൽ ആളുകൾ എന്റെ വിജയത്തെ ആഘോഷിക്കും. പിന്നെയാരും എനിക്കെതിരെ ഒരു വാക്കുപോലും ഉച്ചരിക്കില്ല."

"ആരും കാറ്റിനെ ആഘോഷിക്കാറില്ല. എവിടെയൊക്കെ അത് വീശുന്നുണ്ടോ, അതൊക്കെ അതു കടന്നുപോകുന്ന വഴി മാത്രം. അത് എന്താണ് വഹിച്ചുകൊണ്ടുപോകുന്നത് എന്നത് തികച്ചും അപ്രസക്തം. അതു പോകും വഴി വല്ലതും നിക്ഷേപിക്കുന്നുണ്ടെങ്കിൽത്തന്നെ അതിനെ കാലം അപഹരിക്കും."

"ഞാൻ കാറ്റല്ല. ഞാൻ മുഅമ്മർ ഗദ്ദാഫിയാണ്!"

എന്റെ തന്നെ അട്ടഹാസം എന്നെ ഉണർത്തി. മച്ച് മന്ദമായി തിരിയുന്നതുപോലെ. ബോധം പതിയെ തിരിച്ചുവരികയാണ്. മുറിയിലെ മെത്തയിൽ മലർന്നു കിടക്കുകയാണ്, ആകെ തളർന്നും തൊണ്ടയടഞ്ഞും.

ഒരു ചെറുമേശ എന്റെയടുത്തേക്കിട്ടിരുന്നു. അതിന്മേൽ എനിക്കുള്ള ആഹാരം തണുത്തിരിക്കുന്നു. മുട്ടകൊണ്ടുള്ള സാൻഡ്‌വിച്ച്, ഒരു ചോക്കലേറ്റ് കഷണം, കുറച്ച് ജാം, സ്ഫടികപാത്രത്തിൽ വെള്ളം.

"അങ്ങ് ഉന്മേഷം വീണ്ടെടുക്കണം, പ്രഭോ."

അബൂബക്കർ എന്നോടു പറഞ്ഞു. ചെറുതായി ഹൈപ്പോഗ്ലൈസീമിയ ഉണ്ട്. ഇന്നലെ ഉച്ചമുതൽ അങ്ങ് ഒന്നും കഴിച്ചില്ലല്ലോ."

"എനിക്കെന്താണു സംഭവിച്ചത്?"

"തളർച്ചയുടെ ആഘാതമാണ്. ഗുരുതരമായൊന്നുമില്ല. ഭക്ഷണം കഴിക്കൂ ദയവായി. എല്ലാം ഭേദമാവും."

എനിക്കരികിൽ പ്രതിരോധമന്ത്രിയെക്കൂടാതെ മൻസൂറും ലഫ്റ്റനന്റ് കേണലും ഇരിക്കുന്നുണ്ടായിരുന്നു. അവർ എന്നോട് ചേർന്നിരുന്ന് എന്നെ ഉറ്റുനോക്കുന്നുണ്ടായിരുന്നു.

"എനിക്കു വിശക്കുന്നില്ല."

"അങ്ങയുടെ ശരീരത്തിൽ ജലാംശം കുറഞ്ഞിരിക്കുന്നു, സഹോദരമാർഗദർശീ. പോഷകാഹാരക്കുറവുമുണ്ട്. ഇങ്ങനെ അധികം നാൾ കഴിയാൻ പറ്റില്ല."

“ഞാൻ തന്നെയാണ് സാൻഡ്‌വിച്ച് ഉണ്ടാക്കിയത്.” അത് വിഷം ചേർത്തതല്ലെന്ന തെളിവിനെന്നോണം ട്രിഡ് പറഞ്ഞു. “ഞാൻ കുറച്ചാഹാരവും ഒപ്പം കൊണ്ടുവന്നിരുന്നു.”

ഞാൻ ആ ട്രേ നീക്കി മാറ്റി.

“എനിക്കു വിശക്കുന്നില്ല.”

“പ്രഭോ...”

“എനിക്കു വിശക്കുന്നില്ലെന്നു പറഞ്ഞില്ലേ, ഛേ! എന്താണ് നിങ്ങൾ ചെയ്യാൻ പോകുന്നത്? എന്റെ മൂക്കു പിടിച്ച് മലർത്തിക്കിടത്തി തീറ്റിക്കാനോ?”

“ഡോക്ടർ...”

“ഡോക്ടറെക്കുറിച്ചൊന്നും പറയണ്ട. എന്റെ ജീവിതം മുന്നോട്ടു കൊണ്ടുപോകേണ്ടതെങ്ങനെയെന്ന് അങ്ങേർ പഠിപ്പിക്കേണ്ട... സമയം എത്രയായി?”

“ഏതാണ്ട് നാലര, സർ.”

“ഇതിനിടെതന്നെ നാം ഇവിടം വിടേണ്ടതായിരുന്നില്ലേ?”

“കേണൽ മുത്താസ്സിം ഇതുവരെ തിരിച്ചെത്തിയില്ല, സർ.”

“ആ വിഷയം ഇനി നമ്മുടെ മുന്നിലില്ല. ഇനി വേഗം നേരം വെളുക്കും. നമ്മളെങ്ങനെയാണ് നഗരത്തിനു പുറത്തെത്തുക?”

“ഇപ്പോൾ നമ്മുടെ പക്കൽ മുപ്പതു വാഹനങ്ങളേയുള്ളൂ, സർ. ഉപരോധത്തെ മറികടക്കാൻ അതുമതിയാവില്ല.” ജനറൽ വാദിച്ചു.

ഈർഷ്യയോടെ ഞാൻ കൈകൾ കൂട്ടിയിടിച്ചു.

“ഞാൻ കേൾക്കേണ്ടി വരുന്ന കാര്യങ്ങൾ! മുടന്തന്മാരായിപ്പോയല്ലോ എനിക്കു ചുറ്റും. നിങ്ങളാണെന്റെ സൈനികമുഖ്യൻ, എന്റെ പ്രതിരോധ മന്ത്രി, അല്ലേ ജനറൽ? പോംവഴിയുണ്ടാക്കേണ്ടത് നിങ്ങളാണ്. ഞാനാണോ അത് നിങ്ങൾക്കുവേണ്ടി ചെയ്യേണ്ടത്? കഴിഞ്ഞ ഇരുപത്തിനാലു മണിക്കൂറായി നിങ്ങൾ എന്തു ചെയ്യുകയായിരുന്നു? ഗബ്രിയേൽ മാലാഖ വന്ന് ചിറകുകൾകൊണ്ട് നിങ്ങളെ വീശിത്തരാനായി കാത്തിരിക്കുകയായിരുന്നോ? അങ്ങനെയായിരുന്നോ?”

“ഗബ്രിയേൽ ഹിറായിലാണ് മരിച്ചത്. എനിക്കു പൈദാഹങ്ങളടക്കാൻ ഒരു ഭക്ഷണശാലയുണ്ടായിരുന്നു.”

ജനറൽ ആദ്യമായാണ് ദൈവനിന്ദാനിർഭരമായ ഒരു പരാമർശം എന്റെ സാന്നിദ്ധ്യത്തിൽ നടത്തുന്നതായി കേൾക്കുന്നത്. അയാളുടെ വിശ്വാസം നിരങ്കുശമായിരുന്നു. വിമർശനാത്മകമായി എന്നോടു സംസാരിക്കുന്നതും ആദ്യമായാണ്. അയാളുടെ മറുപടികൾ കേൾക്കാൻ മാത്രം ഉച്ചത്തിലായിരുന്നില്ല; പക്ഷേ പലപ്പോഴും എന്നെ അവ ശാന്തനാക്കിയിരുന്നു. എന്റെ ആളുകൾ എന്റെ ചഞ്ചലമായ ശാഠ്യങ്ങൾ കാരണം വല്ലാതെ

സമ്മർദ്ദത്തിലാണെന്ന് മനസ്സിലാവുന്നുണ്ട്. എന്റെ ഏറ്റവുമടുത്ത അനുയായികളോട് കുറച്ചുകൂടി വിവേകവും പരിഗണനയും ഈയൊരവസരത്തിൽ പ്രദർശിപ്പിക്കേണ്ടതായിട്ടുണ്ട്.

ജനറൽ തറയിലേക്കുതന്നെ ഉറ്റുനോക്കിക്കൊണ്ടിരിക്കുകയായിരുന്നു. യോജിച്ചതല്ലാത്തൊരു മട്ടിൽ സംസാരിച്ചു പോയതിൽ വേവലാതിയുണ്ടായിരുന്നു. അയാൾക്കറിയാം ഞാൻ ക്ഷിപ്രകോപിയാണെന്നും ചില മര്യാദകേടുകളെ പൊറുത്തേക്കാമെങ്കിലും ഒരിക്കലും അതു മറക്കില്ല എന്നും.

മൻസൂർ അമ്പരന്നുകൊണ്ട് അയാളുടെ തല ചൊറിയാൻ തുടങ്ങി.

ലഫ്റ്റനന്റ് കേണലാണെങ്കിൽ എന്നെത്തന്നെ ഉറ്റുനോക്കിക്കൊണ്ടിരുന്നു. അയാളുടെ ചുണ്ടുകളിൽ നേർത്ത ഒരു പുഞ്ചിരിയുണ്ടായിരുന്നു. ഞാനവരെ രണ്ടു പേരെയും മാറി മാറി നോക്കി. ഒന്നു നിശ്വസിച്ചതിനു ശേഷം എന്റെ മകൻ മുത്താസ്സിമിനെക്കുറിച്ചു വല്ല വിവരവുമുണ്ടോ എന്നാരാഞ്ഞു.

"ഇല്ല, സർ." ജനറൽ അനുരഞ്ജനാത്മക സ്വരത്തിൽ അറിയിച്ചു.

"ബോംബാക്രമണം രൂക്ഷമാണ്. കേണലിനു കാത്തുനിൽക്കേണ്ടതായി വന്നിരിക്കും."

"അവന് കുഴപ്പമൊന്നുമില്ലല്ലോ?"

"അറിയില്ല, സർ."

"എന്തിനാണ് നിങ്ങൾ അമാന്തിക്കുന്നത്? അവന്റെ അടുത്തേക്ക് ഉടനെ ഒരാളെ അയയ്ക്കൂ."

"ഞാൻ പോകാം." ട്രിഡ് ഒരുമ്പെട്ടു കൊണ്ടു പറഞ്ഞു.

"നിങ്ങളല്ല. നിങ്ങളെ എനിക്കിവിടെ ആവശ്യമുണ്ട്. മറ്റൊരാളെ ഏർപ്പാടു ചെയ്യൂ."

"എങ്ങനെയാണ് കേണലിനെ കണ്ടെത്തുക പ്രഭോ?" ജനറൽ ചോദിച്ചു.

"അദ്ദേഹം എവിടെയാണ് സ്ഥാനമുറപ്പിച്ചതെന്ന് ഞങ്ങൾക്കറിയില്ല. കാവൽത്താവളത്തിൽ നിന്ന് അദ്ദേഹം പുറത്തെവിടെയോ ആണ്."

"ഞങ്ങൾക്കറിയില്ല, ഞങ്ങൾക്കറിയില്ല... ഇതു മാത്രമേ നിങ്ങൾക്കു പറയാനുള്ളൂ?"

"നിരീക്ഷണ വിഭാഗത്തിലെ ഡ്രൈവറോടു പറയൂ ചെന്നു നോക്കാൻ."

"അദ്ദേഹത്തിനു പരിക്കു പറ്റിയിരിക്കുകയാണല്ലോ, സർ."

"അതൊക്കെ അഭിനയമാണ്. അയാളുടെ മേൽ ഞാൻ രക്തമൊന്നും കണ്ടില്ല. ചന്തിക്കിട്ടൊരു ചവിട്ടു കൊടുക്കൂ. ഒരു വാഹനവലയം പിടിക്കാനയാൾക്കാവില്ലെങ്കിൽ ഒരു ശവത്തിന്റെ ഇരിപ്പിടത്തിൽ അയാളെ കൊണ്ടിരുത്ത്. ആരെയാണോ അയയ്ക്കുന്നത് ആ ഓഫീസർക്ക് എന്റെ മകൻ ഇപ്പോഴുള്ള വഴി ഡ്രൈവർ കാണിച്ചുകൊടുക്കണം."

ജനറൽ ആ വിഷയത്തിൽ ഉടനെ വേണ്ടതു ചെയ്യാമെന്ന് വാഗ്ദാനം ചെയ്യുകയും അതിനായുള്ള ഒരുക്കങ്ങൾ ധൃതിയോടെ തുടങ്ങുകയും ചെയ്തു. അയാൾ ഏതാനും മിനുട്ടുകൾക്കു ശേഷം തിരികെയെത്തി.

"ഞാൻ അങ്ങയോടു ക്ഷമ ചോദിക്കുന്നു, പ്രഭോ. ആ ഡ്രൈവറുടെ പരിക്കുകൾ ഗുരുതരമായിരുന്നു. അയാൾ മരിച്ചുപോയി."

"നല്ല പരിഹാരം തന്നെ. അയാൾ തലച്ചോറില്ലാത്ത ഒരു മടിയനായിരുന്നു. ഓഫീസർ തനിയെതന്നെ പോകട്ടെ. അയാൾ വേണ്ടതു ചെയ്തോളും. നേരം വെളുക്കും മുമ്പ് എന്റെ മകൻ ഇവിടെ ഔദ്യോഗിക വസതിയിൽ എത്തണം."

"അതൊരു നല്ല ആശയമാണെന്ന് എനിക്കു തോന്നുന്നില്ല." മൻസൂർ പറഞ്ഞു.

"അതിലും നല്ലതൊന്ന് നിങ്ങളുടെ പക്കലുണ്ടാകും?"

"ബോംബാക്രമണം കഴിഞ്ഞു. കലാപകാരികൾ പിന്തിരിയുന്നതിനുള്ള ഒരുക്കങ്ങൾ കൂട്ടുകയാണ്. പിടിച്ചെടുത്ത സ്ഥലങ്ങളിൽ സൈനികവ്യൂഹങ്ങളെ സജ്ജമാക്കുകയാണ്. മുമ്പിലെ സ്ഥാനങ്ങളിൽ നിന്ന് അവരുടെ പട്ടാളക്കാർ തിരികെയെത്തിയിട്ടുണ്ട്. നമ്മുടെ ദൂതൻ പതിയിരുന്നാക്രമിക്കപ്പെടാനിടയുണ്ട്. ജീവനോടെയാണയാൾ പിടികൂടപ്പെടുന്നതെങ്കിൽ നമ്മുടെ സ്ഥാനത്തെക്കുറിച്ച് അയാൾ പറയുന്നതുവരെ പീഡിപ്പിക്കും."

"മറ്റൊരാശയമുണ്ടെങ്കിൽ അതു പറയാനാണ് നിങ്ങളോട് ഞാനാവശ്യപ്പെട്ടത്."

ജനറൽ മൊബൈൽ എടുത്ത് ഡയൽ ചെയ്തു തുടങ്ങി.

"എന്താണ് താങ്കൾ ചെയ്യുന്നത്?" ഞാൻ ഒച്ചയിട്ടു.

"എന്റെ രണ്ടു മക്കളെ കിട്ടാൻ വേണ്ടി നോക്കുകയാണ്. കേണലിന്റെ കൂടെയാണവർ."

"അത് ഓഫാക്കൂ വിഡ്ഢീ. സാറ്റലൈറ്റു വഴിയാണതിന്റെ സിഗ്നലുകൾ പോകുന്നത്. നാമിവിടെയാണുള്ളതെന്ന സൂചന ലോകത്തിനു മുഴുവൻ നൽകാൻ പോവുകയാണോ നിങ്ങൾ? ബാബ് അൽ അസീസിയയിൽ വെച്ച് എന്നെയവർക്കു കുടുക്കാൻ പറ്റിയതങ്ങനെയാണ്."

ജനറൽ മൊബൈൽ ദൂരേക്കു മാറ്റിവെച്ചു. അത്യന്തം വാചാലനായിക്കൊണ്ട് മാപ്പപേക്ഷിച്ചു.

എന്റെ മകന്റെയടുത്തേക്ക് ഒരു ഓഫീസറെ അയയ്ക്കാൻ ഞാനയാളോട് ആജ്ഞാപിച്ചു.

മൻസൂർ ഒരു മൂലയിൽ കൂനിക്കൂടിയിരിക്കുകയാണ്. എഴുന്നേൽക്കുകയോ ജനറലിനെ സഹായിക്കുകയോ ചെയ്യുന്നതിനുപകരം അയാൾ എന്റെ മനസ്സിൽ തികട്ടിവരുന്ന ദേഷ്യത്തിന് ഇന്ധനം പകരുകയാണ്.

എന്തിനാണയാൾ അവിടെത്തന്നെ അനങ്ങാതെ തങ്ങുന്നതെന്ന് എനിക്കു മനസ്സിലാവുന്നില്ല.

"നിന്റെ ആളുകൾക്ക് ആജ്ഞ കൊടുക്കുന്നതാവും നല്ലത്." ഞാനയാളോടു പറഞ്ഞു. "അവരെ തനിയെ വിടുന്നത് അവരുടെ ആത്മവീര്യം നശിപ്പിക്കും. നീയെന്റെ സൈര്യം കെടുത്തുകയാണ്. നാശം പിടിച്ചവൻ."

അയാൾ തലയാട്ടിക്കൊണ്ട് തന്റെ ശരീരം എഴുന്നേല്പിച്ചു നിർത്തി. ധൃതിയോടെ പുറത്തേക്കു പോയി.

"മനുഷ്യരിൽ ഏറ്റവും മടിയൻ." ഞങ്ങൾ രണ്ടുപേരും മാത്രമായപ്പോൾ ഞാൻ ലെഫ്റ്റനന്റിനോടു പറഞ്ഞു. "പരേഡിൽ ഇതുപോലെ ചാഞ്ചാടി നടക്കുന്ന ഒരാളെ ലോകത്തിൽ എവിടെയും കാണില്ല. പ്രതിസന്ധിഘട്ടങ്ങൾ വരുമ്പോഴോ, ഒരു പൊള്ളുന്ന ചുടുകട്ട താഴെ ഇടുന്നതുപോലെ നിങ്ങളെ തഴയുകയും ചെയ്യും. യുദ്ധം ആളുകൾക്ക് ഇരുണ്ട വശങ്ങൾ കാട്ടിക്കൊടുക്കുന്നു. വല്ലാത്ത സങ്കടകരമായ അവസ്ഥ തന്നെ!"

"അങ്ങ് അയാളോട് വളരെ പരുഷമായാണെപ്പോഴും പെരുമാറുന്നത്, സർ. മിസ്റാത്തായിൽ വെച്ച് അയാളുടെ മരുമകൻ കലാപകാരികളുടെ പിടിയിൽപ്പെട്ടുവെന്ന് അയാൾ അറിഞ്ഞിരിക്കുന്നു."

"മൻസൂറിന്റെ മരുമകൻ പിടിയിലായെന്നോ?"

"രണ്ടു ദിവസം മുമ്പ്."

"അക്കാര്യം ഉറപ്പുവരുത്തിയതാണോ?"

"അങ്ങനെയാണ് പറയപ്പെടുന്നത്. അമ്മാവൻ എന്ന നിലയിൽ മൻസൂറിനെ സംബന്ധിച്ചിടത്തോളം വേദനാജനകമാണത്. ആ മരുമകൻ ധീരനായ ഒരു ചെറുപ്പക്കാരനാണ്. അവനെ എനിക്കറിയാം. സ്വന്തം കുട്ടികളേക്കാൾ മൻസൂർ അവനെ സ്നേഹിച്ചിരുന്നു. യാഫ്റാനിലേക്ക് സെയ്ഫ് അൽ ഇസ്ലാമിന്റെയടുത്തേക്ക് മരുമകനെ പറഞ്ഞുവിട്ടതിൽ മൻസൂർ ഖേദിക്കുന്നു. രക്ഷപ്പെട്ടു വന്ന ഒരാൾ പറഞ്ഞത് ഒരു പതിയിരുന്നാക്രമണത്തിൽ മൻസൂറിന്റെ മരുമകൻ ജീവനോടെ പിടിക്കപ്പെട്ടുവെന്നാണ്."

"ഇക്കാര്യം എന്തുകൊണ്ട് എന്നോട് പറഞ്ഞില്ല?"

"ചീത്ത വാർത്തകൾ കാര്യങ്ങൾ സങ്കീർണ്ണമാക്കും, സർ. ജനറൽ അബൂബക്കറിനും അദ്ദേഹത്തിന്റെ മക്കളെച്ചൊല്ലിയും വിഷമമുണ്ട്. മുത്താസ്സിം എന്നോടു പറഞ്ഞത് അവരെ കാണാതായി എന്നാണ്."

"ജനറലിന് അതറിയാമോ?"

"ഇല്ല."

ഞാൻ ഖുർ ആൻ താഴെ വെച്ചു; താടിയിൽ വിരലുകൾ ചേർത്തു വെച്ച് ചിന്താമഗ്നനായി.

"ഈ യുദ്ധം നമ്മളിൽ നിന്ന് എല്ലാം കവർന്നെടുത്തിരിക്കുന്നു." നെടുവീർപ്പോടെ ഞാൻ പറഞ്ഞു.

"നമ്മുടെ കുട്ടികൾ, പേരമക്കൾ... മരണത്തെച്ചൊല്ലി വിലപിക്കുന്നവരിൽ ഏറ്റവും വില നൽകേണ്ടി വന്നത് ഞാനാണ്. പ്രേതങ്ങൾക്കിടയിൽ എനിക്കിനി ജീവിക്കേണ്ട. കുറച്ചുമുമ്പ് മേൽക്കൂരയിൽക്കയറി നഗരം കത്തിക്കാളുന്നത് നോക്കി സ്വർഗ്ഗത്തെക്കുറിച്ചും ഹൂറികളെക്കുറിച്ചും എന്റെ കുഴിമാടത്തിലെ കിരീടങ്ങളെക്കുറിച്ചുമെല്ലാം ഉറക്കെപ്പറഞ്ഞു. അന്നേരം, മസ്തിഷ്കം സ്വച്ഛമായിരുന്നു. ഞാൻ അളന്നുതൂക്കിത്തന്നെയാണ് വാക്കുകളുപയോഗിച്ചത്. ശരിക്കും അങ്ങനെയൊക്കെ അവസാനിപ്പിക്കാൻ തന്നെയാണുദ്ദേശിക്കുന്നത്. ഒരു ഒളിവെടിവെപ്പിൽ മരിക്കാൻ തന്നെയാണെന്റെ പ്രാർത്ഥന."

"അങ്ങ് കോപാകുലനായിരുന്നതുകൊണ്ടു മാത്രം പറഞ്ഞുവെന്നേയുള്ളൂ."

ഞാൻ ലഫ്റ്റനന്റ് കേണലിനെ നോക്കി. അയാൾ എന്റെ നോട്ടത്തെ അഭിമുഖീകരിച്ചു. അദ്ധ്യാപകന്റെ ചോദ്യത്തിന് ശരിയായ ഉത്തരം തന്നെയോ നൽകിയത് എന്ന് ഒരു സ്കൂൾ കുട്ടി ആശങ്കയോടെ നോക്കുന്ന അതേ നോട്ടം.

"മരിക്കുന്നതിൽ നിങ്ങൾക്കു ഭയമുണ്ടോ, കേണൽ?"

"ആയുധമേന്തിയ അന്നു മുതൽ ഒരേയൊരു തത്ത്വമേ എന്നെ നയിച്ചിട്ടുള്ളൂ. മരണത്തെ ഭയക്കരുത്. കാരണം ഭയം തന്നെ മരണത്തിനു കാരണമാകാം. പിന്നെ എന്തൊക്കെയായാലും ജീവിച്ചുനിലനിന്നു പോകുന്ന അവസ്ഥയുടെ ലക്ഷ്യവും പര്യവസാനവും മരണം തന്നെയല്ലേ? ഈ ലോകത്തിന്റെ പകുതിയോളം അധിപനായാലും അരിഷ്ടിച്ചു ജീവിക്കുന്ന ദരിദ്രനായാലും ഒരു വ്യത്യാസവുമില്ല. ഒരുനാൾ എല്ലാം ഇട്ടു പോകാൻ വിളിക്കപ്പെടും. ആർജ്ജിച്ചുകൂട്ടിയ ധനധാന്യങ്ങളും കണ്ണുനീർ താഴ്വരയുമെല്ലാം. അതോടെ തീർന്നു. എല്ലാം തീർന്നു..."

ഈ ചെറുപ്പക്കാരൻ പ്രസരിപ്പിക്കുന്ന സാന്ത്വനസ്പന്ദനങ്ങൾ കൊള്ളാം.

അവയെന്നെ പുനരുജ്ജീവിപ്പിക്കുന്നു.

"നിങ്ങൾ ഒരു വിശ്വാസിയാണോ?"

അയാൾ ഖുർ ആനിലേക്കു മിഴിയുറപ്പിച്ചുനിന്നു.

"ഒന്നും പേടിക്കേണ്ട. പറഞ്ഞോളൂ. എനിക്കു തുറന്ന മനസ്സാണ്."

അയാൾ പറഞ്ഞു: "അങ്ങനെയെങ്കിൽ, അങ്ങേയറ്റം ഭക്തിയുള്ള ഒരാൾ എന്ന നിലയിൽ അങ്ങയെ ആദരവോടെ അംഗീകരിച്ചുകൊണ്ടു പറയട്ടെ, ഇഹലോകജീവിതത്തിനുശേഷം ഒരു 'അന്ത്യവിധി' ഉണ്ടെന്ന ആശയം എനിക്കു സ്വീകാര്യമല്ല. നിലനില്പ് അവസാനിച്ചുകഴിഞ്ഞുവെങ്കിൽ വീണ്ടുമതിനൊരന്ത്യവിധിയെന്നത് അർത്ഥശൂന്യമാണ്. മരണത്തിനു പിന്നെയൊരു പ്രസക്തിയുമില്ല."

"നിങ്ങൾക്കു സ്വർഗത്തിലേക്കു പോകണ്ടേ?"

“എന്തിനുവേണ്ടി? സുഖിച്ചും സഹിച്ചും ഒരേ കാര്യങ്ങൾ തന്നെ ചെയ്തും അനന്തകാലം കഴിയുകയെന്നത് സങ്കല്പിക്കാൻപോലുമാകുന്നില്ല. ആ ചിന്തതന്നെ അസഹനീയമാണ്. അവിരാമമായി തുടരുന്നതെന്തും തളർത്തുന്നതും മടുപ്പിക്കുന്നതുമാണ്.”

“വിശ്വാസമില്ലെങ്കിൽ താങ്കൾക്ക് ആദർശങ്ങളുമില്ല കേണൽ.”

“ഒരിക്കൽ എനിക്കു വിശ്വാസമുണ്ടായിരുന്നു, സർ. ആദർശങ്ങളുമുണ്ടായിരുന്നു. കാപട്യക്കാരുമൊത്ത് പങ്കുവെക്കേണ്ടതില്ലല്ലോ എന്നു കരുതി ആദ്യത്തേത് ഞാൻ കൈവെടിഞ്ഞു. ആരുമായും പങ്കിടാനില്ലാത്തതുകൊണ്ട് രണ്ടാമത്തേതും കൈവെടിഞ്ഞു.”

പെട്ടെന്ന് ധൈര്യവും ഉന്മേഷവും വീണ്ടെടുത്ത് അയാൾ കൂട്ടിച്ചേർത്തു. “ഞാനെന്തുകൊണ്ടാണ് ആയുധമേന്തി ഒരു പട്ടാളക്കാരനായത് എന്ന് അങ്ങേക്ക് അറിയുമോ സഹോദരമാർഗദർശീ? ഒരു പ്രഭാഷണം കാരണം, അല്ലെങ്കിൽ ഒരു പ്രതിഷേധ പ്രസംഗം കാരണം. അങ്ങ് നടത്തിയ ഒന്ന്. അത് ഏതവസരത്തിൽ എവിടെ നടത്തിയെന്നൊന്നും ഞാൻ ഓർക്കുന്നില്ല. അതിലൊരു വാചകം എന്റെ ജീവിതത്തിൽ നിർണായകമായിത്തീർന്നു. അങ്ങ് രോഷാകുലനായിരുന്നു. മാർഷിക്കിൽനിന്നും മാഗ്രെബിൽനിന്നും എല്ലാ ഇസ്ലാമിക രാജ്യങ്ങളിൽനിന്നും വന്ന ഞങ്ങളുടെ സോദരർ അവിടെയുണ്ടായിരുന്നു. മരിച്ചവരെ ഉയിർത്തെഴുന്നേല്പിക്കാൻ പ്രാപ്തമായിരുന്നു ആ വാചകം: “മുന്നൂറ്റമ്പത് മില്യൻ ആട്ടിൻ തലകളുണ്ടിവിടെ!” എന്ന് അങ്ങ് പറഞ്ഞു. ആരെ ലക്ഷ്യമാക്കിയാണോ അങ്ങ് അത് പറഞ്ഞത് അവരുടെ ചെവിയിൽ അത് ഏശിയില്ല.”

ഈ മനുഷ്യൻ എന്റെ ഹൃദയം കവർന്നിരിക്കുന്നു. എന്റെ ധാർമ്മിക രോഷം ഇയാൾക്കു മനസ്സിലാകുന്നു. അതു തന്റേതു മാത്രമായി അയാൾ ഏറ്റെടുത്തിരിക്കുന്നു.

“നമ്മുടെ ചായ ഇളക്കാനുപയോഗിക്കുന്ന സ്പൂൺ പോലും നമ്മൾ ഉത്പാദിപ്പിക്കുന്നില്ല. നാണയക്കിലുക്കത്തിനായി മാത്രം കാതോർക്കുന്നവർ, പിന്തിരിഞ്ഞോടേണ്ടത് എപ്പോഴെന്നറിയാവുന്നവർ. അതാണു നമ്മൾ! ചിന്താശേഷിയില്ല എന്നുള്ളതാണ് നമ്മുടെ വൈകല്യം. ആ ഉപാധി അന്യവൽകൃതമായിത്തീർന്നു. ബൗദ്ധികശേഷിയില്ലാത്ത നാം എങ്ങനെയാണ് നാളെയെക്കുറിച്ചും ഭാവിയെക്കുറിച്ചും ആലോചിക്കുക? നമ്മൾ അന്നന്നത്തേക്കു മാത്രം ജീവിക്കുന്നു, വരുംതലമുറയെക്കുറിച്ച് ആലോചിക്കുന്നതേയില്ല. നമ്മുടെ പേരിൽ ഒരു ദിനാർ പോലുമില്ലാത്ത ഒരു ദിനം പുലരുമ്പോൾ നാം ചോദിക്കും. “എവിടെപ്പോയി എല്ലാം?”

അയാൾ തുടർന്നു പറഞ്ഞുകൊണ്ടേയിരുന്നു. അയാളുടെ ഉള്ളിൽ വർഷങ്ങളായി അളിഞ്ഞുകുത്തുന്ന പഴുപ്പെല്ലാം പുറത്തുകളയാൻ തീരുമാനിച്ചതുപോലെ.

“ഞാൻ പട്ടാളക്കാരനായി സേവനമനുഷ്ഠിച്ച കാലമത്രയും ഞാൻ അനുഷ്ഠിച്ച ദൗത്യങ്ങളെല്ലാം അങ്ങേക്കു വേണ്ടിയായിരുന്നു, പ്രഭോ.

ദേശീയബോധമോ ദാർശനികബോധമോ സ്വാഭിമാനബോധമോ ഒന്നും കൊണ്ടല്ല. ഓരോ തവണ പിറകോട്ടടിക്കുമ്പോഴും ഒഴുക്കിനെതിരെ പ്രതിരോധിക്കുകയാണെന്നവകാശപ്പെട്ട അറബ് നയതന്ത്രജ്ഞരെയും ഞാൻ വിശ്വസിച്ചിരുന്നില്ല."

"ഞാനും ആ അറബ് നയതന്ത്രജ്ഞരിലൊരാളായിരുന്നു."

"ഞാൻ പരാമർശിച്ചവരാരുമായും അങ്ങയെ താരതമ്യം ചെയ്യാൻ പറ്റില്ല. അങ്ങ് ഒരു മാർഗദർശിയാണ്, അതുല്യനും യഥാർത്ഥത്തി ലുള്ളതും പകരംവെക്കാനാവാത്തതുമായ മാർഗദർശി. അതുകൊണ്ടാ ണിന്ന് അങ്ങ് ഒറ്റയ്ക്കായിപ്പോയതും."

"എന്റെ ഉദ്യമങ്ങൾ പാഴായിപ്പോയി എന്നെനിക്കു തോന്നുന്നില്ല, കേണൽ."

"ഒരാൾക്ക് മരുഭൂമിയിൽ പ്രസംഗം നടത്താം. സർ, പക്ഷേ ഒരാൾക്ക് മണലിൽ വിത്തിടാൻ കഴിയില്ല."

സ്കൂൾ സമുച്ചയത്തിനകത്തുതന്നെ രണ്ടു വെടിയൊച്ചകൾ മുഴങ്ങി.

ലഫ്റ്റനന്റ് കേണൽ എന്നോട് മുറി വിട്ടു പുറത്തേക്കിറങ്ങരുതെന്ന് അഭ്യർത്ഥിച്ചുകൊണ്ട് വരാന്തയിലേക്ക് കുതിച്ചു.

വീണ്ടുമൊരു വെടിയൊച്ച. പിന്നെ നിശ്ശബ്ദത.

ഞാൻ ജനവാതിലിനരികിലേക്കു ചെന്നു. ടാർപോളിൻ മറയുടെ ചെറി യൊരു ഭാഗം നീക്കി. പക്ഷേ, മൈതാനത്തേക്ക് നോട്ടമെത്തുന്നില്ലാ യിരുന്നു. ശ്രദ്ധിച്ചുകൊണ്ട് വരാന്തയിലേക്കു കാലെടുത്തുവെച്ചു. അടക്കി പ്പിടിച്ച ഒച്ചകൾ കാതിലെത്തി. താഴത്തെ നിലയിൽനിന്ന് ശബ്ദമൊന്നും കേൾക്കുന്നുണ്ടായിരുന്നില്ല. ഒന്നും അനങ്ങുന്നുമുണ്ടായിരുന്നില്ല. മൈതാ നത്തിലെ ചരൽക്കല്ലുകൾ ഞെരിച്ചുകൊണ്ട് ഓടുന്ന പാദങ്ങളുടെ ശബ്ദം കേൾക്കാമായിരുന്നു. ഞങ്ങൾ ആക്രമിക്കപ്പെടുകയാണോ അതോ ഒരു കലാപം അരങ്ങേറുകയാണോ? ഞാൻ ചിന്താധീനനായി.

"എന്താണവിടെ നടക്കുന്നത്?" താഴത്തെ നിലയിൽ ആരെങ്കിലും കണ്ടേക്കുമെന്നാശിച്ചുകൊണ്ട് ഉറക്കെ ചോദിച്ചു.

ആരും ഉത്തരം തന്നില്ല.

ഗോവണിയുടെ കൈവരിയിൽ അമർത്തിപ്പിടിച്ചുകൊണ്ട് ശ്രദ്ധാ പൂർവ്വം ഓരോ പടിയായി ഇറങ്ങി.

പുറത്ത് ആരവങ്ങൾ നിലച്ചിരിക്കുന്നു. അങ്ങോട്ടു തുടർന്നു ചെല്ലാൻ ധൈര്യപ്പെട്ടില്ല. ഗോവണിയുടെ പകുതിയെത്തി തിരികെ പോയി തോക്കെ ടുത്താലോ എന്നാലോചിച്ചു.

"ആരായിരുന്നു വെടിവെച്ചത്? ആരായിരുന്നു അത്?"

ജനറലിന്റെ ശബ്ദം.

താഴത്തെ ഇരുപ്പുമുറിയിലേക്ക് പട്ടാളക്കാർ ഓടിയിരച്ചു വന്നു. അവർ മുറിവേറ്റ രണ്ടു പേരെ കൊണ്ടുവന്നിരുന്നു. ലഫ്റ്റനന്റ് കേണൽ ട്രിഡ് അവർക്ക് നിർദ്ദേശം നൽകി.

"അവിടെ, തറയിൽത്തന്നെ കിടത്തൂ..."

മൻസൂറും ജനറലും പ്രത്യക്ഷപ്പെട്ടു. അവർ ഭയചകിതരായിരുന്നു. രക്തമൊഴുകുന്ന ആ ശരീരങ്ങളെ നോക്കി നിന്നു. ഞാൻ അവരോടൊപ്പം ചേർന്നു. രണ്ടുപേരും അത്യാസന്നനിലയിലാണ്. ഒരാളുടെ കഴുത്തിനായിരുന്നു മുറിവ്. രണ്ടാമത്തെയാൾക്ക് നെഞ്ചിനും. അയാൾ ഞെട്ടിപ്പകച്ചമട്ടിൽ നിശ്ചേതനനായി മച്ചിലേക്കു കണ്ണുതുറിച്ചു നോക്കിക്കൊണ്ടു കിടന്നു. അയാളുടെ കണ്ഠനാളത്തിൽ നിന്നും ഒരു ഞെരക്കം കേൾക്കാമായിരുന്നു.

"ഒരു സഹായസേനാംഗത്തിന് ആത്മനിയന്ത്രണം നഷ്ടപ്പെട്ടു." ലഫ്റ്റനന്റ് കേണൽ എന്നോടു വിശദീകരിച്ചു. "സ്വസഖാക്കളെ വെടിവെച്ചശേഷം അയാൾ ആയുധം സ്വന്തം ശരീരത്തിൽ പ്രയോഗിച്ചു. അയാൾ പുറത്ത് മുറ്റത്തു കിടക്കുകയാണ്."

"താങ്കളെന്താണുദ്ദേശിച്ചത്, ആത്മനിയന്ത്രണം നഷ്ടപ്പെട്ടുവെന്നോ? അയാൾ എന്നെ വധിക്കാൻ ശ്രമിച്ചതായിരിക്കാം."

"അയാൾക്ക് പോയി യുദ്ധം ചെയ്യണമെന്നുണ്ടായിരുന്നു." മറ്റൊരു ഓഫീസർ പഞ്ഞു.

"എനിക്കു തോന്നുന്നത് ബോംബാക്രമണം അയാളെ ഉലച്ചുകളഞ്ഞു എന്നാണ്. അയാൾ മാനസികമായി തകർന്നിരുന്നു. മറവുകളിലൊന്നും ഒളിക്കാൻ കൂട്ടാക്കിയിരുന്നില്ല. ഒരായുധം തട്ടിയെടുക്കുകയും ഇനിയും ഇങ്ങനെ തുടരുക വയ്യ മരിക്കുകയാണെന്നു പറയുകയും ചെയ്തു. ഇവർ രണ്ടുപേരും ചേർന്ന് അയാളെ നിരായുധമാക്കാൻ ശ്രമിച്ചു. ഇവരെ അയാൾ വെടിവെച്ചു, പിന്നെ സ്വയം വെടിവെച്ചു മരിച്ചു."

അയാൾ ടോർച്ച് തെളിയിച്ചുകൊണ്ട് എന്നെ മുറ്റത്തേക്ക് കൊണ്ടുപോയി.

ഒരാൾ അവിടെ സ്കൂൾ ഗേറ്റിനടുത്തായി ഏതാനും അടി ഉള്ളിൽ കൈാലുകൾ വിടർത്തി വെച്ച് വിലക്ഷണമായി കിടക്കുന്നുണ്ടായിരുന്നു. അയാളുടെ തലയോട്ടി പൊട്ടിപ്പിളർന്നിരുന്നു. അയാളുടെ കണങ്കൈയിൽ കെട്ടിയ തുകൽപ്പട്ടകൊണ്ടുള്ള ഏലസ്സിൽ നിന്ന് അയാൾ ആരെന്ന് ഞാൻ തിരിച്ചറിഞ്ഞു. അതു മുസ്തഫയായിരുന്നു. എനിക്ക് അത്താഴം കൊണ്ടുതന്ന ആ ഓർഡർലി.

പതിമ്മൂന്ന്

രണ്ടാം ജില്ലയിൽനിന്ന് സേനയെ കഴിയുംവേഗം പിൻവലിക്കാൻ തയ്യാറായിക്കൊള്ളാൻ ഞാൻ ജനറലിനും കമാൻഡറിനും ആജ്ഞ നൽകി. ലഫ്റ്റനന്റ് കേണലിനോട് എന്നോടൊപ്പം മുറിയിലേക്ക് വരാൻ ആവശ്യപ്പെട്ടു.

നിർഭാഗ്യത്തെ വിളിച്ചോതുന്ന നഗ്നമായ നാലുചുവരുകൾക്കുള്ളിലെ ഏകാന്തത അസഹനീയമായിരുന്നു. പീഡിതനായ ഒരാൾ തന്റെ അഗ്നി പരീക്ഷയ്ക്കിടയിൽ അവസാനനിമിഷങ്ങൾ എണ്ണുന്നതുപോലെ ഞാൻ പ്രാർത്ഥനാമുത്തുകൾ എണ്ണിക്കൊണ്ടിരുന്നു.

വീണ്ടും ഖുർ ആൻ കൈയിലെടുത്തു. പക്ഷേ, ശ്രദ്ധിക്കാൻ സാധിച്ചില്ല. എന്റെ ഉപവാസം കാഴ്ചയെ മങ്ങലേൽപിക്കുകയും പേശികളെ കല്ലിപ്പിക്കുകയും ചെയ്തിരുന്നു. വിരലുകൾ മരവിച്ചിരുന്നതിനാൽ വിശുദ്ധ പുസ്തകം കൈയിലെടുക്കാൻപോലും ബുദ്ധിമുട്ടായി. മാന്ദ്യത്തിന്റെ അലകൾ പൊതിഞ്ഞു. ഒരിക്കലും തുറക്കേണ്ടാത്തവിധം കണ്ണുകൾ അടഞ്ഞുപോകട്ടെയെന്ന് ആഗ്രഹിച്ചു.

ലഫ്റ്റനന്റ് കേണൽ എനിക്ക് അഭിമുഖമായി കസേരയിൽ ഇരുന്നു. അയാളുടെ മുഖത്ത് ക്ഷീണം ചാലുകളിട്ടിരുന്നു. ആ കണ്ണുകളിൽ ഇപ്പോഴും തിളക്കമുണ്ട്.

മുസ്തഫയെക്കുറിച്ചാലോചിച്ചു. അയാൾ സ്വന്തം തലച്ചോർ തകർത്തതെന്തിനാവാം? എന്ത് തെളിയിക്കാമെന്നായിരിക്കും അയാൾ വിചാരിച്ചിരിക്കുക? എന്റെ അംഗീകാരത്തിന് അയാൾ അർഹനാണെന്നോ? ആ ഉദ്യമം ഏതൊരുതരം ആശയത്തെ ആയിരുന്നു ഉൾക്കൊണ്ടിരുന്നത്? ജീവിതത്തിൽ നേടാത്തത് മരണത്തിൽ കാംക്ഷിക്കുകയെന്നത് വിചിത്രം തന്നെ. ആളുകളുടെ മാനസികവ്യാപാരങ്ങൾ മനസ്സിലാക്കാൻ ഞാൻ വിഷമിക്കാറുണ്ട്. ഓരോ തവണ ആ വിഷയത്തെക്കുറിച്ചാലോചിക്കുമ്പോഴും അവരുടെ മനോഘടനകൾ കൈയിൽ നിന്ന് വഴുതി നീങ്ങിപ്പോകുന്നു. കുറെയാലോചനകൾക്കുശേഷം സുനിശ്ചിതമായ ഒരു സത്യത്തെ സ്പർശിച്ചു. ഞാൻ അന്ധലിപിയുള്ള ഒരു ഗ്രന്ഥം തിരിച്ചും മറിച്ചും വായിക്കുകയാണെന്നും അതിന്റെ കുരുക്കഴിച്ചെടുത്തുവെന്നും

ഉറച്ചു വിശ്വസിച്ചു. ഗൂഢവാക്യങ്ങൾ മുഴുവനായും വിഴുങ്ങിക്കഴിഞ്ഞുവെന്ന ഒരു ബോധത്തിലെത്തി. എന്നിൽനിന്ന് എന്തൊക്കെയാണോ ജീവിതം കവർന്നെടുത്തത് അതൊക്കെ മരണം തരട്ടെയെന്ന് അന്ന് മട്ടുപ്പാവിൽ നിന്നപ്പോൾ ആഗ്രഹിച്ചതാണ്. എന്റെ മാനം, പരമാധികാരസാധുത, ഒരു സ്വതന്ത്രമനുഷ്യനെന്ന നിലയിലുള്ള ധീരത അങ്ങനെ എല്ലാം.

എന്റെ ഇതിഹാസം സുഭദ്രമാകാൻ ഒരു വീരമരണം വരിക്കാൻ തയ്യാറായിരുന്നു. അതിൽ നാട്യങ്ങളേതുമില്ലായിരുന്നു. മട്ടുപ്പാവിനു മുകളിൽ എന്നെത്തന്നെ വിജയസ്തംഭമാക്കാനും അന്തസ്സ് വിളംബരം ചെയ്യാനും ആഗ്രഹിച്ചു. വിജയം കൈവരാത്തതിൽ അപമാനകരമായൊന്നുമില്ല. പരാജയത്തിനും അതിന്റേതായൊരു മൂല്യമുണ്ട്, നിങ്ങൾ പോരാടിയെന്നതിനുള്ള തെളിവാണത്. എല്ലാം പാതിവഴിയിലിട്ടു പോകുന്നവർ പരിഗണനാർഹരല്ല. ദുർബലമായിക്കൊണ്ടിരിക്കുന്ന പരിതസ്ഥിതികളിൽ പ്രത്യേകിച്ചും സ്വയമൊരു കാഴ്ചപ്പണ്ടമാകുന്നതു കണ്ട് അനുചരർ എന്താണ് കരുതിയത്?

എനിക്കു ഭ്രാന്തായിപ്പോയെന്ന് കരുതിയിരിക്കുമോ? ഞാൻ പരിഹാസ്യനാവുകയായിരുന്നുവെന്ന് സമ്മതിക്കുന്നു.

എന്റെ കോപത്തിന്റെ അസംബന്ധത മാത്രമേ എനിക്കിപ്പോൾ കാണാനാവുന്നുള്ളൂ. ഒരു മനുഷ്യൻ, എനിക്കയാളോടുള്ള വിശ്വാസം നഷ്ടപ്പെട്ടതിന്റെ കാരണത്താൽ മറ്റെല്ലാം അതിനൊപ്പം നഷ്ടപ്പെടുത്താൻ തീരുമാനിച്ചു. പക്ഷേ, അയാളോട് മനസ്സിലുള്ള കാര്യങ്ങൾ ഉറക്കെയും ദീർഘമായും ആക്രോശിച്ചതിൽ എനിക്കു ഖേദമില്ല...

ജീവിതം അങ്ങേയറ്റം സങ്കീർണ്ണമാണ്. മാസങ്ങൾക്കു മുമ്പുമാത്രമാണ് ലജ്ജാശൂന്യമാം വിധം പാശ്ചാത്യർ ചുവന്ന പരവതാനി വിരിച്ചു തന്നതും ബഹുമതികൾ എന്നിൽ വർഷിച്ചതും എന്റെ സൈനികപദവിയെ പുഷ്പഹാരങ്ങളാൽ അലങ്കരിച്ചതുമെല്ലാം. എന്റെ പ്രാകൃതസ്വഭാവങ്ങളേയും നിലവിട്ട രോഷങ്ങളേയും അവർ പൊറുത്തു. ഷോംപ്സ് എയ്‌ലിസേയുടെ അടുത്തുതന്നെ തമ്പടിക്കാൻ അവർ അനുവാദം തന്നു. ഇന്നാകട്ടെ ഒരു സാധാരണ കുറ്റവാളിയെന്നപോലെ അവരെന്നെ നാട്ടിൽ വേട്ടയാടുകയാണ്. ക്ഷിപ്രമായ ഗതിവിഗതികളിൽ സമയത്തിന്റെ കളി വിചിത്രം തന്നെ.

ഒരിക്കൽ നിങ്ങൾ വിഗ്രഹമാക്കപ്പെടുന്നു. പിന്നെ വൈകാതെ തന്നെ ചതുർത്ഥിയുമാകുന്നു. ഒരു ദിനം വേട്ടക്കാരൻ, തൊട്ടടുത്ത ദിനം ഇര. നിങ്ങളുടെ ഹൃദയത്തിന്റെ അന്തരാളങ്ങളിൽ നിങ്ങൾക്ക് ദിവ്യപ്രഭാവങ്ങളരുളുന്ന അതീന്ദ്രീയ ശബ്ദത്തെ മാത്രം വിശ്വസിക്കുക. വിശ്വാസം രക്ഷിക്കട്ടെ!

പിന്നെയതാ ഒരു സുപ്രഭാതത്തിൽ ആരോരും തുണയില്ലാതെ നിസ്സഹായനും നഗ്നനുമായി ഒരു മൂലയിൽ ഒളിച്ചിരിക്കേണ്ടിവരുന്നു. ഒരു പരമാധികാരിയെന്ന നിലയിലുള്ള കനത്ത ഏകാന്തതയിൽ, സഹ

ജീവിതം ആരുമായും സാധ്യമല്ലാത്ത സാഹചര്യത്തിൽ സ്ഥാനഭ്രഷ്ട നാക്കപ്പെടുകയോ വധിക്കപ്പെടുകയോ ചെയ്യുക എന്ന സാദ്ധ്യതയെ ഞാനൊരിക്കലും തള്ളിക്കളഞ്ഞിരുന്നില്ല. അപരിചിതമായ സ്വേച്ഛാധി കാരത്തിനു കൊടുക്കേണ്ടുന്ന വിലയാണത്. ബലമായി പിടിച്ചെടുത്ത തെങ്കിൽ പ്രത്യേകിച്ചും.

പാപത്തിന്റെ പിശാചിനും വിശ്വാസവഞ്ചനയെക്കുറിച്ചുള്ള ഭീതിക്കും ഇടയിൽ ഒരു തലനാരിഴ അകലമില്ല. നിങ്ങൾ തലച്ചോറിൽ ഒരു അപായ മണിയുമായാണ് ജീവിക്കുന്നത്. ഉറങ്ങുമ്പോഴാകട്ടെ, ഉണർന്നിരിക്കു മ്പോഴാവട്ടെ, സ്വകാര്യനിമിഷങ്ങളിലാവട്ടെ, പുറത്തെ വിശാലതയിൽ സ്വസാന്നിദ്ധ്യമറിയിക്കുമ്പോഴാകട്ടെ നിങ്ങൾ നിങ്ങളുടെ തന്നെ കാവ ലാളാണ്.

ഒരണുമാത്ര അശ്രദ്ധ മതി ഒരിക്കൽ എല്ലാമായിരുന്നത് ഒന്നുമല്ലാ താകാൻ. ഒരു പരമാധികാരിയായിരിക്കുന്നതിൽ കൂടുതൽ മാനസിക സമ്മർദ്ദമുണ്ടാക്കുന്നതായി മറ്റൊന്നുമില്ല. അതു സ്ഥായിയും പ്രബല വുമായ ഒരു സമ്മർദ്ദമാണ്, ഡോക്യുമെന്ററി സിനിമകളിൽ കാണാറുള്ള ദാഹിച്ചുവീർപ്പുമുട്ടുന്ന വന്യമൃഗങ്ങളുടെ അവസ്ഥയ്ക്കു തുല്യമാണത്. ഒരാൾ വിഷവാതകത്തിന്റെ സൂചനകൾക്കായി മണം പിടിക്കുന്നതു പോലെ, മൂക്കുകൾ വിടർത്തിയും ചെവികൾ കൂർപ്പിച്ചും അനേകം തവണ ചുറ്റും നോക്കിക്കൊണ്ടല്ലാതെ ഒരു പടുകുഴിയിലെ ഇറ്റുവെള്ളം കുടിച്ച് ദാഹം ശമിപ്പിക്കാനാവില്ല. എന്നാലും ഇത്രയും നിരാശകരമായ ഒരു പതനം ഒരിക്കലും മനസ്സിൽ കണ്ടിരുന്നില്ല. കലാപകാരികൾ വളഞ്ഞു നിൽക്കുന്ന ഈ പഴയ സ്കൂൾ കെട്ടിടത്തിൽ ജീവിതം ഒടുങ്ങുന്നത്. അനന്തവിഹായസ്സിൽ ചന്ദ്രബിംബംപോലും സ്വയം ചുരുങ്ങിയൊതുങ്ങി പ്പോകുംവിധം പ്രതാപശാലിയായിരുന്ന ഒരു നേതാവിന് ഈയൊരു നീചമായ അവസ്ഥയുമായി എങ്ങനെ പൊരുത്തപ്പെടാനാവും? സായുധ രായ ആയിരം കലാപകാരികളെ ഒറ്റയടിക്ക് നിരായുധനായ എനിക്ക് നഗ്നഹസ്തങ്ങൾകൊണ്ട് കൊല്ലാനാകുമായിരുന്നെങ്കിൽപോലും അർ ബുദം പോലെ എന്നെ കാർന്നു തിന്നുന്ന സങ്കടത്തെ ശമിപ്പിക്കാനാവില്ല. ഞാൻ കബളിപ്പിക്കപ്പെട്ടു, ചതിക്കപ്പെട്ടു. എന്റെയുള്ളിലെ മോഹനരാഗ ങ്ങളുടെ ശബ്ദങ്ങൾ നിലച്ചു.

എന്റെ അസ്തിത്വത്തെ ചൂഴ്ന്നു നിൽക്കുന്ന നിശ്ശബ്ദത ഇരുളിൽ പാർക്കുന്ന ഭൂതങ്ങളോളം എന്നെ ഭയപ്പെടുത്തി.

എന്റെ വാച്ചിൽ അഞ്ചുമണി എന്നു കാണുന്നു.

സ്കൂൾ പരിസരത്ത് എഞ്ചിനുകൾ ഇരമ്പുന്നതു കേൾക്കാം.

പുറത്തേക്കു നോക്കാനായി ഒരു വിരൽകൊണ്ട് ഞാൻ വാതിലിന്റെ ടാർപോളിൻ മറ നീക്കി.

“അതു താഴ്ത്തിയിടാം സർ.” ലഫ്റ്റനന്റ് കേണൽ ട്രിഡ് പറഞ്ഞു. “നമുക്ക് ഒളിക്കാൻ ഇനിയൊന്നുമില്ല.”

“അതേയോ?”

"അത് ഞാൻ ചെയ്തുകൊള്ളാം. അങ്ങ് മേൽ അഴുക്കാക്കേണ്ട."

എന്നോടു നീങ്ങിനിൽക്കാൻ ആവശ്യപ്പെട്ടതിനുശേഷം അയാൾ അത് വലിച്ചുനീക്കി. പൊടിയുടെ കനത്ത മേഘപടലമുയർത്തിക്കൊണ്ട് നിലംപതിച്ചു.

പുറത്ത് നേരം വെളുത്ത് വെളിച്ചം പരക്കേണ്ട ആവശ്യമില്ലായിരുന്നു. കത്തുന്ന കെട്ടിടങ്ങൾകൊണ്ടും പുകയുന്ന നാശാവശിഷ്ടങ്ങൾ കൊണ്ടും അങ്ങനെയായിക്കഴിഞ്ഞിരുന്നു. സിർത്തിന്റെ ചിതകൾ വെയിലിന്റെ ജ്വാലകൾ പോലുണ്ടായിരുന്നു. പിന്തുടർന്നുവരുന്ന പകലിന്റെ മാറിൽ അത് കത്തിപ്പടർന്നുകൊണ്ടിരിക്കും.

അവിടെയുമിവിടെയും വീണ്ടും യന്ത്രത്തോക്കുകൾ അന്യോന്യം തുരുതുരാ വെടിമുഴക്കിക്കൊണ്ടിരുന്നു. മാനുഷർ വീണ്ടും നരകത്തിലേക്ക് ഉണർന്നെഴുന്നേറ്റുവരുന്നു. രാത്രിയുടെ ഭയപ്പെടുത്തുന്ന കാഴ്ചകൾ ആർക്കും വിവേകം പകർന്നുകൊടുത്തില്ല. തീപ്പടർപ്പുകൾ ഒന്നിൽനിന്ന് മറ്റൊന്നിലേക്ക് പടർന്നുകൊണ്ടിരിക്കുന്നു.

മാരകമായ കൊടുങ്കാറ്റ് നിറഞ്ഞ ആകാശത്തിൽ ഡ്രോൺ വിമാനങ്ങൾ അലസമായി വട്ടമിട്ടു പറക്കുന്നു. ചത്തുവീഴുന്ന മനുഷ്യരെ കൊത്തിവലിക്കുന്നതിനുവേണ്ടി കഴുകന്മാരും.

നഗരം മൂക്കുകുത്തി തളർന്നു വീഴാൻ വേണ്ടിമാത്രം അതിന്റെ നാശാവശിഷ്ടങ്ങൾക്കിടയിൽ നിന്ന് എഴുന്നു നിന്നേക്കുമെന്നു തോന്നും. പ്രഭാതദീപ്തിയുടെ രക്തം ഇന്ന് അഴുകിയളിഞ്ഞ ഒരു മുറിവിനെ സ്വയം പ്രദർശിപ്പിക്കും മട്ടിൽ ധവളമാണ്.

"നാം ഇന്ന് പ്രശ്നങ്ങളെ തരണം ചെയ്യുകയില്ല കേണൽ."

"അതെന്താണ് അങ്ങനെ പറയാൻ കാരണം സാർ?"

"എന്റെ സഹജാവബോധം മരിച്ചിരിക്കുന്നു. എന്റെ അന്തരാത്മാവ് നിറയെ വിചിത്രമായ നിശ്ശബ്ദതയാണ്. അത് ഒരു ദുർലക്ഷണമാണ്. ഞാൻ കീഴടങ്ങുകയില്ല പക്ഷേ, ഞാനിനിയൊരു പ്രഭാതം കാണുമോയെന്ന് സംശയമാണ്."

"ഞാൻ പലപ്പോഴും കെണിയിൽ പെട്ടിട്ടുണ്ട് സാർ. എല്ലാം കഴിഞ്ഞുവെന്ന് തോന്നിപ്പോയിട്ടുമുണ്ട്. മാലിയിൽ ഒരിക്കൽ ആഗ്വേൽഹോക്കിൽ സൈന്യത്താൽ വലയം ചെയ്യപ്പെട്ടിരുന്നു. അസാവാദിന്റെ കലാപകാരികൾക്കൊപ്പമായിരുന്നു ഞാൻ. അദ്ദേഹത്തിന്റെ ലഫ്റ്റനന്റുമാരുടെയൊപ്പം ഒരു കുടിലിൽ ആഹാരമോ കുടിവെള്ളമോ ഇല്ലാതെ. ഒരു പിടി വെടിമരുന്നും ഞങ്ങളുടെ പ്രാർത്ഥനകളും മാത്രം. ഭൂമിയിൽ ഞങ്ങളുടെ അവസാന നിമിഷങ്ങൾ എന്നുതന്നെ ഉറപ്പിച്ചിരുന്നു. അങ്ങനെയതാ പെട്ടെന്ന് ഒരു മരുക്കാറ്റു വീശി. ഞങ്ങൾ കുടിലിൽ നിന്നു പുറത്തു കടന്നു. ശത്രുക്കൾ തമ്പടിച്ച സ്ഥലങ്ങളിലൂടെ തന്നെ ഊരിപ്പോരുകയും ചെയ്തു."

"ഇന്ന് മരുക്കാറ്റുണ്ടാവില്ല."

ഞാൻ തിരികെ നടന്ന് മെത്തയിൽ അമർന്നു.

"നാം പരാജയപ്പെടാൻ പോവുകയാണ് കേണൽ."

"അങ്ങേക്ക് നഷ്ടപ്പെടാൻ പോകുന്നത് ലിബിയയാണ്. സഹോദര മാർഗ്ഗദർശീ."

"അതെ, ഒരർത്ഥത്തിൽ."

"വേറെ ഒരർത്ഥമുണ്ടോ?"

അയാൾ മറുപടി പറഞ്ഞില്ല.

"ഒരർത്ഥമേയുള്ളൂ കേണൽ. നമ്മുടെ വിധിയെക്കുറിക്കുന്നതെന്തോ അത്. നമ്മൾ വെറും അഭിനേതാക്കൾ മാത്രം. നാം ശാഠ്യത്തോടെ തിരഞ്ഞെടുത്തതല്ല ആ വേഷങ്ങൾ. നമ്മൾ അഭിനയിക്കുന്ന നാടകത്തിന്റെ കഥ യഥാർത്ഥത്തിൽ എന്താണ്?"

"അങ്ങു ചരിത്രം കുറിച്ചിരിക്കുന്നു. പ്രഭോ."

"തെറ്റ്. ചരിത്രം എന്നെയാണ് കുറിച്ചത്. എന്റെ ചുമലുകൾക്കപ്പുറത്തേക്കു നോക്കുമ്പോൾ എന്റെ ജീവിതത്തെയാകമാനം വിലയിരുത്തുമ്പോൾ എന്റെ ഇച്ഛാശക്തിയുടേയോ സൈനിക ദൗത്യങ്ങളുടേയോ അപ്രതീക്ഷിത സൗഭാഗ്യങ്ങളുടേയോ ഫലങ്ങളൊന്നും കാണുന്നില്ല., മുന്നാലെ തന്നെ വിധികളെല്ലാം നിശ്ചയിക്കപ്പെട്ടതാണെങ്കിൽ എന്തിനാണ് ജീവിതം സങ്കീർണ്ണമാക്കുന്നതെന്ന് ചോദിച്ചു പോകുന്നു. പടച്ചതമ്പുരാൻ എന്ത് ചെയ്യുകയാണെന്നറിയാവുന്ന ആരോ, അങ്ങെവിടെയോ ഉണ്ടാകാം. പക്ഷേ, കഴിഞ്ഞ കുറച്ചു ദിവസങ്ങളായി ആലോചിക്കുകയാണ്. എന്റെ പേജുകൾ പടച്ചവൻ മറിച്ചുകഴിഞ്ഞുവോ എന്ന്. ഒരുപക്ഷേ, മറ്റൊരു കരുവെടുത്ത് ഉടയ തമ്പുരാൻ കളിച്ചുതുടങ്ങിയോ എന്ന്. അവിടുന്ന് എന്നെ മറന്നുപോയോ എന്ന്."

ഞാൻ ഖുർ ആൻ കൈയിലെടുത്തെങ്കിലും ഉടനെ അവിടെത്തന്നെ വെച്ചു.

"ശ്രദ്ധിച്ചിട്ടുണ്ടോ കേണൽ, എന്റെ അദ്ഭുതാവഹമായ കഥകൾ ഒരു സോപ്പ് ഓപ്പറയായി അവതരിപ്പിക്കപ്പെടുമ്പോൾ ഒടുവിൽ എങ്ങനെയാണ് അത് മടുപ്പിക്കുന്ന വിധത്തിലായിത്തീരുന്നത്? അവിടുന്നിനും അങ്ങനെയൊക്കെ തോന്നുന്നുണ്ടാവണം. എന്നെക്കുറിച്ച് പടച്ചവന്റെ ചിന്താപരമ്പര മുറിഞ്ഞുപോയിക്കാണണം. കഥയുടെ പര്യവസാനത്തെക്കുറിച്ച് ഇനി അവിടുന്നിന് ഒരു രൂപവുമുണ്ടായേക്കില്ല."

ലഫ്റ്റനന്റ് കേണൽ എനിക്കുനേരെ ഒരു ചോക്ലേറ്റ് കഷണം നീട്ടി. "അതിൽ മഗ്നീഷ്യമുണ്ട് സാർ അങ്ങ് ശരീരശക്തി ദുർബലമാക്കാതെ നോക്കണം."

"എനിക്ക് വിശക്കുന്നില്ല."

"ദയവായി..."

“ഞാൻ അതീന്ദ്രീയപ്രഭാവമുള്ള ഒരാളാണ്. ഉപവാസം സമ്പൂർണ്ണമായും എനിക്ക് യോജിക്കുന്നതാണ്. കാര്യങ്ങൾ ദുർഘടമായിരിക്കുമ്പോൾ വ്യക്തത ലഭിക്കാൻ ഉപവാസത്തെ അനുഷ്ഠിക്കാറുള്ളതാണ്.”

അയാൾ പിന്നെ നിർബന്ധിച്ചില്ല. തിരികെ പോയി കസേരയിൽ ഇരുന്നു. ഈ ചെറുപ്പക്കാരൻ മിടുക്കൻ തന്നെ. അന്തസ്സും ചിന്താപരമായ ആഴവും ശാന്തതയുമെല്ലാംകൊണ്ടും അയാളുടെ രൂപം എന്റെ കണ്ണിൽ അതിശയമായി വളരുന്നു. സദ്ഗുണങ്ങളിൽ ഏറ്റവും അപൂർവ്വമായത് കാപട്യങ്ങളേതും കൂടാതെ തികച്ചും സ്വാഭാവികമായിരിക്കുക എന്നതാണ്. അതും അയാൾക്കു സിദ്ധിച്ചിരിക്കുന്നു. ഞാനയാൾക്കു കൊടുക്കുന്ന പരിഗണനയെക്കുറിച്ച് അയാൾ ബോധവാനാണ്. പക്ഷേ, എന്റെ ആ പ്രത്യേക താത്പര്യം അയാളെ മലിനപ്പെടുത്തിയിട്ടില്ല. മറ്റുള്ളവർ യഥേഷ്ടം അതൊക്കെ നേട്ടങ്ങളാക്കിയിട്ടുണ്ട്. ഇയാളാകട്ടെ ഒരമൂല്യവസ്തു എന്നപോലെ അത് ഹൃദയത്തിൽ കാത്തുസൂക്ഷിച്ചു. വായുസ്പർശമേറ്റു മങ്ങിപ്പോകരുതാത്ത ഒരു ദിവ്യോപഹാരം പോലെ.

“ഇതുവരെ നേടിയെടുക്കാൻ അവസരമുണ്ടാകാതെ പോയതും സഫലമാക്കണമെന്ന് ഇനിയും ആഗ്രഹിക്കുന്നതുമായ കാര്യം എന്താണ് കേണൽ?” ഒട്ടുനേരം അയാൾ അലോചിച്ചു പിന്നെ മന്ദമായ ഒരു ശബ്ദത്തിൽ അയാൾ പറഞ്ഞു.

“ഭ്രാന്തമായി സ്നേഹിക്കപ്പെടുക.”

“വേണ്ടത്ര സ്നേഹിക്കപ്പെടുന്നില്ലേ?”

“എന്റെ ഭാര്യ പറയുന്നത് അവൾ വിവാഹം കഴിച്ചിരിക്കുന്നത് ഒരു പ്രേതത്തെയാണ് എന്നാണ്. കാരണം എന്റെ തുടർച്ചയായ അസാന്നിദ്ധ്യവും വേണ്ടപ്പെട്ടവർക്ക് എന്നോടുള്ള വന്യമായ അസൂയയും... ഓരോ തവണയും ഓരോ സൈനികദൗത്യത്തിനു പുറപ്പെട്ടിറങ്ങുമ്പോഴും ഞാൻ തിരിച്ചു വരരുതേ എന്ന പ്രാർത്ഥനയാണവർക്ക്.

“വേണ്ടപ്പെട്ടവർ സ്വാഭാവികമായും അങ്ങനെയൊക്കെത്തന്നെയാണ്. അവർക്കു നിങ്ങളോടുള്ള നീരസം നിങ്ങൾ അവരെ അതിശയിച്ചു നിൽക്കുന്നുവെന്നതുകൊണ്ടും നിങ്ങളുടെ പാതിപോലും അവർക്ക് ആണത്തമില്ലാത്തതുകൊണ്ടുമാണ്. പക്ഷേ, താങ്കളുടെ ഭാര്യയെ സംബന്ധിച്ചിടത്തോളം അങ്ങനെയാണോ? നിങ്ങളുടെ ആളുകളുടെ പ്രകൃതത്തിനു വിരുദ്ധമായി അവർ രാപകലില്ലാതെ കരളുരുകി നിങ്ങളുടെ വരവിനായി പ്രാർത്ഥിക്കുന്നുണ്ടല്ലോ.”

“ഞാൻ വിശ്വസ്തനാണെന്നും അവളെ ഏറെ ഇഷ്ടമാണെന്നും അവൾക്കറിയാം.”

“വിശ്വസ്തത. അതെന്തുതരം വസ്തുവാണെന്നാർക്കുമറിയില്ല. നമ്മൾ സ്നേഹിക്കുന്നവരെ എത്ര വിശ്വസിച്ചാലും നമ്മുടെ അസാന്നിദ്ധ്യങ്ങൾ മാത്രം മതി, സംശയങ്ങളെ നാലുപാടുനിന്നും വിളിച്ചു വരുത്തും. നമ്മുടെ നിഴലുകൾ പോലെ.”

“ഞങ്ങളുടെ എട്ടുവർഷത്തെ വൈവാഹിക ജീവിതത്തിനിടയിൽ ഒരിക്കൽപോലും ഞാനവളെ വഞ്ചിച്ചിട്ടില്ല.”

“അങ്ങനെയുണ്ടാകും. നിങ്ങൾ സുന്ദരനാണ്. അങ്ങേയറ്റം ബുദ്ധിശാലിയാണ്. ഏതു സ്ത്രീയും നിങ്ങൾക്കു വഴങ്ങും. പേശികളല്ല. അവർക്കു പഥ്യം പദവിയാണ്.”

“എല്ലാവരും അങ്ങനെ അല്ല സഹോദരമാർഗദർശീ.”

“നിങ്ങൾക്കെങ്ങനെയറിയാം? സത്യസന്ധരായ ഭർത്താക്കന്മാർക്കും നമ്മളാരും സ്വപ്നത്തിൽ കാണാത്ത കിടപ്പറ രഹസ്യങ്ങളുണ്ട്.”

കീഴടങ്ങുംമട്ടിൽ അയാൾ കൈകളുയർത്തി.

“എനിക്കു സ്വപ്നം കാണാൻ ഒന്നുമില്ല.”

“നിങ്ങളെ ആശ്രയിച്ചല്ല അതിന്റെ കാര്യം.”

വാദങ്ങളേതുമില്ലാതെയായിത്തീർന്ന അയാൾ ചിരിച്ചു.

അയാളുടെ പ്രസന്നഭാവം എന്നിൽ ശാന്തത പകർന്നു.

“സ്നേഹിക്കപ്പെടുക എന്നതിനുപുറമേ എന്തായിരിക്കും നിങ്ങൾക്ക് ഏറ്റവും ചാരിതാർത്ഥ്യകരമാവുക?”

അയാൾ തന്റെ മൂക്കിൽ കൈവെച്ചുകൊണ്ടാലോചിച്ചു.

“എന്റെ മുത്തച്ഛൻ ഒരു ആട്ടിടയനായിരുന്നു. അദ്ദേഹത്തിന് വിദ്യാഭ്യാസമുണ്ടായിരുന്നില്ല. പക്ഷേ, ജീവിതദർശനങ്ങളുണ്ടായിരുന്നു. ദാരിദ്ര്യവുമായി സസുഖം ഒത്തുപോകുന്ന ഒരാളെ ഞാൻ വേറെ കണ്ടിട്ടില്ല. ഒരു നിസ്സാരവസ്തുപോലും അദ്ദേഹത്തെ സന്തോഷവാനാക്കിയിരുന്നു. കാര്യങ്ങളെ അതായിട്ടുതന്നെ കാണണം. അല്ലാതെ നാമാഗ്രഹിക്കുന്ന മട്ടിൽ കാണരുത്. ജീവിച്ചിരിക്കുന്നു എന്ന അവസ്ഥ തന്നെ ഭാഗ്യത്തിന്റെ പരകോടിയാണെന്നും അദ്ദേഹം കരുതിപ്പോന്നു. ഒരു കഷ്ടതയ്ക്കും ആ ബോധത്തെ കവർന്നെടുക്കാനാവുമായിരുന്നില്ല. തന്റെ ആടുകളെ മേയ്ക്കുകയല്ലാതെ മറ്റൊന്നും അദ്ദേഹം ചെയ്തിരുന്നില്ല. നാമമാത്രമായ ആഹാരം കഴിക്കുകയും ഋതുക്കൾതോറും ഒരേ കീറവസ്ത്രങ്ങൾതന്നെ ധരിക്കുകയും ചെയ്തു. ഞാനദ്ദേഹത്തെ കാണാൻ ചെന്നപ്പോൾ അജ്ഡാബീയയിലെ കടൽക്കരയിലെ എന്റെ കൊച്ചുവീട്ടിൽ കുടുംബത്തോടൊപ്പം താമസിക്കാമെന്നു അദ്ദേഹത്തോടു സൂചിപ്പിച്ചു. അദ്ദേഹം നിഷേധാർത്ഥത്തിൽ തലയാട്ടുകമാത്രം ചെയ്തു. എങ്ങുമല്ലാത്ത ഒരിടത്തിന്റെ നടുക്കു നാട്ടിയ തന്റെ കൂടാരം വിട്ടുപോകാൻ അദ്ദേഹത്തെ പ്രേരിപ്പിക്കാൻ ലോകത്ത് യാതൊന്നിനും സാധ്യമല്ലായിരുന്നു.

“അദ്ദേഹത്തിനു തെറ്റി.”

“തെറ്റിയിരിക്കാം. പക്ഷേ, എന്റെ മുത്തച്ഛൻ അങ്ങനെയായിരുന്നു. സ്വേച്ഛപോലെയൊക്കെ ആനന്ദം കണ്ടെത്തി. അതിനായി മിനക്കെടാനൊന്നും പോയില്ല. അദ്ദേഹം സ്നേഹിച്ച ആളുകൾക്കൊപ്പം പങ്കുചേർന്നുകൊണ്ടദ്ദേഹം മനസാ ധനികനായി, സന്തോഷവാനുമായി. പ്രഭാതത്തിലെ

അഗ്നിപ്രഭയുടെ ആദ്യകിരണങ്ങളൊപ്പം അദ്ദേഹം ഉണർന്നു. ഒന്നിനു വേണ്ടിയും അദ്ദേഹം കൊതിച്ചില്ല. എനിക്കു കൈവരണമെന്ന് ആഗ്രഹിക്കുന്നത് ആ സാഹസികതയാണ്. മിതവും നിസ്സാരവുമായ ജീവിതത്തെ പുൽകുന്നതിൽ നിന്നും ലഭിക്കുന്ന വിനീതമായ സന്തോഷം സ്വന്തമായിരുന്ന എന്റെ മുത്തച്ഛനെപ്പോലെയാകാൻ."

"നിരാകരണവും വിനയവും ഒന്നുതന്നെയാണെന്നു നടിക്കാൻ ചിലയാളുകൾക്ക് എങ്ങനെയാണ് സാദ്ധ്യമാവുന്നത്? എനിക്ക് മനസ്സിലാകുന്നില്ല."

ലഫ്റ്റനന്റ് കേണലിന്റെ ഗ്രാമനിഷ്കളങ്കമായ മനോഭാവത്തെ ഞാൻ തിരിച്ചറിഞ്ഞു. അയാളുടെ ജീവിതദിശ ഇനിയെങ്ങനെയായിരിക്കുമെന്ന് ഞാനാലോചിച്ചുപോയി. ഈ മനോനിലയെ അയാൾ അതിജീവിക്കണമെന്ന് പ്രാർത്ഥിച്ചു. അയാൾ അത്രയും ചെറുപ്പവും സൗന്ദര്യവും ആധികാരികതയും ഒത്തിണങ്ങിയ ഒരാളാണ്. എന്റെ സ്വപ്നത്തിലെ ലിബിയൻ സൈന്യത്തിന്റെ സങ്കല്പം അയാളുടെ ശരീരത്തിൽ കുടികൊള്ളുന്നു. എന്റെ കാലശേഷം ഓഫീസറായി തുടരേണ്ടയാൾ. എന്റെ ആശയങ്ങൾ നിറവേറ്റേണ്ടയാൾ. എന്റെ പ്രതാപത്തെക്കുറിച്ച് സ്തുതികളോതേണ്ടയാൾ.

"വാൻഗോഗിനെക്കുറിച്ചറിയാമോ, കേണൽ?"

"തീർച്ചയായും... അദ്ദേഹം തന്റെ ക്യാൻവാസിലെ ചുവപ്പിനെ തന്റെ ആത്മവേദനയോളം തീക്ഷ്ണമാക്കാൻ സ്വന്തം ചെവി മുറിച്ചുകളഞ്ഞു."

"ആരോ എന്നോടു പറഞ്ഞതോർക്കുന്നു ഒരു നഷ്ടപ്രണയത്തെ ച്ചൊല്ലിയാണതെന്ന്."

അയാൾ കൈകൾ വിരിച്ചു.

"എല്ലാ പ്രതിഭാശാലികൾക്കും അവനവന്റേതായ ഉന്മാദങ്ങളുണ്ടാകും. അങ്ങുതന്നെ പറഞ്ഞു മരണമല്ലാതെ മറ്റൊരു സത്യവുമില്ലെന്നും ജീവിതത്തെ പരുവപ്പെടുത്തുന്നത് കള്ളങ്ങളാണെന്നും."

"അങ്ങനെയൊരു കാര്യം ഞാൻ പറഞ്ഞതായി ഓർക്കുന്നില്ല."

"ഒരുപാട് ഉദ്ധരണികൾ അങ്ങയുടെ പേരിൽ ഭാവിയിലുണ്ടാകും, സഹോദരമാർഗദർശീ. അജ്ഞാതനാമാക്കളുടേതെന്ന് നാം കരുതിയ പല കവിതകളും അൽ-മുത്തനബിയുടേതെന്ന് ആരോപിക്കപ്പെടാറുള്ളതുപോലെ. അങ്ങനെയൊക്കെയാണ് ഇതിഹാസങ്ങൾ രചിക്കപ്പെടുന്നത്."

"ജനങ്ങൾ എന്നെ ഓർമ്മിക്കുമെന്ന് നിങ്ങൾ കരുതുന്നുണ്ടോ?"

"ഈ രാജ്യം ലിബിയ എന്നു വിളിക്കപ്പെടുന്നിടത്തോളം കാലം."

"എന്തായിരിക്കും എന്നെക്കുറിച്ചോർമ്മിക്കുക?"

"അങ്ങേക്ക് അനുയായികൾ ഉണ്ടാകും. ഒരു കൂട്ടം വിമർശകരുമുണ്ടാകും. ആദ്യത്തെ കൂട്ടർ അങ്ങയെ ആരാധിക്കും. രണ്ടാമത്തെ കൂട്ടർ

അങ്ങയുടെ ചെയ്തികളെയെല്ലാം ചീത്തവിളിക്കും. കാരണം അവർ ജീവിതത്തിൽ വലുതായൊന്നും ചെയ്യാത്തവരാണ്. ഒരു കാര്യം സ്പഷ്ടമാണ്. മിക്കയാളുകൾക്കും അങ്ങയെക്കുറിച്ച് നഷ്ടബോധമുണ്ടാകും."

"ഞാനങ്ങനെ കരുതുന്നില്ല കേണൽ. കത്തുംതലയുള്ള ചൂടന്മാരേക്കാൾ ഓർമ്മയൊന്നും നിങ്ങൾ പറയുന്ന ആളുകൾക്കുമില്ല. ഞാൻ ഇത്രയൊക്കെ ചെയ്തിട്ടും എന്റെ നാശം അവർ ആഗ്രഹിക്കുന്നതിന് എന്ത് വിശദീകരണമാണുള്ളത്?"

കേണൽ മുടിയിൽ വിരലോടിച്ചു. മുടിയിഴകൾ നെറ്റിയിൽ വീണു പാറിയപ്പോൾ ധീരനായ ആ ചെറുപ്പക്കാരന്റെ സുഭഗത ഒന്നുകൂടെ പ്രകടമായി. അയാൾ തന്റെ വെളുത്ത കൈയിലേക്കുറ്റു നോക്കിക്കൊണ്ട് പറഞ്ഞു.

"ഞാൻ മോസ്കോയ്ക്കടുത്ത് വിസ്ട്രൽ അക്കാദമിയിൽ ഒരു കോഴ്സ് ചെയ്തുകൊണ്ടിരിക്കുമ്പോൾ ചില റഷ്യക്കാരുമായി സൗഹൃദം സ്ഥാപിച്ചിരുന്നു. യൂണിവേഴ്സിറ്റിയിൽനിന്നും അപ്പോൾ ഇറങ്ങിയ ചെറുപ്പക്കാരായ ഓഫീസർമാരായിരുന്നു അവർ. ഏറ്റവും പുതിയ തരം മൊബൈൽ ഫോണുകളാണ് ഉപയോഗിച്ചിരുന്നത്. പരിഷ്കൃത വേഷം ധരിച്ചും വളരെ മോടിയുള്ള 4x4 വാഹനം ഓടിച്ചും ഡിയോർ സുഗന്ധ മണിഞ്ഞും അവരുടെ ഏറ്റവും പരിഷ്കൃത ലാപ്ടോപ്പിൽ ഇന്റർനെറ്റ് മുഖാന്തിരം അത്താഴം ബുക്ക് ചെയ്യുകയുമെല്ലാം ചെയ്തുകൊണ്ട് വിരാജിക്കുന്നവർ. ധനവും ധൃതിയുമുള്ള അവർ പുതുതലമുറയെ പ്രതിനിധാനം ചെയ്യുന്നു. ഇല്ലായ്ക എന്തെന്ന് അവർക്കറിയില്ല. മിക്കവാറും കാലിയായ കടകൾക്കു മുമ്പിൽ പ്രതീക്ഷയോടെ നീണ്ട ക്യൂവിൽ കാത്തുനിന്ന നാട്ടുകാരുടെ അനുഭവവും അവർക്കില്ല. പോസ്റ്റ് ഓഫീസുകളിലെ സ്ഥാപനവത്കരിക്കപ്പെട്ട ഒളിപരിശോധനകളെക്കുറിച്ചും കരിഞ്ചന്തയിൽ നിന്ന് ചുളുവിൽ വാങ്ങിയ ജീൻസിന്റെ പേരിൽ നടന്ന വിചാരണകളെക്കുറിച്ചും അവർക്കറിയില്ല. എന്നിട്ടും മൂക്കറ്റം വോഡ്ക കുടിച്ചുകൊണ്ടിരിക്കുമ്പോൾ അവർ നാടിന്റെ മോശപ്പെട്ട അവസ്ഥയെക്കുറിച്ചും ധനാഢ്യരുടെ അസഹനീയമായ ധൂർത്തുഭരണത്തെക്കുറിച്ചും വാതോരാതെ സംസാരിച്ചു. ഉരുക്കിന്റെ കരുത്തുള്ള സ്റ്റാലിന്റെ കൈകളുടെ അഭാവത്തെക്കുറിച്ചവർ വിലപിച്ചു. ഇതുതന്നെയാണ് എല്ലാവരുടെയും കാര്യം സഹോദരമാർഗദർശീ. ചിലിയിൽ പിനോഷെ മതിയായിരുന്നുവെന്ന് ഇന്നവിടുത്തുകാർ വിലപിക്കുന്നു. സ്പെയിനിൽ ഫ്രാങ്കോ, ഇറാക്കിൽ സദ്ദാം, ചൈനയിൽ മാവോ. അതുപോലെ തന്നെ ഈജിപ്തിൽ മുബാറക്ക്. എന്തിനു പറയുന്നു, മംഗോളിയായിൽ ചെങ്കിസ്ഖാൻ, ഇന്ന് അവരൊക്കെ ഉണ്ടായിരുന്നെങ്കിലെന്നാണ് അവിടത്തെ ജനങ്ങളുടെ ആഗ്രഹം."

"എന്നെക്കുറിച്ച് അവർക്കുള്ള സങ്കല്പം എന്തായിരിക്കും? അവരുടെ മാർഗദർശി എന്ന നിലയിലോ അതോ ക്രൂരനായൊരു സ്വേച്ഛാധിപതിയെന്ന നിലയിലോ?"

"അങ്ങ് ക്രൂരനായ ഒരു സ്വേച്ഛാധിപതിയല്ല. ചെയ്യേണ്ടതെന്തായിരുന്നോ അത് അങ്ങ് ചെയ്തുവെന്നുമാത്രം. രണ്ടുതരം ആളുകളുണ്ട്. തലയുപയോഗിച്ച് ജോലിചെയ്യുന്നവരും നല്ല അടി കിട്ടേണ്ടവരും. നമ്മുടെ ആളുകൾക്ക് നല്ല അടി ആവശ്യമായിരുന്നു."

അയാളുമായി യോജിക്കാൻ എനിക്ക് സാധിച്ചില്ല. ഞാൻ എതിരഭിപ്രായക്കാരെ ദയാശൂന്യമായി കൈകാര്യം ചെയ്തിരുന്നുവെന്നത് സമ്മതിക്കുന്നു. ഞാൻ അങ്ങനെയല്ലാതെ എങ്ങനെയായിരുന്നു പ്രതികരിക്കേണ്ടിയിരുന്നത്? ഒരേ ഒരു ഉപാധി മുഖാന്തിരമാണ് ജനങ്ങൾ അടക്കി ഭരിക്കപ്പെടേണ്ടത. രക്തം ചൊരിഞ്ഞില്ലെങ്കിൽ സിംഹാസനം തടങ്കൽത്തുറുങ്കാകാൻ ഏറെ താമസമില്ല. എന്റെ അധികാരം സംരക്ഷിച്ചു നിർത്താൻ ഓന്തിന്റെ പുസ്തകത്തിലെ ഒരേട് ഞാൻ കടമെടുത്തു. ഒരു കണ്ണുകൊണ്ട് മുന്നോട്ട് നോക്കി. മറ്റേക്കണ്ണുകൊണ്ട് പിറകിലേക്കും. അളന്നു കുറിച്ചുമാത്രം ചുവടുകൾ വെച്ചു. എന്റെ പ്രഭാഷണങ്ങൾ ധർമ്മയുദ്ധങ്ങളായിരുന്നു, എങ്കിലും ഇടിമിന്നൽ പോലെ തീക്ഷ്ണതയും തീർച്ചയുമതിൽ വരുത്തി. 'ഞാൻ വക വരുത്തിയത് വഞ്ചകരെ മാത്രമാണ് കേണൽ. ഞാൻ ജനങ്ങളെ സ്നേഹിക്കുകയും സംരക്ഷിക്കുകയും ചെയ്തു.'

"അങ്ങനെ ചെയ്യരുതായിരുന്നു. പ്രഭോ, അങ്ങ് ജനങ്ങളെ വല്ലാതെ കൊഞ്ചിച്ചു ലാളിച്ചു. ഫലമോ അവർ മടിയന്മാരും സൂത്രക്കാരുമായി. അവർ അവരുടെ അവകാശബോധത്തിൽ ഉരുണ്ടു മദിച്ചു. ഒരീച്ചയെ ആട്ടിയകറ്റാൻ പോലും മിനക്കെടാൻ വയ്യാത്ത വഷളന്മാരായിത്തീർന്നു. ജോലി ചെയ്യുക, അറിവ് സമ്പാദിക്കുക, അഭിലാഷങ്ങൾ സ്വന്തമാക്കാൻ ശ്രമം നടത്തുക എന്നിവയെല്ലാം സമയം കളയുന്ന ഏർപ്പാടുകളാണെന്നവർ ധരിച്ചു വശായി. എല്ലാവരേക്കുറിച്ച് ചിന്തിക്കാൻ സഹോദരമാർഗദർശിയുള്ളപ്പോൾ എന്തിനു വേവലാതിപ്പെടണം?"

"ഒരു ശരാശരി ലിബിയക്കാരന് വലിയ ബോധമൊന്നുമില്ല, അങ്ങ് എത്ര മഹാമനസ്കനായിരുന്നുവെന്നറിയാത്ത തവള. അവൻ അങ്ങയെ മുൻനിർത്തി നേട്ടങ്ങളുണ്ടാക്കി. ഒരു രാജകുമാരനാണെന്നവൻ സ്വയമങ്ങു സങ്കല്പിച്ചു. അങ്ങനെത്തന്നെ എക്കാലത്തും തുടരുമെന്നും പ്രതീക്ഷിച്ചു. മറ്റുള്ളവരെല്ലാം ജോലിയിൽ മുഴുകിയിരിക്കുകയാണെന്നും താനായിട്ടൊന്നും ചെയ്യേണ്ടതില്ലെന്നും തന്റെ യന്ത്രങ്ങൾ മറ്റുള്ളവർ പ്രവർത്തിപ്പിച്ചുകൊള്ളുമെന്നും മനസ്സിലാക്കിയ അവർ നേരെപോയി കിടന്നുറങ്ങും. ആഫ്രിക്കൻ തൊഴിലാളികൾ നായ്ക്കളെപ്പോലെ അവനുവേണ്ടി പണിയെടുക്കുന്നതു മാത്രം നോക്കിയിരുന്നുകൊണ്ട് അവൻ ക്ഷീണിതനാവും. ലഭിച്ച പരിഗണനയേക്കാൾ വില താനർഹിക്കുന്നുണ്ടെന്നു തെളിയിക്കാൻ പിന്നെ അവൻ പാടുപെടുകയായി. അതിനുവേണ്ടി എന്താണ് ചെയ്യുക? പാലുതന്ന കൈകളെ കൊത്തുക എന്നതുതന്നെ. അങ്ങ് അനുവദിക്കുമെങ്കിൽ ഞാൻ പറയാം. എതിരാളികളോട് എങ്ങനെയായിരുന്നോ

അങ്ങനെ തന്നെ വേണമായിരുന്നു ജനങ്ങളോടും വേണ്ടിയിരുന്നത്. സർ, അങ്ങയുടെ സമയവും ശ്രദ്ധയും അർഹിക്കുന്നവരല്ലായിരുന്നെങ്കിലും അങ്ങ് അവർക്കുവേണ്ടി സ്വയം ഉഴിഞ്ഞുവെച്ചു. കച്ചവടക്കാരുടെ മാത്ര മല്ല കള്ളക്കടത്തുകാരുടേതും കൂടിയായ ഒരു ജനതയായിരുന്നു അത്. സംശയാസ്പദമായ ഇടപാടുകളിൽ മിടുക്കന്മാർ. അലസരിൽ അലസർ. നാളത്തെ ലിബിയക്കാർ അങ്ങയുടെ അസാന്നിദ്ധ്യത്തെച്ചൊല്ലി വിലപിക്കും, ഇന്ന് റഷ്യ സ്റ്റാലിനെച്ചൊല്ലി വിലപിക്കുന്നതുപോലെ. നമ്മുടെ നായകർക്കുനേരെ പരസ്യമായി ആയുധപ്രയോഗം നടത്തുന്ന, നഗരത്തെ തകർത്തു തരിപ്പണമാക്കിക്കൊണ്ടിരിക്കുന്ന, ഇക്കൂട്ടർ കൈ യാളാൻ പോകുന്നത് നിർവ്വീര്യമായ പാവഭരണമായിരിക്കും. അതാണി വിടെയിനി വരാൻ പോകുന്നത്. അങ്ങനെയൊരു നശിച്ച രാജ്യമാണ് നമ്മുടെ പേരമക്കൾക്കിനി കിട്ടാൻ പോകുന്നത്."

ലഫ്റ്റനന്റ് കേണലിന്റെ വാക്കുകൾ എന്നിൽ ഒരേ സമയം ആശ്വാസവും വേദനയും പകർന്നു. "നിങ്ങളെ സംബന്ധിച്ച് നിങ്ങളുടെ ധീരതയേക്കാളും ഞാനിഷ്ടപ്പെടുന്നത് എന്റെ ചെറുപ്പക്കാരാ, നിങ്ങളുടെ ആത്മാർത്ഥതയാണ്. എന്റെ മന്ത്രിമാരാവട്ടെ, അന്തഃപ്പുരസ്ത്രീകളാവട്ടെ യാഥാർത്ഥ്യത്തെക്കുറിച്ച് ഇങ്ങനെ വിവരിച്ചുകൊണ്ടെന്റെ കണ്ണുകൾ തുറപ്പിച്ചിട്ടില്ല. ഞാൻ ബദൂയിൻ എന്ന അടിക്കാട്ടവർഗ്ഗത്തെ ഭൂമിയിലെ ഏറ്റവും അഭിമാനികളായ ജനതയാക്കി മാറ്റിയെന്ന് എല്ലാവരും എന്നോട് മുഖസ്തുതി പറഞ്ഞു."

"അവർ പറഞ്ഞത് കള്ളമല്ല. അന്യോന്യം ശത്രുക്കളായി മല്ലടിച്ചു നിന്നിരുന്ന ഗോത്രങ്ങളെയെല്ലാം ഒറ്റയാത്മാവുള്ള ഒരു ശരീരത്തിലേക്ക് അങ്ങ് ആവാഹിച്ചെടുത്തു. യാഥാർത്ഥ്യം അതിലും മേലെയാണ്."

"എന്തുകൊണ്ടാണതു പിന്നെ എന്നിൽ നിന്നും ഒളിച്ചുവെക്കപ്പെട്ടത്?"

"അതത്ര നല്ല കാര്യമല്ലാതിരുന്നതുകൊണ്ട് സർ." ആ നിമിഷത്തിൽ ത്തന്നെ കിടപ്പറവാതിൽ പെട്ടെന്നു തള്ളിതുറന്നു. മുഖം ചുവന്നും കിതപ്പടക്കിയും മൻസൂർ ധൃതിപ്പെട്ടു വന്നിരിക്കുകയാണ്. മുത്താസ്സിമിനെ കണ്ടെത്താൻ നിയോഗിക്കപ്പെട്ട ഓഫീസർ ഇതാ തിരിച്ചെത്തിയിരി ക്കുന്നു. "പോകാൻ സമയമായി." ഞാൻ കേണലിനുനേരെ തിരിഞ്ഞു.

"സത്യമുഹൂർത്തം ഇതാണ്."

പതിന്നാല്

താഴെ തറനിലയിൽ അനക്കങ്ങൾ ആലസ്യം വിട്ടുണർന്നു. പട്ടാളക്കാർ നാനാദിശയിൽ ഓടിനടന്നു. ഓഫീസർമാർ ഊർജ്ജം കൈവരാൻ ഒച്ച യിടുകയും പതിഞ്ഞ മട്ടുകാരെ ശാസിക്കുകയും ചെയ്യുന്നുണ്ടായിരുന്നു. സംഭവവികാസങ്ങൾക്കു ചൂടുപിടിച്ചുതുടങ്ങിയിരുന്നു.

കോലാഹലങ്ങൾ എനിക്കിഷ്ടമല്ല. ഒരു ബഹളം മറ്റൊന്നിൽ കലാശി ക്കുന്നു. മാനസികപിരിമുറുക്കം കനപ്പിക്കാനേ അതു സഹായിക്കൂ.

അനുചരന്മാർക്ക് കൃത്യമായി ജനറൽ വിശദീകരണങ്ങൾ നൽകി യില്ലെന്ന് ഞാൻ വിശ്വസിച്ചു. ആ കൂട്ടഅലമ്പലിനിടയിൽ അയാളെ അവിടെയെങ്ങും കണ്ടില്ല.

തിരിച്ചെത്തിയ ഓഫീസറെ മൻസൂർ തന്റെ അരികിലേക്കു കൊണ്ടു വന്നു. സാഹചര്യത്തെ പെട്ടെന്നു ചടുലവും ശബ്ദായമാനവുമാക്കാൻ നിമിത്തമായത് അയാളുടെ വരവാണ്. അക്കാദമിയിൽ നിന്ന് അടുത്തിടെ മാത്രം പുറത്തുവന്ന ഒരു ചെറുപ്പക്കാരൻ. അയാൾ എന്നെ സല്യൂട്ട് ചെയ്ത് അറ്റൻഷനിൽ നിന്നു. എന്റെ മുഖഭാവം അയാളെ പരിഭ്രമിപ്പിച്ചു വെന്ന് തോന്നിയില്ല.

"എന്റെ മകൻ എവിടെ?"

"വഴിയിലാണ് സർ."

"അവനെ നിങ്ങൾ കണ്ടിരുന്നോ?"

"കണ്ടിരുന്നു സർ."

"നേരിട്ടു കണ്ടോ?"

"ശരിക്കും നേരിട്ടു കണ്ടു. സർ, ഇരുപത് വാഹനങ്ങൾ അദ്ദേഹം എനിക്കു കൈമാറിട്ടുണ്ട്. നമ്മൾ ഉടനെ ഇറങ്ങണമെന്ന് വിവരം തരാൻ എനിക്ക് ഓർഡർ തന്നിരിക്കുന്നു."

"എന്തുകൊണ്ടാണവൻ നിങ്ങളുടെ ഒപ്പം വരാതിരുന്നത്?"

"അദ്ദേഹം മൂന്നാമത്തെ, അതായത് അവസാനത്തെ വാഹന വ്യൂഹത്തെ സജ്ജമാക്കുകയാണ്. ചുരുങ്ങിയത് മുപ്പത് വാഹനങ്ങൾ."

"അവൻ സുരക്ഷിതനും ആരോഗ്യവാനുമാണോ?"

“അതേ സർ. അദ്ദേഹം പറയുന്നത് പോകുന്നവഴിയിൽ നമ്മോടൊപ്പം ചേരുമെന്നാണ്, രണ്ടാം ജില്ല കടന്നതിനു ശേഷം.”

കവചിതമായ എന്റെ 4x4 വാഹനം മുറ്റത്ത് ഒരുക്കിനിർത്തിയിട്ടുണ്ടായിരുന്നു. ലെഫ്റ്റനന്റ് കേണൽ ട്രിഡ്, നിരകൾ ക്രമീകരിക്കുകയായിരുന്നു. അയാൾ ഡ്രൈവർമാരെ വിളിച്ച് തുടർന്നുള്ള കാര്യങ്ങളെക്കുറിച്ച് ആജ്ഞകൾ നൽകി.

“നാല് നിരീക്ഷണ വാഹനങ്ങൾ മുന്നിൽ പോകും. ഞാൻ നാലാമത്തേതിലായിരിക്കും. അത് ഇരുന്നുറു മീറ്ററോളം പിറകിലായിരിക്കും. പ്രഭു ആറാമത്തേതിലായിരിക്കും. ആക്രമിക്കപ്പെട്ടാൽ നിർത്തരുത്. ഞാൻ സൈനികവ്യൂഹത്തിൽ നിന്നും മാറി നീങ്ങുന്നുവെന്നു കണ്ടാൽ എന്നെ പിന്തുടരണം. ഒരു നിമിഷംപോലും എന്റെ കണ്ണിൽ നിന്നു മാറരുത്. എപ്പോഴും പ്രഭുവിന്റെ സുരക്ഷ നിങ്ങൾ ഉറപ്പുവരുത്തിക്കൊണ്ടിരിക്കണം.”

ഡ്രൈവർമാർ അറ്റൻഷനിൽ തിരിഞ്ഞു. പിന്നെ വാഹനങ്ങൾക്കു നേരെ ചെന്നു. കവചിതമായ 4x4 വാഹനത്തിൽ ഞാനും മൻസൂറും ഇരിപ്പുറപ്പിച്ചു.

“ജനറൽ എവിടെ?”

“അദ്ദേഹം അദ്ദേഹത്തിന്റെ രണ്ടു മക്കളും എത്തിയോ എന്നു നോക്കാൻ പോയതാണ്.” ഗാർഡ് കമാൻഡർ പറഞ്ഞു.

“അയാളെ ഇങ്ങോട്ടു കൂട്ടിക്കൊണ്ടുവരൂ. അയാളും എന്റെയൊപ്പം തന്നെ വരണം.”

ആരോ ജനറലിനെ അന്വേഷിച്ചുകൊണ്ട് ഓടി. നിമിഷങ്ങൾ കടന്നുപോയി. ഞാനാ 4x4 വാഹനത്തിന്റെ പിൻസീറ്റിലിരുന്ന് പ്രാകുകയും ഡ്രൈവറുടെ ഇരിപ്പിടത്തിന്റെ പിറകുവശത്ത് ഇടിക്കുകയും ചെയ്തു. ഒടുവിൽ അബൂബക്കർ കിതച്ചുകൊണ്ടും വിയർത്തുകൊണ്ടും എത്തി.

“എവിടെയായിരുന്നെടോ നിങ്ങൾ?”

“എന്റെ മക്കളെ നോക്കി പോയതായിരുന്നു.”

“ഇപ്പോഴല്ലല്ലോ അതിനുള്ള സമയം? മുന്നിൽ ഇരിക്കൂ. വേഗം. എല്ലാവരും നിങ്ങളെ കാത്തിരുന്നു മടുത്തു.”

ജനറൽ 4x4 വാഹനത്തിൽ കയറുമ്പോഴേക്കും ആ വ്യൂഹം പുറപ്പെട്ടു.

ഒരു മഹാആരവത്തോടെ ഞങ്ങൾ സ്കൂൾ ഗ്രൗണ്ടിൽ നിന്ന് വെളിയിലേക്കു കടന്നു. ധൃതി കാരണം വാഹനങ്ങൾ അങ്ങോട്ടുമിങ്ങോട്ടും നിരതെറ്റി പാളി. ചിലവ നടവഴികളിലേക്ക് പായുകയും ഉടനടി തന്നെ നിരയിലേക്ക് ഒത്തുകയറുകയും ചെയ്തു.

സൈനികവ്യൂഹം കടലോരത്തേക്കുള്ള റിംഗ് റോഡിലേക്ക് തിരിയുമ്പോഴേക്കും അച്ചടക്കമുള്ള ഒരു ക്രമത്തിലായിക്കഴിഞ്ഞിരുന്നു.

ആദ്യത്തെ കവലയിലെത്തുമ്പോഴാണോർത്തത് എന്റെ ഖുർ ആനും പ്രാർത്ഥനാമണികളും മുറിയിൽ വെച്ചു മറന്നുവെന്ന്.

ഞങ്ങൾ തീരപാതയിലൂടെ യാതൊരു മറവുമില്ലാതെ മുന്നേറുക യാണ്. പതിയിരുന്നാക്രമണമോ വ്യോമാക്രമണമോ എപ്പോഴും സംഭ വിക്കാം. ഭാഗ്യം ദയ ചൊരിയുന്നതുകൊണ്ടുമാത്രം ഞങ്ങൾ മുന്നേറുക യാണ്.

അപൂർവ്വമായി മാത്രമേ പകൽ ഇത്രയും പ്രകാശനിർഭരമാകാറുള്ളൂ. പുകയുടെ ചർമ്മാവരണം കൊണ്ടു മൂടിയിരുന്നെങ്കിലും ഉജ്ജ്വലമായ ഒരു തെളിച്ചം എങ്ങും ഓളം വെട്ടി. സൂര്യൻ വഞ്ചകരുടെ പക്ഷം പിടിക്കാ നിറങ്ങിയതാണെന്നു തോന്നും. ഒരു ശരവ്യമെന്നപോലെ എന്നിലേക്കു വെയിൽ അതിന്റെ തീക്ഷ്ണദൃഷ്ടി കേന്ദ്രീകരിച്ചു.

ഞാൻ ശാന്തനായിരുന്നില്ല. വല്ലാതെ വേവലാതിപ്പെട്ടതുമില്ല. ഇവർ എന്നെ എങ്ങോട്ടാണ് കൊണ്ടുപോകുന്നതെന്നോ അടുത്ത തിരിവിൽ എനിക്കായി കാത്തുനിൽക്കുന്നതെന്താണെന്നോ എനിക്കൊരു പിടിയു മുണ്ടായിരുന്നില്ല. അതു രണ്ടും അത്ര പ്രാധാന്യമുള്ളതാണെന്ന് തോന്നാത്തവിധം ഞാൻ നിസ്സംഗനായിരുന്നു.

അതൊക്കെ അറിഞ്ഞിട്ട് എന്തു മാറ്റമുണ്ടാകാനാണ്?

എന്റെ വലതുഭാഗത്ത് മൻസൂർ പിരിമുറുകിയിരിക്കുകയാണ്. അയാളുടെ നിശ്ശബ്ദത അത്യഗാധമായിരുന്നു. ആ അഗാധഗർത്തത്തിൽ നിന്ന് രക്ഷപ്പെടാനുള്ള ഒരു കയറെന്ന മട്ടിലാണ് അയാൾ തന്റെ തോക്കിനെ പുണർന്നുപിടിച്ചിരിക്കുന്നത്. അയാളുടെ വിരലുകൾ വിളറി വെളുത്തിരുന്നു. കണ്ണിനുതാഴെ നീലിച്ച വീർപ്പുകളുണ്ടായിരുന്നു.

ജീവിതത്തിലിന്നേവരെ അയാൾ അത്രയേറെ ചുട്ടുനീറി പ്രാർത്ഥി ച്ചിട്ടുണ്ടാവില്ല എന്ന് തോന്നി.

കാബിനകത്ത് എഞ്ചിന്റെ ശബ്ദം മ്ലാനമായ ഒരു മുരൾച്ചയായിരുന്നു.

വാഹനവ്യൂഹത്തിന്റെ മൂന്നാം വിഭാഗത്തെ കാണുന്നുണ്ടോ എന്ന് ജനറൽ കണ്ണാടിയിലേക്ക് നോക്കിക്കൊണ്ടിരുന്നു. എന്റെ മകൻ അധി പനായ ആ വ്യൂഹത്തിൽ അയാളുടെ മക്കളും കാണുമല്ലോ എന്നായി രുന്നു പ്രതീക്ഷ.

"നിങ്ങൾ വല്ലതും കാണുന്നുണ്ടോ?"

"ഇതുവരെ ഇല്ല പ്രഭോ."

"മുത്താസ്സിം എന്തിനാണ് ഷിൽക്കാ ടാങ്കുകളിൽ അമിതഭാരങ്ങൾ കയറ്റുന്നത്?" മൻസൂർ മുരണ്ടു. "അത് സഞ്ചരിക്കുന്ന വഴി പിന്തുടര പ്പെടാനിടയുണ്ട്. നമ്മുടെ വേഗത നഷ്ടപ്പെടാനും ഇടയുണ്ട്. പഴയ മാതൃകയിലുള്ള ആ റഷ്യൻ തോക്കുകൾക്ക് സഖ്യകക്ഷികളുടെ പോർവിമാനങ്ങളോട് എന്തു ചെയ്യാൻ പറ്റും? അവയുടെ റേഞ്ച് വളരെ കുറവാണ്. അവകൊണ്ട് പുള്ളുകളെ പിടിക്കാം. അത്രതന്നെ."

“ഒന്നുമില്ലാത്തതിലും ഭേദമാണല്ലോ. ” ജനറൽ പറഞ്ഞു.

“അലങ്കാരത്തിനുപോലും പറ്റാത്തവയാണവ.” മൻസൂർ വിട്ടില്ല. “ആകാശപ്പോരു നടത്തുന്ന ആ കഴുകന്മാരുടെ ആയുധങ്ങൾ വിദൂര ലക്ഷ്യപ്രാപ്തിയുള്ളവയാണ്. ആകാശത്തിന്റെ അനന്തതയിലെവിടെയോ ഇരുന്ന് അവർക്ക് നമ്മെ കാണാൻ കഴിയും. നമ്മുടെ ഈ തീരഭാഗത്തിന്റെ അടുത്തെങ്ങും അവർക്കു വരേണ്ടതുപോലുമില്ല.”

അവരുടെ വർത്തമാനങ്ങൾ ശ്രദ്ധിക്കേണ്ടതില്ലെന്ന് എനിക്കു തോന്നി.

ഒന്നിനെക്കുറിച്ചും ആലോചിക്കാതിരിക്കാൻ ശ്രമിച്ചു. ദിവ്യശബ്ദത്തിനായി എന്നിലേക്കുതന്നെ മുങ്ങാംകുഴിയിട്ടു. ഞാനൊരു മോഹഭംഗം വന്ന ലഫ്റ്റനന്റായിരുന്നപ്പോഴും കയ്പുനിറഞ്ഞ ജീവിതത്തിന്റെ നിഴലിൽ ജീർണിക്കാൻ തുടങ്ങിയപ്പോഴും എനിക്ക്, മലനിരകളെക്കുറിച്ചും അദ്ഭുതങ്ങളെക്കുറിച്ചും വാഗ്ദാനങ്ങൾ നൽകിയത് ആ ശബ്ദമായിരുന്നു. വെല്ലുവിളികൾകൊണ്ടും പ്രതീക്ഷകൾകൊണ്ടും അത് എന്റെ ഏകാന്തതയെ പ്രസാദപൂർണമാക്കുകയും സാന്ത്വനിപ്പിക്കുകയും ചെയ്തിരുന്നു. അത് എവിടെപ്പോയി? എന്തുകൊണ്ടാണത് നിശ്ശബ്ദമായിത്തീർന്നത്? എന്നെത്തന്നെ ചൂഴ്ന്നുതുടങ്ങിയ ഒരു ഇരുളിലേക്ക് അത് ചുരുണ്ടുപോയിരിക്കുന്നു. അതേസമയം എന്റെ പ്രാർത്ഥനകളുടെ പ്രതിധ്വനി ആ ഇരുളിൽ മുഴങ്ങുന്നത് കേൾക്കുന്നുമുണ്ട്. ആ ദിവ്യശബ്ദം ഈ യാനത്തെ എന്നെന്നേക്കുമായി ഇപ്പോൾ വിട്ടുപോയിരിക്കൊണ്ടിരിക്കുന്നു. അമരത്ത് തുഴയാനിനി ആരുമില്ലാതെയായെന്നപോലെ.

എന്റെ വിധിയോടൊപ്പം ഞാനൊറ്റയ്ക്കായിരുന്നു. അതേ, വിധി ഇപ്പോൾ മറ്റെങ്ങോ ശ്രദ്ധ കേന്ദ്രീകരിച്ചിരിക്കുകയാണ്.

എന്റെ വിപ്ലവത്തിന്റെ തൊട്ടിലായിരുന്ന... കൗമാരത്തിനു സ്വന്തമായിരുന്ന... സിർത്ത് നഗരം പോലും ഇന്നെനിക്കു പുറംതിരിഞ്ഞു നിൽക്കുന്നു.

അന്നൊക്കെ എന്നെ വരവേൽക്കാൻ അതിന്റെ ചത്വരങ്ങളിലും സ്റ്റേഡിയങ്ങളിലുമെല്ലാം പുരുഷാരങ്ങളുണ്ടായിരുന്നു. നടവഴികളും പ്ലാറ്റ്ഫോമുകളുമെല്ലാം ഉത്സാഹംകൊണ്ടും പതാകകൾകൊണ്ടും നിറഞ്ഞുകവിഞ്ഞിരുന്നു. ആളുകൾ എന്റെ ഛായാചിത്രങ്ങൾ ഉയർത്തിപ്പിടിക്കുകയും തൊണ്ടയടയുംവരെ സ്തുതിഗീതങ്ങൾ പാടുകയും ചെയ്തിരുന്നു.

ഇവിടെ, ഓർമ്മകൾ വീണ്ടും എഴുതപ്പെടുന്ന ഈ നഗരത്തിലായിരുന്നു ഞാൻ വിധിയെ മുട്ടുകുത്തിക്കുമെന്ന് പ്രതിജ്ഞയെടുത്തത്. ചെറിയ പരമ്പരാഗത ആഫ്രിക്കൻ നഗരമായിരുന്നു ഇത്. സ്വയം വിൽക്കപ്പെടേണ്ടതെങ്ങനെയെന്നോ, അഭികാമ്യമാകേണ്ടതെങ്ങനെയെന്നോ അറിഞ്ഞുകൂടാത്ത ഒരു പാവം നഗരം. മധ്യധരണ്യാഴിയുടെ വടക്കൻ തീരത്ത് വിളങ്ങി വിരാജിക്കുന്ന ചൂതാട്ടമാളികകളെ സമ്പന്നർ സ്വപ്നം കണ്ടു. ദരിദ്രരാകട്ടെ, ഒന്നിനെക്കുറിച്ചും സങ്കല്പങ്ങളില്ലാതെ കഴിഞ്ഞു.

അവർ സകലതും കവർന്നെടുക്കപ്പെട്ടവരായിരുന്നു. അഗാധമായ ഏതോ ഉൾക്കടൽ രണ്ടു ഭിന്നജനങ്ങളെയും വേറിട്ടുനിർത്തിയിരുന്നു. വഴിയിൽ കടന്നുപോകുമ്പോൾ പോലും പരസ്പരം കണ്ട ഭാവം പോലുമുണ്ടാ കാറില്ല. അവർ ഭൂതങ്ങളെപ്പോലെ അവരവരുടെ വഴിയേ അങ്ങു പോകും. സമാന്തരമായ ഓരോ ലോകങ്ങളാണവർക്കു രണ്ടു കൂട്ടർക്കും.

പട്ടിണിയും മൂത്രവും ചേർന്ന് നാശം വിതച്ച നീചമായ കഫേകളും എല്ലിച്ച പോക്കറ്റടിക്കാരും പിച്ചക്കാരും നിറഞ്ഞ സൂക്കുകളും എല്ലാം ഞാനിപ്പോഴുമോർക്കുന്നു.

ഈച്ചയാർക്കുന്ന പീളക്കണ്ണുകളും ചിരങ്ങു നിറഞ്ഞ തലകളുമുള്ള കുട്ടികൾ മൂക്കിളയൊലിപ്പിച്ചുകൊണ്ട് ഭൂതാവിഷ്ടരെപ്പോലെ മദിക്കു ന്നതും കാണാമായിരുന്നു. തുറന്ന ഓടകളിലെ ദുർഗ്ഗന്ധം ഇപ്പോഴു മെനിക്ക് അനുഭവപ്പെടുന്നു. ഉമ്മറങ്ങളിൽ ഒരു ചരമഗീതത്തേക്കാൾ മ്ലാനമായ പാട്ടുകൾ പാടിക്കൊണ്ടിരിക്കുന്ന സ്ത്രീകൾ. കോമ്പല്ലുകൾ വെളിയിൽ കാട്ടിക്കൊണ്ട് ചവറുകൂനകൾക്കു ചുറ്റും മേയുന്ന നായ്ക്കൾ, ആർക്കും വേണ്ടാത്ത നോക്കുകുത്തികളെപ്പോലെ ചുവരുകളോടൊട്ടിയിരി ക്കുന്ന വൃദ്ധജനങ്ങൾ, വികടമനസ്സുകളെ പോലെ ഇടുങ്ങിയതും ഇരുൾ നിറഞ്ഞതുമായ ഇടവഴികൾ. എല്ലാം ഇപ്പോഴും ഞാൻ കാണുന്നുണ്ട്. ഇവിടെ ഈ നഗരത്തിൽ വെച്ചാണ്, വഴി ചോദിച്ചതിന്റെ പേരിൽ മക്കളുടെ മുമ്പിൽ വെച്ച് ഒരു മനുഷ്യനെ പൊലീസുകാരൻ തല്ലുന്നത് കണ്ടത്. ഞാനയാളുടെ കഴുത്തിനു പിടിച്ച് ഉന്തിയിട്ടു. രക്ഷപ്പെട്ട ആ സാധുവിന്റെയും മക്കളുടെയും ഭാവം കാണേണ്ടതായിരുന്നു. എന്നെ അതിനേക്കാൾ പ്രകോപിപ്പിച്ച സംഭവങ്ങൾ വേറെയധികം ഉണ്ടായിട്ടില്ല. നാടുവാഴികൾക്കും ഇറ്റാലിയൻ ഭാഷ സംസാരിക്കുന്ന മധ്യവർഗ്ഗ മുസ്ലീ ങ്ങൾക്കും നല്ല കാലമായിരുന്നു അത്. അവരുടെ കേമമായ കാറുകൾ യാത്രക്കാരെ ഇടിച്ചിട്ടു വീഴ്ത്തിയാലും നിർത്താതെ പോകുമായിരുന്നു.

അവസാനം ഒരു ഇടിമുഴക്കംപോലെ എന്റെ ശബ്ദം വന്നു. “മതി യാക്കൂ.”

ഇടിമുഴക്കങ്ങൾ ഉയർന്നു. “രാജാവിന് മരണം വിധിക്കുക!”

അങ്ങനെ ഞാൻ ഈ റിപ്പബ്ലിക് പണിതുയർത്തി. നീതിയെ തിരികെ കൊണ്ടുവന്നു.

ഇവിടെയായിരുന്നു, മൂല്യങ്ങളെ നിരാകരിച്ചുകൊണ്ടിരിക്കുന്ന ഈ നഗരത്തിൽത്തന്നെയായിരുന്നു ഞാൻ എല്ലാ പരിഷ്കാരങ്ങളും കൊണ്ടു വന്നത്. നാറുന്ന കഫേകൾ തച്ചുടച്ചു. ചേരികളെ തൂത്തുമാറ്റി. ഗോപുര ങ്ങളേക്കാൾ ഔന്നത്യമുള്ള കെട്ടിടങ്ങൾ പണിതു. അത്യാധുനിക സംവിധാനങ്ങളുള്ള ആശുപത്രികൾ, മിന്നുന്ന ആകർഷകമായ കടകൾ, സുന്ദരമായ മൈതാനങ്ങൾ, ജലധാരായന്ത്രങ്ങൾ എല്ലാം. പാഴ്നിലങ്ങൾ തൂർത്ത് പരേഡ് നിലങ്ങൾ പോലെ വീതിയുള്ള ചോലവനപ്പാതകൾ

വിരിച്ചു. ദൈനംദിനാഹ്ലാദങ്ങളും സ്വപ്നങ്ങളും സംഗമിക്കുന്ന മുനിസിപ്പൽ ഉദ്യാനങ്ങൾ. എല്ലാത്തിന്റെയും സ്രഷ്ടാവ് ഞാനായിരുന്നു.

ആരോടാണ് നന്ദി പറയേണ്ടത്?

എന്നോട്, വിപ്ലവത്തിന്റെ പിതാവും ഘൗസ് ഗോത്രത്തിന്റെ നിയുക്ത പുത്രനും ജനങ്ങളുടെ മനസ്സിൽ സ്വച്ഛത പകരാൻ വന്ന മരുഭൂവാസിയുമായ ഈയുള്ളവനോട്. ഈയുള്ളവനോട് മാത്രം.

ശിലാഫലകവുമായി മലയിറങ്ങിവന്ന മോശയായിരുന്നു ഞാൻ. ആസൂത്രണം ചെയ്തതെല്ലാം നടന്നു. ആഫ്രിക്കൻ ദേശീയതയുടെ വക്താക്കൾ ഉച്ചൈസ്തരം എന്നെ വാഴ്ത്തി. മൂന്നാം ലോകരാജ്യങ്ങൾ എന്റെ കൈകളാൽ ആഹരിച്ചു. ആഫ്രിക്കൻ പ്രസിഡണ്ടുമാർക്ക് എന്റെ ദാഹത്തിൽ നിന്ന് കുടിവെള്ളം കൊടുത്തു. പുതുവിപ്ലവകാരികൾ നെറ്റിയിൽ ചുംബിച്ചു. അവർ ആനന്ദത്തിലാറാടി. സ്വതന്ത്രലോകത്തിലെ എല്ലാ കുട്ടികളും എന്നോടൊപ്പം സഹകരിക്കുന്നതിൽ അഭിമാനം കണ്ടെത്തി.

രാജാക്കന്മാരുടെ തലവേദന, വരുത്തുകളുടെ വേട്ടക്കാരൻ, ഇരുപത്തിഏഴാംവയസ്സിൽ ഏകച്ഛത്രാധിപതിയായിത്തീർന്ന ഫെസ്സാനിലെ ബദൂയിൻ, വ്യക്തിപ്രഭാവംകൊണ്ട് സ്ത്രീകളെ വശത്താക്കിയ ഐന്ദ്രജാലികൻ... ഇങ്ങനെയെല്ലാമായ മുഅമ്മറിനെ വാനോളം വാഴ്ത്താത്തവർ ആരുണ്ടായിരുന്നു?

ഞാൻ ചെറുപ്പക്കാരനും സുന്ദരനും അഭിമാനിയും ആയിരുന്നു. അതു മാത്രമല്ല. ഒരു കല്ല് എനിക്ക് കൈയിലെടുക്കുക മാത്രം മതിയായിരുന്നു അതിനെയൊരു ദാർശനികകാന്തിയാക്കി മാറ്റാൻ. അത്തരമൊരു പ്രതിഭാസവുമായിരുന്നു ഞാൻ. എല്ലാം എത്രവേഗം അടിമേൽ മറിഞ്ഞു പോയി...

ഞാനിന്ന് എന്താണ് കാണുന്നത്? എന്റെ രാജകീയ നേട്ടങ്ങളിലും ഫറോവൻ സൃഷ്ടികളിലും എന്താണ് കാണുന്നത്? ജിന്നുകളുടെ ഒരു സേന നടത്തിയ വിധ്വംസനങ്ങൾ, ജനാലച്ചില്ലുകൾ പൊട്ടിത്തകർന്ന ഭവനങ്ങൾ, കൊള്ളകൾ, നാശമായ ചത്വരങ്ങൾ, പാവനത്വം കവർന്നെടുക്കപ്പെട്ട മന്ദിരങ്ങൾ, കത്തിക്കരിഞ്ഞ വാഹനങ്ങൾ, കണ്ണെത്താദൂരത്തോളം പാതാളമായിത്തീർന്നൊരു നഗരം.

അവർ എന്റെ മുദ്രാവാക്യങ്ങളെ വെട്ടിക്കളഞ്ഞു. മന്ദിരങ്ങളുടെ മുഖപ്പിനെ അലങ്കരിച്ചിരുന്ന എന്റെ ഛായാചിത്രങ്ങൾ അലങ്കോലപ്പെടുത്തി. പാതയരികിലെ ഒരു ബിൽബോർഡിൽ ഒരെണ്ണം കണ്ടു, ബയണറ്റുകൊണ്ട് അതിൽ കുത്തിക്കോറുകയും മലം തേച്ചുവെയ്ക്കുകയും ചെയ്തിരിക്കുന്നു.

തങ്ങളുടെ മാർഗദർശിയോട് ഇങ്ങനെയാണോ ആളുകൾ ഇഷ്ടം കാണിക്കുക? ഈ ആളുകൾ എന്നെ ആത്മാർത്ഥമായിത്തന്നെ

സ്നേഹിച്ചിരുന്നോ? ഇപ്പോൾ കാണുന്ന ഈ കണ്ണാടിയിൽ പ്രതിഫലിക്കുന്ന വസ്തുതകൾ കഴിഞ്ഞതെല്ലാം അവാസ്തവമായ അതിശയോക്തികളാണെന്നാണോ പറയുന്നത്?

വാസ്തവത്തിൽ എന്നെ പ്രതിനിധീകരിക്കുന്ന സത്യങ്ങളെന്താണ്? അവയുടെ അതിവാചാലതയെ മുഖവിലയ്ക്കെടുത്തുകൊണ്ട് അതിലെല്ലാം കണ്ടത് എന്നെത്തന്നെയായിരുന്നു. ഇപ്പോൾ എനിക്കറിയാം ലിബിയയിലെ ജനങ്ങൾക്ക് സ്നേഹത്തെക്കുറിച്ച് വലുതായൊന്നും അറിയില്ല. അവർ എന്നോടു കള്ളം പറഞ്ഞു. ലാഭംനോക്കികളും എന്റെ വെപ്പാട്ടികളും കളിയാക്കിയതുപോലെ. 'തുറക്കൂ സെസമീ' കഥപോലെയായിരുന്നു ഞാനവർക്ക്. വിളക്കു കാട്ടിക്കൊടുക്കാൻവേണ്ടി മധുരമൊഴികൾ പറഞ്ഞുകൊണ്ടായിരുന്നു അവർ കീശകൾ നിറച്ചുകൊണ്ടിരുന്നത്. തവിടുപൊടികളുടെ ദൈന്യതയിൽ നിന്ന് ഞാനൊരു സന്തുഷ്ടവും ഐശ്വര്യസമൃദ്ധവുമായ ഒരു രാഷ്ട്രത്തെ പണിതുയർത്തി. ഇപ്പോൾ എനിക്കു കിട്ടുന്ന കൃതജ്ഞത കണ്ടുവോ? കൊട്ടാരത്തിന്റെ അകത്തളങ്ങളിൽ ഞാൻ വഞ്ചനയെ ഭയന്നു. ആ വഞ്ചന സംശയത്തിനതീതമായി എങ്ങും വളർന്നിഴയുന്നു.

ഗ്രാമങ്ങളിലും നഗരങ്ങളിലുമൊരു പോലെ. ലഫ്റ്റനന്റ് കേണൽ ട്രിഡിനു തെറ്റിയിട്ടില്ല. എന്റെ ജനങ്ങൾ ഒരു അപരിഷ്കൃത സംഘമാണ്. ബങ്കറുകളിൽ സദാ പോരാട്ടത്തിനു സന്നദ്ധനായിക്കഴിഞ്ഞ അനുഭാവമുള്ള എന്നെപ്പോലെയല്ല ട്രിഡ്. ആളുകൾക്കിടയിൽ ജീവിച്ച് സ്വയം രൂപം കൊണ്ടവനാണയാൾ. അതിനാൽ ആളുകളുടെ അകംപുറം അയാൾക്ക് നന്നായി അറിയാം. എതിരാളികളോടേതുവിധമായിരുന്നുവോ അതുപോലെ തന്നെയായിരുന്നു ജനങ്ങളേയും ഞാൻ കൈകാര്യം ചെയ്യേണ്ടിയിരുന്നത്. പലതും അവിശ്വസിക്കേണ്ടിയിരുന്നു. എതിർവാദികൾ സ്വയം ചതിക്കുന്നവരാണ്. ജനങ്ങളാവട്ടെ എന്നേയും.

വീണ്ടുമൊരു ഊഴമെനിക്കു ലഭ്യമായിരുന്നെങ്കിൽ രാജ്യത്തിന്റെ പകുതിയോളം ഉന്മൂലനം ചെയ്തേനേ. യഥാർത്ഥ ജോലിയെന്തെന്ന് കാണിച്ചുകൊടുക്കാൻ തടവുക്യാമ്പുകളിൽ പാർപ്പിച്ചേനേ. 'രക്ഷിക്കണേ' എന്ന വിലാപക്കരച്ചിലോടെ അവർ മരിച്ചുവീഴുന്നതു കണ്ടുകൊണ്ടു നിൽക്കുമായിരുന്നേനേ. മറ്റുള്ളവർക്ക് ഗുണപാഠമാകാൻ ബാക്കിയുള്ളവരെ തൂക്കിക്കൊന്നേനേ. നല്ലവരുടേയും ചീത്തയാളുകളുടേയും ദുസ്സ്വപ്നങ്ങളിൽ, വലിയവരുടെയും ചെറിയവരുടേയും ദുസ്സ്വപ്നങ്ങളിൽ സ്റ്റാലിൻ തുടരെത്തുടരെ പ്രത്യക്ഷപ്പെട്ടിരുന്നു ഇല്ലേ? റീത്തുകളാലും ഹാരങ്ങളാലും ചൊരിയപ്പെട്ട് നിശ്ചേതനായി അദ്ദേഹം കിടന്നപ്പോൾ അദ്ദേഹത്തിന്റെ ജനങ്ങൾ കണ്ണീരിൽ മുങ്ങിക്കുളിച്ചു. ചതികൾ നിറഞ്ഞ രാജ്യങ്ങളിൽ ഒരേയൊരു മറുമരുന്നേയുള്ളൂ. ശിക്ഷിക്കപ്പെടേണ്ടവർ ശിക്ഷിക്കപ്പെടണം!

സ്റ്റോക്ക് ഹോം സിൻഡ്രോം.

എന്നെ പുറകിൽ നിന്നു കുത്താൻ അവർക്കെങ്ങനെ ധൈര്യം വന്നു? ലിബിയ എന്നോട് എല്ലാറ്റിനും കടപ്പെട്ടിരിക്കുന്നു. വാസ്തവത്തിൽ എന്റെ നന്മ ലിബിയ അർഹിക്കുന്നില്ല. അതുകൊണ്ടാണ് ഇന്നത് പുകഞ്ഞു തീരുന്നത്. തീരട്ടെ. പുകഞ്ഞു നീറിത്തീരട്ടെ. ശപിക്കപ്പെട്ട നാട്. തരിശാണ് നിങ്ങളുടെ ഉദരം. നിങ്ങളുടെ ചാരത്തിൽ നിന്ന് ഫീനിക്സ് പക്ഷി ഉയിർക്കൊള്ളില്ല.

ഒരു കാടിന് വീണ്ടും തളിർക്കണമെങ്കിൽ ആദ്യം അവിടെ കത്തിക്കണം. അങ്ങനെയാണ് വിഡ്ഢികൾ പറയുക.

അസംബന്ധം!

നാശത്തിൽ നിന്ന് പുനരുജ്ജീവനം നേടാത്ത കാടുകളെത്രയോ ഉണ്ട്. സ്വയം തീകൊളുത്തുന്ന ഭിക്ഷുക്കളെപ്പോലെ ആളിക്കത്തുമെങ്കിലും ഒരു പുതുനാമ്പുപോലും പിന്നെയവിടെ ആ ചാരത്തിൽ മുളയ്ക്കില്ല.

ഒരു ഭാഗ്യവിധാതാവിന്റെ മുടിനാരുകളിൽ നിന്നുളവായ ഒരു കാടായിരുന്നു ലിബിയ എന്ന് ഒരിക്കൽ പുരാവൃത്തങ്ങളിൽ ആലേഖനം ചെയ്യപ്പെടും. ആ ഭാഗ്യവിധാതാവോ, ഒരു ദിവ്യസ്വപ്നത്തിൽ നിന്നുളവായവൻ. ഒരു മോഹനാകാശത്തിനു കീഴിൽ ഹരിതപതാകയും അതേ നിറമുള്ള ഗ്രന്ഥവും കൈയിലേന്തുന്നവൻ. എനിക്കേറ്റവും പ്രിയങ്കരമായ മാതൃരാജ്യം അശനിപാതങ്ങളാലോ രാക്ഷസരാലോ, തീവെട്ടിക്കൊള്ളക്കാരുടെ ജ്വാലകളാലോ പീഡിതമാകാതിരിക്കാൻ ഞാൻ നടത്തിയ പ്രാർത്ഥനകൾ, ശാസനകൾ എന്നിവയെല്ലാം ദിവ്യവചനങ്ങളായി രേഖപ്പെടുത്തപ്പെട്ടതാണ് ആ പച്ചപുസ്തകം.

ഞാൻ വിനീതമായി ഭരിക്കുന്ന സാമ്രാജ്യത്തിനുള്ളിൽ വൃക്ഷങ്ങൾ, ശാസനകൾ കാഹളങ്ങളായി മുഴങ്ങിയതുകേട്ട് നടു വളയാതെ വളർന്നു പൊങ്ങി. ഇവിടെ കവിതകളുടേയും വാളുകളുടേയും നാട്ടിൽ എന്നിലുള്ള വിശ്വാസം കൊണ്ടാണ് പൂക്കൾ വിരിഞ്ഞത്. ഉരുണ്ട വെള്ളാരങ്കല്ലുകൾക്കിടയിലൂടെ അരുവികൾ നുരകളിട്ട് പുളഞ്ഞൊഴുകിയത് എന്നിലെത്താനാണ്. ഓരോ പക്ഷിക്കുഞ്ഞും കൂജനം ചെയ്തത് എന്നെ പ്രകീർത്തിക്കാനാണ്. ലിബിയ എന്റെ മായാജാലസൃഷ്ടിനാണ്. എന്റെ സ്വന്തം ഒളിമ്പസ്.

പിന്നെയെന്തു സംഭവിച്ചു? എങ്ങനെ എല്ലാം കുഴമറിഞ്ഞു? എന്റെ വാക്കുകളെല്ലാം പ്രജകളുടെ വാക്കുകളിൽ മുങ്ങിപ്പോയതെങ്ങനെ?

എത്ര സങ്കടകരമാണത്!

ഞാൻ സൃഷ്ടിച്ച ലോകം എനിക്കെതിരെ തിരിഞ്ഞിരിക്കുന്നു. ഞാൻ ദൈവതുല്യനാണെന്ന് പറഞ്ഞവർ, എന്നെ തള്ളിപ്പറഞ്ഞിരിക്കുന്നു.

പതിനഞ്ച്

മുൻസീറ്റിലിരിക്കുന്ന അബൂബക്കർ അസ്വസ്ഥനായിരുന്നു. കഴുത്തു തിരിച്ച് വാഹനക്കണ്ണാടിയിലേക്കു പ്രതീക്ഷാപൂർവ്വം നോക്കുകയും നിരാശയോടെ തലതിരിച്ച് പുറത്തേക്ക് നോക്കുകയും ചെയ്തുകൊണ്ടി രുന്നു. പത്തുമിനിറ്റോളമായി ഞങ്ങൾ നഗരത്തിന്റെ പ്രാന്തപ്രദേശങ്ങളി ലൂടെ കടന്നുപൊയ്ക്കൊണ്ടിരിക്കുന്നു. കൊള്ള ചെയ്യപ്പെട്ട കടകളും വാതിലുകളും ജനാലകളുമില്ലാത്ത വീടുകളും നിശ്ശബ്ദതയിൽ കല മ്പുന്ന അലകുകളും മറകളും കത്തിയമർന്ന പുറന്തോടു മാത്രമായ കാറു കളുമെല്ലാം വിധ്വംസകരുടെ രൗദ്രത വിളിച്ചോതി. റോഡിനു നീളെ യുണ്ടായിരുന്ന കുറേയേറെ മരങ്ങൾപോലും വെട്ടിക്കീറിയിട്ടിരുന്നു.

മരിച്ച ഒരു നഗരത്തിലാണ് ഞങ്ങളെന്നു തോന്നിപ്പോയി.

ഒരു വീട്ടുമുറ്റത്ത് ഒരു കറുത്തകൊടി പാറിക്കളിച്ചിരുന്നു. ദുഃഖാചരണം എന്ന പോലെ.

വിട... സിർത്ത്!

ഇനിയീ നഗരത്തിൽ നിനക്കായി ഒന്നും ഒരിക്കലും പഴയ മട്ടിലാ വില്ല. നിന്റെ ആഘോഷങ്ങളെല്ലാം ഇനി ചരമോപചാരങ്ങൾപോലെ യായിരിക്കും. നിന്റെ വിരുന്നുകൾക്കിനി ചാരത്തിന്റെ രുചിയായിരിക്കും. നിന്റെ സിദ്ധികൾകൊണ്ട് നീയെന്തു ചെയ്തുവെന്ന ചോദ്യത്തിനു മുമ്പിൽ ശിരസ്സു കുമ്പിടരുതെന്നേ എനിക്കഭ്യർത്ഥിക്കാനുള്ളൂ. നിന്നോട് അക്രമം കാട്ടിയ ആ പ്രാകൃതരുടെ നേരെ നീ വിരൽ ചൂണ്ടണം. സർവ്വോപരി യായി വേണ്ടത് നീയൊന്നും ശബ്ദിക്കരുത് എന്നാണ്. കാരണം നീ തന്നെ യാണ് നിന്റെ സിദ്ധികളെ ഹനിച്ചത്. ഒറ്റുകാരന്റെ മുന്നിൽ നിന്നെത്തന്നെ യാണ് അടിയറവ് വെച്ചത്.

ഞങ്ങൾ വേഗത്തിലാണ് നീങ്ങിക്കൊണ്ടിരുന്നത്. എങ്കിലും ഒരേ സ്ഥലത്തുതന്നെയാണല്ലോ ഇപ്പോഴും എന്നു തോന്നുമായിരുന്നു. അത്ര മാത്രം വഴിനീളെ നഗരം ഒരേ പോലെയായിരുന്നു. നടവഴികളിൽ നാശാ വശിഷ്ടങ്ങളും കല്ലിൻ കഷണങ്ങളും ചിതറിക്കിടന്നിരുന്നു. ടയറുകൾ കത്തിച്ചതിന്റെ ഇരുണ്ടപാടുകൾ റോഡുനീളെ കണ്ടു. മനുഷ്യരെ വടി

കൊണ്ടടിച്ച് അന്ധരാക്കിയതിനുശേഷം പെട്രോളൊഴിച്ച് ജീവനോടെ ചാമ്പലാക്കിയതിന്റെ കരാളമായ പാടുകൾ വേറെ. ശവം കരിയുന്നതിന്റെ ഭീതിദമായ മണം വായുവിൽ തങ്ങിനിന്നിരുന്നു. വെളിപാടിന്റെ അശുഭ ചിഹ്നങ്ങൾ വിളിച്ചോതുന്ന ദുരന്തവിധികൾ.

സ്കൂൾകെട്ടിടത്തിൽ നിന്ന് ഇങ്ങെത്തുന്നതുവരെ ജീവനുള്ള യാതൊന്നിനേയും ഞങ്ങൾ കണ്ടില്ല. യുദ്ധാരവങ്ങളിൽ നിന്ന് പരക്കം പാഞ്ഞോടുന്ന നായ്ക്കളേയും അലഞ്ഞുതിരിയുന്ന പൂച്ചകളേയു മൊഴികെ.

മനുഷ്യന്റേതായ ഒരു ശരീരം മാത്രമേ കണ്ടുള്ളൂ. അതൊരു പട്ടാള ക്കാരന്റേതായിരുന്നു. വിളക്കുകാലിൽ അയാൾ നിശ്ചേതനനായി തൂങ്ങിക്കിടന്നു. അയാളുടെ കാൽശരായി നെരിയാണിവരെ താഴ്ത്തി യിട്ടിരുന്നു. ലിംഗം ഛേദിക്കപ്പെട്ടിരുന്നു.

“അതാ അവിടെയെന്താ പുറകിലായി പൊടിപടലം കാണുന്നത്?” ജനറൽ ഡ്രൈവറോടു ചോദിച്ചു.

ഡ്രൈവർ കണ്ണാടി നേരെയാക്കിക്കൊണ്ട് പറഞ്ഞു.

“അത് ഷിൽക്കാ ടാങ്കുകളാണെന്നു തോന്നുന്നു ജനറൽ. കേണൽ മുത്താസ്സിമിന്റെ യൂണിറ്റായിരിക്കണം.”

ജനറൽ ആശ്വാസത്തോടെ ചാഞ്ഞിരുന്നു. ഒടുവിൽ എന്റെ മകന്റെ സാന്നിദ്ധ്യം അറിഞ്ഞതിനാൽ സന്തോഷമായോ എന്നറിയാൻ അയാൾ തിരിഞ്ഞുനോക്കി.

അപ്പോൾത്തന്നെ ഒരു വെടിയൊച്ച മുഴങ്ങി. മുന്നിലായി കലാപകാരി കൾ റോഡിൽ തടസ്സമുണ്ടാക്കിവെച്ചിരുന്നു. വ്യൂഹത്തിനേറ്റവും മുമ്പിലെ കാറുകൾ തെക്കോട്ട് പെട്ടെന്നു തിരിച്ചു. തീ തുപ്പുന്ന യന്ത്രത്തോക്കുക ളുടെ പേമാരിക്കിടയിലൂടെ ബാക്കി വാഹനങ്ങൾ പിന്തുടർന്നു. ഒരു പിക്കപ്പ് വാഹനം ആടിയുലയുകയും ഒരു കുഴിയിലേക്ക് പുളഞ്ഞോടി വീണടിയുകയും ചെയ്തു. അതിലുണ്ടായിരുന്നവർ പുറത്തേക്കു ചാടി. അവരും തിരികെ വെടികളുതിർത്തു. ഏറെ വൈകാതെ അവർ വെടി യേറ്റു വീണു.

ഞങ്ങൾ തെക്കോട്ടു കുതിച്ചു. എനിക്ക് ധരിക്കാൻ ജനറൽ ഒരു കവചവും ഹെൽമറ്റും തന്നു.

“സ്വൈരക്കേടുകൾ തുടങ്ങി.” മൻസൂർ പിറുപിറുത്തു.

സ്ഫോടനം പെട്ടെന്ന് ഞങ്ങളെ മന്ദഗതിയിലാക്കി. മുന്നിൽ വാഹന ങ്ങൾ ഇടതുവലതായി വിരണ്ടു പായുകയാണ്. എന്റെ സുരക്ഷാ ഭടന്മാരുടെ രണ്ടാമത്തെ 4x4 വാഹനം ആളിക്കത്തുകയാണ്.

ലഫ്റ്റനന്റ് കേണൽ ഹോണടിച്ചു. കൈപുറത്തേക്കിട്ട് നിർത്താതെ പിന്തുടരാൻ സിഗ്നൽ കാണിച്ചു.

കത്തിക്കൊണ്ടിരിക്കുന്ന 4x4 വാഹനത്തെ മറികടന്നുകൊണ്ട് ഞങ്ങൾ മുന്നോട്ടു പാഞ്ഞു. തെറിച്ചുവീണ അതിന്റെ പിൻവാതിലിനടുത്ത് അംഗഭംഗം വന്ന ഒരു ശരീരം കിടന്നിരുന്നു. അകത്തുണ്ടായിരുന്ന രണ്ടുപേരും ഇരുന്ന ഇരുപ്പിൽത്തന്നെ അഗ്നിയിൽ വെന്തു മരിച്ചു കഴിഞ്ഞിരുന്നു.

“റോഡിൽ മൈൻ പാകിയിട്ടുണ്ട്.” ജനറൽ ഉറക്കെ പറഞ്ഞു.

“റോഡ് തകർത്തത് മൈൻ ആയിരിക്കും.” മൻസൂർ പറഞ്ഞു. പക്ഷേ, 4x4 വാഹനം നിലത്ത് പതിഞ്ഞമർന്നാണ് കിടക്കുന്നത്. അത് സൂചിപ്പിക്കുന്നത് വ്യോമാക്രമണമാണെന്നാണ്. ഡ്രോൺ വിമാനമാകാനാണ് സാധ്യത.”

ലഫ്റ്റനന്റ് കേണൽ ട്രിഡിന്റെ വാഹനം മുന്നിലെ കാറിന്റെ ഒപ്പമെത്തി. രണ്ടു കാറുകൾ കടന്നുപോകുന്നതിനു മുമ്പ് വേഗത കൂട്ടാൻ അയാൾ ഡ്രൈവറോടാവശ്യപ്പെടുന്നതും പിന്നെ എന്റെ കവചിത വാഹനത്തിനു മുന്നിലെ വ്യൂഹത്തിൽ വീണ്ടും ഒപ്പം ചേരുന്നതും കണ്ടു.

പിറകിലെ വ്യൂഹത്തിന്റെ ഒരു വിഭാഗം നിന്നുപോയതായിക്കണ്ടു. സ്ഫോടനം കൊണ്ടോ അല്ലെങ്കിൽ എന്തെങ്കിലും എഞ്ചിൻ തകരാറുകൾ കൊണ്ടോ ആകാം. മറുപകുതി ആവുന്നതും വേഗം ഞങ്ങളോടൊപ്പമെത്താൻ ആയാസം കൊണ്ടു.

എന്നെ ആശ്വസിപ്പിക്കാനായി മൻസൂർ എന്റെ കാൽമുട്ടിൽ കൈ വെച്ചു.

“നിന്റെ കൈയെടുത്തുമാറ്റ്.” ഞാനയാളോട് ആജ്ഞാപിച്ചു. “എന്തും ചെയ്യാം, പക്ഷേ, എന്നെ തൊട്ടുപോകരുത് ഇന്നലെ നിങ്ങൾ എന്നോടു പെരുമാറിയ രീതി ഞാൻ മറന്നിട്ടില്ല.”

അയാൾ കൈയെടുത്തില്ല എന്നു മാത്രമല്ല എന്റെ കാൽമുട്ട് അയാൾ അമർത്തുകയും ചെയ്തു.

“മുഅമ്മർ, എന്റെ സഹോദരാ, എന്റെ യജമാനനേ, എന്റെ മാർഗദർശീ, നാം മരിക്കാൻ പോവുകയാണ്. നിസ്സാരമായ കാര്യങ്ങൾക്ക് നാമന്യോന്യം ഇനി ദേഷ്യപ്പെടുന്നതെന്തിനാണ്?

“നമ്മളീ കുഴപ്പത്തിൽ നിന്നൊക്കെ കരകയറും.” ജനറൽ എന്നോടായി ഉറക്കെപ്പറഞ്ഞു. “ദൈവം നമ്മോടൊപ്പമുണ്ട്.”

“ദൈവം പക്ഷം മാറിയിരിക്കുന്നു എന്റെ പ്രിയപ്പെട്ട അബൂബക്കർ.” മൻസൂർ നെടുവീർപ്പിട്ടു. ഇപ്പോൾ ദൈവം അവരുടെ കൂടെയാണ്. നമുക്കിനി വിങ്ങിക്കരയാനുള്ള കണ്ണുനീർ മാത്രമേ അവിടുന്നു ബാക്കി തന്നുള്ളൂ.”

മിണ്ടാതിരിക്കാനായി ഞാനവന്റെ വാരിയെല്ലിന് ഒരു തട്ടുകൊടുത്തു.

“വായടയ്ക്കുക ദുശ്ശകുനപ്പക്ഷീ.” ഞങ്ങളുടെ പിറകിൽ എല്ലാം നിര

തെറ്റിയിരുന്നു. ഇടവിട്ടുള്ള വെടിയൊച്ചകളും നിരന്തര സ്ഫോടനങ്ങളും ചുറ്റുവട്ടത്തും മുഴങ്ങി.

"നമ്മൾ ആക്രമിക്കപ്പെടുകയാണോ, ജനറൽ?"

"അങ്ങനെ തോന്നുന്നില്ല. പ്രഭോ."

"നമ്മുടെ ആളുകൾ മരണഭീതിയിലാണോ" മൻസൂർ പറഞ്ഞു, "അവർ ലക്ഷ്യമില്ലാതെ തലങ്ങുവിലങ്ങ് വെടിയുതിർക്കുകയാണ്. അവർക്കറിയില്ല എന്താണ് നടക്കുന്നതെന്ന്. അതറിയാത്തപക്ഷം അവർ പരസ്പരം കൊല്ലും."

വ്യൂഹത്തിന്റെ രണ്ടാംഭാഗം താറുമാറായ ഒരവസ്ഥ പ്രാപിക്കുന്നത് ലഫ്റ്റനന്റ് കേണലിന്റേയും ശ്രദ്ധയിൽപെട്ടിരുന്നു. ആക്രമണത്തിന് സജ്ജമാക്കാനായി വാഹനം വളച്ചു നിർത്തി. അവസ്ഥ പരിതാപകരമാണെന്നും കൂടുതൽ വഷളാവുകയാണെന്നും മനസ്സിലായപ്പോൾ വീണ്ടും ഞങ്ങളുടെ അടുത്തേക്കു മടങ്ങിവന്നു. അയാൾ ഡ്രൈവറോട് പിന്തുടരാൻ കൈയാംഗ്യം കാട്ടി.

വന്നവഴി തന്നെ തിരികെ പോകണമോ എന്ന് ഞങ്ങൾ പര്യാലോചന ചെയ്തു. വ്യോമാക്രമണത്തിൽ നിലംപൊത്തിയ 4x4 വാഹനംവരെ പോയി പൊട്ടിപ്പൊളിഞ്ഞ മറ്റൊരു വഴിയിലൂടെ പോകാമെന്നായിരുന്നു പദ്ധതി. മൂന്നാമത്തെ വാഹനവ്യൂഹം കാണാതെയായെന്ന് ജനറൽ എനിക്ക് സൂചന തന്നു. ഞാൻ തിരിഞ്ഞുനോക്കിയപ്പോൾ ഇരുപത് വാഹനങ്ങൾ മാത്രമേ നിരങ്ങിനീങ്ങിവരുന്നതായി കണ്ടുള്ളൂ.

"ഇനി കുറച്ചെങ്കിലുമൊരു ക്രമം പാലിക്കണം ജനറൽ. അല്ലെങ്കിൽ കുടുസ്സിൽപ്പെട്ടു നീങ്ങാതെയാവും."

"അധികം അകലെയല്ലാതെ ഒരു ബാരക്ക് ഉണ്ട്." അയാൾ പറഞ്ഞു.

"എങ്കിൽ അങ്ങോട്ടു തന്നെയാവട്ടെ."

ബാരക്കിലേക്കുള്ള വഴി നയിക്കാനായി ലെഫ്റ്റനന്റ് ജനറലിന്റെ വാഹനം ഞങ്ങൾ മറി കടന്നു. പക്ഷേ, ആ പട്ടാള കേന്ദ്രം കലാപസേനയുടെ കീഴിലായിക്കഴിഞ്ഞിരുന്നു. ടാങ്ക്വേധ റോക്കറ്റുകളും 12.7 എം.എം. യന്ത്രത്തോക്കുകളുമായി ഞങ്ങളുടെ വരവിനെയവർ നേരിടാനൊരുങ്ങി നിൽക്കുന്നുണ്ടായിരുന്നു.

അവർണ്ണനീയമാംവിധം അലങ്കോലമട്ടിൽ ഞങ്ങൾ പിന്തിരിഞ്ഞു. കാതടപ്പിക്കുന്ന ഒരു മുരൾച്ച തലയ്ക്കു മീതെയായി ഞങ്ങൾ കേൾക്കുന്നുണ്ടായിരുന്നു. ഉൽക്കകളെന്നപോലെ ആകാശത്തിനു കുറുകെ നീണ്ടുപായുന്ന രണ്ട് യുദ്ധവിമാനങ്ങളെ കാണാനാവുമ്പോഴേക്ക് രണ്ടു ബോംബുകൾ ഞങ്ങളുടെ സൈനികനിരയുടെ ഒത്ത നടുവിൽ വന്നു പതിച്ചു. ചൈനീസ് പടക്കങ്ങൾ പോലെ ഞങ്ങൾക്കു പിറകിലെ വാഹനങ്ങൾ നിരനിരയായി പൊട്ടാൻ തുടങ്ങി.

തീ പിടിച്ച ഒരു കൈ എന്റെ 4x4 വാഹനത്തിന്റെ മുൻചില്ലിൽ വന്നു വീണു തെറിച്ചു. വ്യൂഹമാകെ കലങ്ങി. എന്റെ ആളുകൾ വാഹനങ്ങളുപേക്ഷിച്ച് നാനാഭാഗത്തേക്കും പരക്കം പാഞ്ഞു.

വഴിയടച്ചുകൊണ്ട് അവിടെ എണ്ണവീപ്പകൾ നിരത്തിയിട്ടിട്ടുണ്ടായിരുന്നു സമാന്തരമായി നീണ്ടു കിടന്ന മറ്റൊരു റോഡിലേക്ക് ഞങ്ങൾ മാറിക്കയറി.

"അവർ ഒരു കെണിയിലേക്ക് നമ്മളെ വലിക്കുകയാണ്."

മൻസൂർ താക്കീതു ചെയ്തു.

"നമുക്ക് തിരികെ പോകാം."

"എവിടേക്ക്...?" അബൂബക്കർ മുഷിഞ്ഞു.

"ഇത് വല്ലാതെ അപകടം പിടിച്ചതാണ്."

"എവിടേക്കെന്നറിയാതെ ഭ്രാന്തുപിടിച്ചോടുന്നത്ര അപകട സാദ്ധ്യത യില്ല."

ലെഫ്റ്റനന്റ് കേണൽ ട്രിഡിന്റെ കാർ പെട്ടെന്ന് ബ്രേക്കിട്ടു. കൂർത്ത കമ്പിമുനകൾ ചിതറിയിട്ട റോഡിൽ വാഹനം നിർത്തിക്കിട്ടാൻ ഡ്രൈവർ പാടുപെട്ടു. അയാൾക്ക് നിയന്ത്രണം കിട്ടിയില്ല. എന്റെ 4x4 വാഹനം അതിൽ ചെന്നിടിച്ചു. ഉടനെ എയർബാഗ് പ്രവർത്തിച്ചപ്പോൾ ഡ്രൈവറും ജനറലും ഞെട്ടി. കൂട്ടിയിടി കണ്ട് പാഞ്ഞെത്തിയ കലാപപ്പോരാളികളിൽ രണ്ടുപേരെ പെട്ടെന്ന് വെടിവെച്ചുകൊണ്ട് മൻസൂർ വാതിൽ തുറന്ന് പുറത്തേക്ക് ചാടി. ഞാനെന്റെ കലാഷ് നിക്കോവ് തോക്കിൽ പിടിമുറുക്കിട്ടു. മൻസൂറിന്റെ പിറകിൽ ഞാനും ഇറങ്ങി. ഉണർവുകെട്ട് തളർന്ന ജനറലിനെ പുറത്തുവരാൻ ഡ്രൈവർ സഹായിച്ചു. പ്രത്യേകിച്ച് ഒരു ലക്ഷ്യവുമില്ലാതെ ഞങ്ങൾ ഓടാൻ തുടങ്ങി.

എന്റെ പട്ടാളക്കാർ എങ്ങോട്ടെന്നില്ലാതെ വെടിവെച്ചു. കലാപകാരികൾ അവിടെ നിറഞ്ഞു കനത്തിരുന്നു. ഞങ്ങൾ ഒരു കുടുക്കിൽപ്പെട്ടിരിക്കുന്നു. പാർശ്വത്തെരുവുകളിൽ ഏറ്റുമുട്ടലുകൾ തുടങ്ങിക്കഴിഞ്ഞിരുന്നു. അല്ലാഹു അക്ബർ വിളികളും സ്ഫോടനശബ്ദങ്ങളും ഒരുമിച്ചും ഇടകലർന്നും മുഴങ്ങി.

എന്റെ മകൻ നയിക്കുന്ന വ്യൂഹത്തിന്റെ മൂന്നാം വിഭാഗം ഞങ്ങളുടെ ഒപ്പമെത്താൻ കുതിച്ചു മുന്നേറാൻ ശ്രമിച്ചു. പക്ഷേ, മോർട്ടാർ വെടികൾ കാരണം നിർത്തേണ്ടിവന്നു. അഗ്നിധാരകളും ഉരുക്കും ചേർന്ന് ഞങ്ങളുടെ സേനാമുന്നണിയെ തകർത്തു ചിതറിക്കുകയായിരുന്നു. മൻസൂറിനെ കാണാതായി. ലഫ്റ്റനന്റ് കേണൽ ട്രിഡിന്റെ മുഖം ചോരയിൽ കുളിച്ചിരുന്നു. തലകുനിച്ച് അരമതിൽ മറഞ്ഞുനടന്ന് അയാൾക്കരികിലെത്താൻ അയാൾ ആംഗ്യം കാണിച്ചു. എന്റെ അംഗരക്ഷകർ എനിക്കു ചുറ്റും വലയം തീർത്തു. അടുത്തുതന്നെ മതിലിനപ്പുറത്ത് ഒരു കനത്ത തോക്കു വഹിച്ച ഒരു പിക്കപ്പ് വാൻ തീയുണ്ടകൾ ചീറ്റി. അതിൽ നിന്നു വമിച്ച പുകമേഘങ്ങൾ അന്തരീക്ഷത്തിൽ വിങ്ങി നിന്നു. എന്റെ തൊണ്ട പുകഞ്ഞു നീറി. ട്രിഡ് ആ പീരങ്കി ഭടന്റെ നേരെ വെടിയുതിർത്ത്

അയാളുടെ തലതെറിപ്പിച്ചു. ഞങ്ങളതിനെ പിറകിൽ ചെന്നാക്രമിച്ചു. ഒരു കൈബോംബെറിഞ്ഞ് അതിനെ നിർവ്വീര്യമാക്കി. അതിന്റെ ഉള്ളിലിരുന്ന ഡ്രൈവറെ അഗ്നിനാളങ്ങൾ വിഴുങ്ങുമ്പോൾ അയാൾ ഞെളിപിരി കൊള്ളുന്നത് ഞാൻ കണ്ടു.

ഞങ്ങളുടെ വലതുവശത്ത് ഏതാണ്ട് അമ്പതോളം പട്ടാളക്കാരുടെ സംഘം ഒരു കൂട്ടം കലാപകാരികളെ ചെറുത്തുകൊണ്ടിരുന്നു. എന്റെ മകൻ മുത്താസ്സിം ആ ഉദ്യമത്തെ നയിക്കുന്നത് ഞാൻ കണ്ടു. അവൻ എന്നെയും കണ്ടിരുന്നു. ഞാൻ നിൽക്കുന്നിടത്തുതന്നെ നിന്നുകൊള്ളണ മെന്നവൻ ആംഗ്യം കാണിച്ചു. കലാപകാരികൾ അംഗബലം നേടിക്കൊണ്ട് ഞങ്ങളെ വളയാൻ ശ്രമിക്കുകയായിരുന്നു. പരസ്പരമുള്ള വെടിവെപ്പ് രൂക്ഷമായിക്കൊണ്ടിരുന്നു. മോർട്ടാർ ഷെല്ലുകൾ ഞങ്ങളുടെ സ്ഥാനങ്ങളി ലേക്ക് വർഷിച്ചു. ഞങ്ങൾ അഭയം തേടിയ ഭാഗത്ത് മുപ്പതു മീറ്ററോളം മാത്രം അകലെയായി ഒരു ഷെൽ വന്നു വീണുവെങ്കിലും അതു പൊട്ടി യില്ല. മുത്താസ്സിം പതുങ്ങിയിഴഞ്ഞു കൊണ്ടെന്റെ നേരെ വന്നു. ഒരു തോക്കുധാരി ഞങ്ങളെ ഉന്നം വെക്കുന്നത്, അവനെ രക്തമാംസാദിക ളോടെ കണ്ട സന്തോഷത്തിനിടയിൽ ഞാൻ ശ്രദ്ധിച്ചില്ല. ഒരു വെടിയുണ്ട എന്റെ കാതിനരികിലൂടെ ചീറിക്കൊണ്ട് പാഞ്ഞുപോയി. ഞാൻ ഞെട്ടി നിലത്തേക്കു ചാഞ്ഞു.

“ഏതു വിധേനേയും നമുക്ക് പുറത്തുകടക്കണം.” മകൻ പറഞ്ഞു. “കുറെക്കൂടി അപ്പുറത്തൊരു വ്യതിചലനമുണ്ടാക്കാൻ ഞാനൊരു സംഘത്തെ അയച്ചിട്ടുണ്ട്. ഒരു മണിക്കൂറിൽ കൂടുതൽ പിടിച്ചു നിൽക്കാൻ അവർക്കു പറ്റില്ല. കലാപകാരികൾ ശക്തിയാർജ്ജിച്ചു കൊണ്ടേയിരിക്കു കയാണ്. ഉടനടി ഇവിടെ ടാങ്കുകളെത്തും. ഈ ഭാഗം മുഴുവനായും അവർ വളയും. തിരികെ വടക്കോട്ടു തന്നെ പോകേണ്ടി വരും. അതുമാത്രമേ ഇനി ഒരു പഴുതുള്ളൂ.”

അപ്പുറത്ത് ഒരുങ്ങിനിൽക്കുന്ന വെടിവെപ്പുകാരൻ കാരണം ഞങ്ങൾക്ക് വയറമർത്തി നിലത്തുതന്നെ പതിഞ്ഞുകിടക്കേണ്ടതായി വന്നു. ഞങ്ങൾക്ക് തലയുയർത്താൻ പറ്റുകയില്ലായിരുന്നു. മുത്താസ്സിം രണ്ടു സുരക്ഷാഭടന്മാരെ കൂട്ടി ചുവരിനോട് പറ്റിച്ചേർന്നുകൊണ്ട് പൂന്തോട്ട ത്തിലേക്കു പതുങ്ങിക്കടന്നു. ഒരു ഗ്രനേഡ് പൊട്ടുന്നതും അതിന് തോക്കിന്റെ മറുപടിയുണ്ടാകുന്നതും കേട്ടു. മുത്താസ്സിം ഒരു സുരക്ഷാ ഭടനുമൊന്നിച്ചു തിരിച്ചുവന്നു. മറ്റേയാൾ കൊല്ലപ്പെട്ടു.

ഞങ്ങൾ ഒരു കെട്ടിടത്തിനുനേരെ പാഞ്ഞു. ഞങ്ങളവിടെ എത്തും മുമ്പ് അത് സ്ഫോടനത്തോടെ കത്തിത്തുടങ്ങിയിരുന്നു. ചില പട്ടാളക്കാർ അവർ അഭയം പ്രാപിച്ച ഒരു വില്ലയിലേക്കു ചെല്ലാൻ സിഗ്നൽ കാണിച്ചു. ജനറലിന്റെ കാൽ ഉളുക്കിപ്പോയിരുന്നു. ഒരു സുരക്ഷാഭടൻ അയാളെ ഓടാൻ സഹായിച്ചു. വില്ല ഏതാണ്ട് അമ്പത് മീറ്റർ അകലെയായിരുന്നു. പക്ഷേ, ഭൂമിയുടെ അങ്ങേയറ്റത്താണതെന്ന് തോന്നിപ്പോയി. മുത്താസ്സിം

എന്നെ ഉന്തിക്കൊണ്ട് മുന്നോട്ടു നയിച്ചു. അവിടെയെത്തുന്നതിൽ ഞങ്ങൾ വിജയിച്ചു. രണ്ടുപേരെ ഞങ്ങൾക്ക് വഴിയിൽ നഷ്ടപ്പെട്ടെന്നു മാത്രം.

കലാപകാരികൾ ഞങ്ങളെ കണ്ടുകഴിഞ്ഞിരുന്നു. അവർ ഞങ്ങളുടെ അഭയസ്ഥാനം ആയുധവാഹികളായ പിക്കപ്പ് വാഹനങ്ങൾ കൊണ്ട് വളഞ്ഞു. ഞങ്ങളുടെ പട്ടാളക്കാർ ബാൽക്കണിയിൽ കയറി വെടി യുതിർത്തുകൊണ്ട് പ്രതിരോധമറ തീർക്കാൻ പാടുപെട്ടു. പക്ഷേ, പിടിച്ചു നിൽക്കാനാവാതെ വെടികളുടെ ഒറ്റ വീശലിനവർ എല്ലാവരും നിലം പതിച്ചു. ഞങ്ങൾ വില്ലയുടെ ഉള്ളിലേക്കു കടന്നു. മിസൈലുകൾ വർഷി ക്കപ്പെട്ട് അതു തകർന്നു വീണുതുടങ്ങിയിരുന്നു. ജനലുകൾ ചിതറി ത്തെറിച്ചു. ചുവരുകളിൽ തുരുതുരാ വെടിത്തുളകൾ വീണു. ഞങ്ങളുടെ അഭയസ്ഥാനത്തെ നരകമാക്കിക്കൊണ്ട് ഷെല്ലുകൾ വർഷിച്ചുതുടങ്ങി. പൊടിയും പുകയും കൊണ്ട് കെട്ടിടമാകെ വീർപ്പുമുട്ടി. പരിക്കും മുറിവും വെടിയുമേറ്റവരുടെ രോദനങ്ങൾ മുകൾനിലയിൽ നിന്നും കേൾക്കാമായി രുന്നു ഒരാൾ. ഗോവണിയുടെ മുകൾപ്പടവിൽ നില്പുറയ്ക്കാതെ ഇടറി നിന്നു. അയാളുടെ ഒരു കൈ അറ്റുപോയിരുന്നു. മുഖമാകെ കറുത്തി രുന്നു. വേച്ചുവേച്ച് പിന്നെയയാൾ കുഴഞ്ഞുവീണു. കോണിപ്പടികളിലൂടെ താഴെ നിലത്തു വീണുരുണ്ട് ആ ശരീരം എന്റെ പാദങ്ങളോളം എത്തി. എന്റെ നേരെ മുഖം കോട്ടി. കണ്ണുകൾ പുറത്തേക്കു തള്ളി. പിന്നെ അന്ത്യ ശ്വാസം വലിച്ചു. കലാപകാരികൾ ഇപ്പോൾ ഞങ്ങളുടെ തൊട്ടരികത്താ യിരിക്കുന്നു. ചിലർ ചുറ്റുമതിൽ വലിഞ്ഞുകയറി പൂന്തോട്ടത്തിനു കുറുകെ ഇഴഞ്ഞു പതുങ്ങി വന്നു. എന്റെ സുരക്ഷാഭടന്മാർ അവർക്കുനേരെ തുരു തുരാ വെടിയുതിർത്തു.

കെട്ടിടത്തിന് മോർട്ടാറുകളെയും വിമാനരോധത്തോക്കുകളേയും പ്രതിരോധിച്ചു നിൽക്കാനാവില്ലെന്നും ഉടനെ അവിടെനിന്നൊഴിയണ മെന്നും മുത്താസ്സിം എന്നോടു പറഞ്ഞു.

"ഞാനൊന്ന് നിരീക്ഷണം നടത്തിയിട്ടുവരാം. പുറകിൽ ചില മര ത്തോപ്പുകളുണ്ട്. ഞാൻ തിരിച്ചുവരുന്നതുവരെ പിടിച്ചുനിൽക്കണം."

ഒരു സ്ക്വാഡിനെ ഒന്നിച്ച് കൂടെ കൂട്ടിക്കൊണ്ട് വിളമ്പു കവാടത്തി ലൂടെ അവൻ പോയി. ഞാനിനി ഒരിക്കലുമവനെ കാണുകയുണ്ടാവില്ല. ഏതാനും നിമിഷങ്ങൾക്കുശേഷം അവന്റെ ആളുകളിൽ രണ്ടു പേർ മാത്രം തിരികെ വന്നു.

"കേണലിനു പരുക്കേറ്റു." അവരിലൊരാൾ പറഞ്ഞു.

"നിങ്ങളവനെയവിടെ തനിച്ചാക്കി വന്നോ?"

"ഞങ്ങൾക്ക് ഒന്നും ചെയ്യാൻ പറ്റുമായിരുന്നില്ല സർ. അദ്ദേഹത്തെ തിരിച്ചെത്തിക്കാൻ ശ്രമിച്ച ആറുപേരെ നമുക്ക് നഷ്ടമായി. പക്ഷേ, കലാപകാരികൾ അദ്ദേഹത്തെ ജീവനോടെ കൊണ്ടുപോയി."

ഒന്നിനുവേണ്ടിയും പ്രതീക്ഷിക്കാനുള്ള ആഗ്രഹം എനിക്ക് ഇല്ലാതെ യായി. ഒന്നും പ്രകൃത്യാനുസൃതമായി എനിക്കു തോന്നിയില്ല. എല്ലാം

അയുക്തികം, വ്യർത്ഥം, ജീവിതമോ മരണമോ എന്ന ചോദ്യം തന്നെ അപ്രസക്തം. എന്റെ മകനിപ്പോൾ ആ പ്രാകൃതരുടെ കൈയിലാണ്. അവനെ കാത്തിരിക്കുന്ന വിധിയെന്തെന്ന് ആലോചിക്കാൻ പോലുമെനിക്കു ധൈര്യമില്ല. തീവ്രമായ രോഷം എന്നിൽ പിടിമുറുക്കി. പോരാട്ടം, പ്രതിരോധം, രക്ഷപ്പെടൽ എല്ലാം ഞാൻ ഉപേക്ഷിക്കുകയാണെന്ന് ജനറലിനു മനസ്സിലായി. അയാൾ എന്നെ ഇറുകെ പിടിച്ചിഴച്ചുകൊണ്ട് വിളമ്പു കവാടത്തിലേക്കു നടന്നു. ഞാനെന്താണ് ചെയ്യുന്നതെന്നു ബോധമില്ലാതെ ഓടി. എനിക്കെന്തു സംഭവിച്ചാലുമൊന്നുമില്ല. ഞങ്ങളെ പിൻതുടരുന്ന വെടിയുണ്ടകളെക്കുറിച്ചുപോലും ഞാനറിയുന്നതേയില്ല. എന്റെ മുന്നിൽ വയലുകൾ അവ്യക്തമായി കാണാമായിരുന്നു. എന്റെ ശിരോകവചം ഊരി നിലത്തു വീണു. ഞാനതെടുത്തില്ല. ഞാൻ ഓടുകയാണെന്നും നെഞ്ച് നീറുകയാണെന്നും എന്റെ ഹൃദയം വിങ്ങിപ്പൊട്ടാറായി എന്നു മാത്രമേ എനിക്കറിയാമായിരുന്നുള്ളൂ.

ഒരു വിശാലസ്ഥലത്ത് കലാപകാരികൾ ഞങ്ങളെ തടഞ്ഞു നിർത്തി. എന്റെ അംഗരക്ഷകർ എന്നെയൊരു മൺകൂനയ്ക്കു പുറകിലാക്കി. വെടികൾ വീണ്ടും മുഴങ്ങി. ഞങ്ങളുടെ ആളുകളിലൊരാൾ പിറകോട്ടു മറിഞ്ഞു. അയാളുടെ കൈപറിഞ്ഞു പോയിരുന്നു. അയാൾ എതിരാളികൾക്കെതിരെ എറിയാൻ ശ്രമിച്ച ഗ്രെനേഡ് പാരപ്പറ്റിൽ തട്ടി തിരികെ ഞങ്ങളുടെയിടയിൽ വന്നു വീണു പൊട്ടിത്തെറിച്ചു. ജനറലിനെ അതുവല്ലാതെ പരിക്കേൽപ്പിച്ചു. വയറു പിളർന്ന് കുടൽമാലകൾ പുറത്തേക്കു ചാടി അയാൾ എന്റെ അരികിൽ കിടന്നു. എന്നോട് എന്തോ പറയണമെന്നുണ്ടായിരുന്നു അയാൾക്ക്. അയാളുടെ മുഖം ചാരവർണ്ണമായി. വായയുടെ ചലനം നിലച്ചു. മരിച്ചുവെന്നു തന്നെ ഞാനുറപ്പിച്ചു.

'ഭൂമിയിൽ ആരംഭിച്ചതെന്തായാലും ഒരുനാൾ പര്യവസാനിക്കണം. അതാണ് നിയമം.'

സ്വയമേവ ആശ്വസിക്കാൻ എന്റെ അമ്മാവൻ പറയുമായിരുന്നു. "നിദ്രയിൽ മുഴുകുമ്പോൾ നാം കാണുന്ന സ്വപ്നമാണ് ജീവിതം. മരണം ഒരു സൂചകമണിയൊച്ചയാണ്. നിങ്ങൾ എന്തുകൊണ്ടു പോകുന്നുവെന്നല്ല, നിങ്ങൾ എന്ത് അവശേഷിച്ചിട്ടുപോകുന്നുവെന്നതാണ് കാര്യം."

ഞാൻ എഴുന്നേറ്റുനിന്നു. എന്റെ കവചങ്ങൾ അഴിച്ചു നിലത്തേക്കെറിഞ്ഞു. എന്റെ തോക്ക് അവിടെത്തന്നെ കിടന്നു. എന്നെ നിലംപതിപ്പിക്കാൻ ഒരു വെടിയുണ്ട ചീറിവരട്ടെ എന്നും എന്നെ ദൂരേക്ക്, ദുഷിച്ചധഃപതിച്ച ഒരു ലോകത്തിൽനിന്ന് അകലേക്ക് തെറിപ്പിച്ചുകളയട്ടെ എന്നും പ്രാർത്ഥിച്ചുകൊണ്ട് ഞാൻ പാടത്തിനു കുറുകെ ഓടാൻ തുടങ്ങി.

ഒരു വലിയ ജലനിർഗ്ഗമനക്കുഴൽ എന്റെ മുമ്പിലായി കണ്ടപ്പോൾ ഞാൻ അതിനകത്ത് കയറി ഒളിച്ചിരുന്നു. എനിക്കറിയില്ല, ഞാനെന്തിനാണ് അത് ചെയ്തതെന്ന്...

പതിനാറ്

ഞാൻ മങ്ങിയില്ലാതാവുകയാണ്. ഇരുട്ട് തളംകെട്ടിയ ഒരു കുഴലിനുള്ളിലാണ് പാത്തും പതുങ്ങിയും ഇരിക്കുന്നത്.

എന്റെ ഒളിയിടത്തിനു സമീപത്തേക്ക് പാദപതനങ്ങൾ അടുക്കുകയും അകലുകയും ചെയ്തുകൊണ്ടിരുന്നു. എന്റെ കൈകളും കാൽമുട്ടുകളും വിറയ്ക്കുന്നുണ്ട്. ഉന്മത്തമായ ആഘാതം എന്നെ ഭ്രാന്തുപിടിപ്പിക്കുന്നു...

ഞാൻ കൂനിക്കൂടി ഇരുട്ടിനോടൊട്ടിക്കിടന്നു.

മയക്കവും ഓക്കാനവും തളർത്തിയിരുന്നു. എന്നെ വേട്ടയാടുന്നവർ കേട്ടേക്കുമോ എന്നു ഭയക്കുവാൻ മാത്രം ഉച്ചത്തിലായിരുന്നു ഹൃദയ മിടിപ്പ്.

ഞാൻ അവർക്കുള്ള കേവലമൊരു ഉന്നമായിത്തീർന്നതിൽ ലജ്ജ തോന്നി. മുഅമ്മർ ഗദ്ദാഫി എന്ന ഞാൻ, ശക്തരുടെയിടയിലെ കറുത്തവൻ ഇന്നിതാ വേട്ടയ്ക്കിരയായ ഒരു മൃഗം. പീറച്ചെറുക്കന്മാരിൽനിന്ന് ഓടി യൊളിക്കുകയും ചിത്തഭ്രമം വന്നതുപോലെ പാടത്തിനു കുറുകെ ഓടുകയും ചെയ്തതിൽ ലജ്ജിക്കുന്നു. ഒരു ജലനിർഗ്ഗമനക്കുഴലി ലിങ്ങനെ ഒളിക്കേണ്ടിവന്നതിലും ലജ്ജിക്കുന്നു.

ഐക്യരാഷ്ട്രസംഘടനാമന്ദിരത്തിലെ പ്രസംഗപീഠത്തിൽ വിരലു കുത്തിക്കൊണ്ട് പ്രസിഡണ്ടുമാരെയും രാജാക്കന്മാരെയുമൊക്കെ താക്കീതു ചെയ്ത അതേ ഞാൻ.

എനിക്കു കരയണമെന്നുണ്ടായിരുന്നു. കണ്ണുനീർ എങ്ങോ തടഞ്ഞു നിന്നു. തുറസ്സിലേക്കിറങ്ങി 'ഞാനിവിടെയുണ്ട്' എന്ന് ഉറക്കെ കൂവാൻ തോന്നിയെങ്കിലും ഒരു പേശിപോലും അനങ്ങാൻ കൂട്ടാക്കിയില്ല. ഒരിക്കൽ സന്തതസഹചാരിയായിരുന്ന ധൈര്യം ഇന്നെന്നെ ഉപേക്ഷിച്ചുപോയിരി ക്കുന്നു. ആത്മഹത്യാപരംപോലുമായിരുന്ന കൂസലില്ലായ്മ നിറഞ്ഞ വ്യക്തിപ്രഭാവം ഇന്ന് പഴങ്കഥയായിരിക്കുന്നു.

ഘോരമായ ഒരു അവസാനത്തിനായി വിധിക്കപ്പെട്ടവനാണ് ഞാനെന്ന് ബോധ്യമായി.

മരണത്തെക്കുറിച്ചാലോചിക്കേണ്ടിവന്നപ്പോഴൊക്കെ ആഢ്യമായ എന്റെ ശയ്യയിൽ കിടക്കുന്നതായും ചുറ്റിലുമായി കുടുംബവും അനുചരരും നില്ക്കുന്നതായുമൊക്കെ ഭാവന ചെയ്യാറുണ്ടായിരുന്നു. പ്രസിഡൻഷ്യൽ കൊട്ടാരത്തിൽ പുഷ്പഹാരങ്ങളാലും കൊടികളാലും ആച്ഛാദനം ചെയ്യപ്പെട്ട്, ഈ ഗ്രഹത്തിന്റെ നാലു കോണുകളിൽ നിന്നെത്തിയ ലോകനേതാക്കന്മാരുടെയും പ്രതിനിധികളുടെയും സാന്നിധ്യത്താൽ ആദരിക്കപ്പെട്ട്, ദീർഘനേരത്തോളം മൗനപ്രാർത്ഥന ആചരിക്കപ്പെട്ട്, പതാകകൾ പുതച്ച ഒരു സൈനിക ടാങ്കിൽ ശവമഞ്ചം വഹിക്കപ്പെട്ട്, സാന്ത്വനാതീതരായ ആയിരക്കണക്കിന് ലിബിയക്കാരാൽ ട്രിപ്പോളിയിലെ വീഥികളിലൂടെ മന്ദമായി നയിക്കപ്പെട്ട് മൃതദേഹം കിടത്തിയിരിക്കുന്നത് സങ്കല്പിക്കുമായിരുന്നു. ജനനിബിഡമായ ശ്മശാനത്തിൽ ഇമാമുമാർ മനശ്ശാന്തിക്കായി ഏറ്റവും ഹൃദയസ്പൃക്കായ സൂറത്തുകൾ ഉരുവിടും. ഓരോ കുടന്ന മണ്ണും എന്നെ ജനങ്ങളിൽനിന്ന് വഹിച്ചുകൊണ്ടുപോകുന്നതും മുഅമ്മർ യശഃശരീരനായി എന്ന് നൂറുകണക്കിനു പീരങ്കികൾ ലോകത്തെ വിളംബരം ചെയ്തറിയിക്കുന്നതുമെല്ലാം വ്യക്തമായി മനസ്സിൽ കാണാറുണ്ടായിരുന്നു.

എനിക്കു തെറ്റി.

ഹ്യൂഗോ ഷാവേസ് അഭയം വാഗ്ദാനം ചെയ്ത് എന്നെ വിളിച്ചപ്പോൾ കേട്ടിരുന്നെങ്കിൽ ഈ നിമിഷം വെനെസ്വേലയിൽ എവിടെയെങ്കിലുമാവുമായിരുന്നു. എന്റെ ജീവിതസായാഹ്നം ശാന്തതയിലും സമാധാനത്തിലും കഴിയുമായിരുന്നു. ഒരു കുഴലിനകത്തിങ്ങനെ ശിക്ഷകരെയും കാത്ത് കഴിയേണ്ടതില്ലായിരുന്നു. ഞാനെങ്ങനെയിങ്ങനെ മൂഢനായിപ്പോയി?

അഹങ്കാരം യുക്തിക്കു വിധേയമല്ല. ജനങ്ങളെ അടക്കിഭരിക്കുമ്പോൾ, നിങ്ങൾ ഒരു മേഘത്തിലാണിരിക്കുന്നത്, യഥാർത്ഥ്യത്തെ മറന്നുകൊണ്ട്.

നിങ്ങളെന്തായിരുന്നു? ആരെയായിരുന്നു ഭരിച്ചുകൊണ്ടിരുന്നത്? എന്തുദ്ദേശ്യത്തിന്റെ പേരിൽ? അന്തിമവിശകലനത്തിൽ അധികാരം ഒരു തെറ്റിദ്ധാരണയാണെന്ന്. നിങ്ങൾക്കറിയാമെന്ന് കരുതുന്നു, പിന്നെ നിങ്ങളറിയുന്നു വല്ലാതെ പിശകിപ്പോയെന്ന്. തിരിച്ചുപോയി എല്ലാം ശരിയാക്കുന്നതിനുപകരം നിങ്ങൾ അവയൊക്കെ നിങ്ങളാഗ്രഹിക്കുന്ന രീതിയിൽ കണ്ടുകൊണ്ടിരിക്കും. അചിന്ത്യമായ കാര്യങ്ങൾ നിങ്ങൾക്കാവുന്നത്ര നന്നായി നിറവേറ്റുകയും മായാവിഭ്രാന്തികളെ പുണർന്നുനിൽക്കുകയും ചെയ്യുന്നു. വിട്ടുവീഴ്ച വല്ലതും ചെയ്താൽ നരകം മുഴുവൻ നിങ്ങളിൽ പതിക്കുമെന്ന് ബോധ്യമുണ്ട്.

ഇപ്പോൾ വിപരീതസത്യമെന്നു പറയട്ടെ, എല്ലാ നരകവുമെന്നിൽ വന്നു പതിച്ചിരിക്കുന്നു. കാരണമോ, ഞാൻ വിട്ടുവീഴ്ചകൾ ചെയ്യാതിരുന്നതും...

ശ്വസിക്കാൻ കഴിയാതെ കുഴലിന്റെ അറ്റത്തുകണ്ട വെളിച്ചത്തെ മിഴിച്ചുനോക്കി.

മകൻ മുത്താസ്സിനെക്കുറിച്ച് ചിന്തിക്കാതിരിക്കാൻ പാടുപെട്ടു. എനിക്കു നേരിടേണ്ടിവന്നേക്കാവുന്ന അനുഭവങ്ങളെക്കുറിച്ചും ആലോചിക്കേണ്ടെന്നു വെച്ചു.

നിമിഷങ്ങൾ കടന്നുപോയി.

ഈ ലോകത്തിൽ ഞാൻ ഒറ്റയ്ക്ക്.

എന്റെ രക്ഷകമാലാഖമാരാലും ആയിരം വിജയങ്ങൾ പ്രവചിച്ചവനാലും ഉപേക്ഷിക്കപ്പെട്ട്...

എന്റെ സേവകർ എങ്ങുപോയി? തങ്ങളുടെ കൂറിന്റെ തീവ്രത ലോകത്തിനു തെളിയിച്ചുകാണിക്കാൻ പരസ്യമായി ചാട്ടയടി ഏറ്റുവാങ്ങുവാൻ പോലും തയ്യാറായിരുന്ന ആ മസോണുകളും അനുയായികളും ഇന്നെവിടെ? നേർത്ത വായുവിൽ അപ്രത്യക്ഷരായി? ഫൂ! പശു, പശ്ചാത്തലത്തിലേക്ക് ഉരുകി വലിഞ്ഞുപോയി. അവർ യഥാർത്ഥത്തിൽ ഉണ്ടായിരുന്നുവോ? ഒരിക്കൽ വിശ്വസ്തരായിരുന്നവർ. നല്ലതിനായാലും കെട്ടതിനായാലും പിറകിൽ അണിനിരന്നവർ, ദിവ്യശബ്ദത്താൽ നയിക്കപ്പെടുന്ന എന്നെ പിന്തുടരുമെന്ന് പ്രതിജ്ഞയെടുത്തവർ, എന്റെ ജനങ്ങൾ. അവർ എന്റെ എല്ലുകൾക്കുമുകളിൽ എന്ത് പണിതുയർത്താനാണ് ആശിച്ചത്?

തുടക്കം മുതൽ തന്നെ ജനങ്ങൾ എന്നോടു കള്ളം പറഞ്ഞു. ബൻഗാസി റേഡിയോ നിലയത്തിൽ വെച്ച് അവരുടെ ചങ്ങലകൾ പൊട്ടിച്ചുവെന്നും അവരുടെ അന്തസ്സ് പുനഃസ്ഥാപിച്ചുവെന്നും ഞാൻ പ്രഖ്യാപിച്ച അന്നത്തെ പ്രഭാതം. അന്നു മുതൽ തുടങ്ങിയതാണത്. ആളുകൾ ഒരിക്കലുമെന്നെ സ്നേഹിച്ചിരുന്നില്ല. അവരെന്നെ കപടമായി സ്തുതിക്കുകയായിരുന്നു. അവർക്ക് എന്റെ ഉപഹാരങ്ങളായിരുന്നു ആവശ്യം. കൊട്ടാരകാര്യസ്ഥന്മാരെ അനുകരിച്ചുകൊണ്ട് ബന്ധുക്കളും വെപ്പാട്ടികളുമെല്ലാം അങ്ങനെയായിത്തീർന്നു.

ഞാനറിയേണ്ടതായിരുന്നു. ഒരു പരമാധികാരിക്ക് മിത്രങ്ങളുണ്ടാവുക വയ്യ. അയാൾക്ക് ഗൂഢാലോചനക്കാരായ ശത്രുക്കളും. അണലികളെ നെഞ്ചിലേറ്റി താലോലിക്കുന്നതുപോലെ ഹൃദയത്തോടു ചേർത്തുവെച്ച് കൊണ്ടുനടന്ന അവസരവാദികളും. അവരായിരിക്കും മിത്രങ്ങൾ...

വളരെ മുമ്പ് ലണ്ടനിൽ ബ്രിട്ടീഷ് ആർമി സ്റ്റാഫിൽ പരിശീലനം നേടുന്ന കാലത്ത് എനിക്കു പരിചയമുണ്ടായിരുന്ന ലിബിയൻ കവി ബാസ്സെ തന്നൂത്തിന്റെ വാക്കുകൾ ഉൾക്കൊള്ളേണ്ടതായിരുന്നു. അദ്ദേഹം ഒരു വേറിട്ട ചിന്താഗതിക്കാരനായിരുന്നു. ഒരു കുഞ്ഞിന്റെ നറുചിരിപോലെ നിഷ്കളങ്കനും തുറന്ന മനസ്സുള്ളയാളുമായിരുന്നു. അദ്ദേഹം രാജ്യഭ്രഷ്ടനായി കഴിയുകയായിരുന്നു. മാതൃരാജ്യത്തിനായി അദ്ദേഹത്തിന്റെ

പക്കലുണ്ടായിരുന്നത് കുറെ പഴയ പുസ്തകങ്ങളും വിപ്ലവകവിതകൾ ചാലിട്ട കടലാസ് ചുരുളുകളുമായിരുന്നു. പട്ടാള അട്ടിമറിക്കുശേഷം അദ്ദേഹം ലിബിയയിലേക്കു തിരിച്ചുവന്നു. ഞങ്ങൾ കൂടെക്കൂടെ കാണാറുണ്ടായിരുന്നു. ആദ്യവർഷങ്ങളിലൊക്കെ അദ്ദേഹം എന്റെ വസതിയിൽ സന്ദർശനം നടത്തുമായിരുന്നു. സന്ദർശനവേളകൾ കുറഞ്ഞുവന്നു. പിന്നീടദ്ദേഹത്തെ കണ്ടിട്ടേയില്ല. എന്റെ ഔദ്യോഗികക്ഷണങ്ങൾ നിരാകരിച്ചു. കത്തുകളോട് പ്രതികരിക്കാതെയുമായി.

അദ്ദേഹത്തിന് എന്തെങ്കിലും കുഴപ്പം വന്നുകാണുമെന്ന് കരുതുകയും അദ്ദേഹത്തെ അന്വേഷിച്ചുകണ്ടെത്താൻ തീരുമാനിക്കുകയും ചെയ്തു. ഒരു രാത്രിയിൽ ഏജന്റുമാർ അദ്ദേഹത്തെ എന്റെയടുക്കൽ കൊണ്ടുവന്നു. സാധാരണ കവികൾ കാണപ്പെടുന്ന അവസ്ഥയിലായിരുന്നില്ല അദ്ദേഹം. അദ്ദേഹത്തിന്റെ പഴയ വസ്ത്രങ്ങളോളം അദ്ദേഹവും ചുളിഞ്ഞിരുന്നു. വളരെ ദൂരെ നിന്നുതന്നെ മദ്യഗന്ധം പ്രസരിക്കുന്നുണ്ടായിരുന്നു. ഒരു തികഞ്ഞ കുടിയനെപ്പോലെയദ്ദേഹം വിറയ്ക്കുന്നുണ്ടായിരുന്നു. എന്തെങ്കിലും പ്രശ്നങ്ങളുണ്ടോ എന്ന് ആരാഞ്ഞപ്പോൾ അദ്ദേഹം പറഞ്ഞു, ഞാനാണദ്ദേഹത്തിന്റെ പ്രശ്നം എന്ന്.

"നിങ്ങളെന്നെ നിരാശപ്പെടുത്തുന്നു മുഅമ്മർ." മദ്യോന്മാദത്തിന്റെ ഉച്ചതയിൽ അയാൾ തുറന്നു പറഞ്ഞു. "നിങ്ങളുടെ വലതുകൈകൊണ്ട് പണിതുയർത്തിയതെല്ലാം നിങ്ങൾ ഇടുതുകൈകൊണ്ട് തകർക്കുകയാണ്. ആളുകളുടെ കലമ്പലുകള ആശ്രയിക്കരുത്. ആളുകൾ എന്നത് ചൂളംവിളികൊണ്ടുള്ള ഒരു സൂചനയാണ്. അവരുടെ ഉൽക്കടമായ ഉത്സാഹം വിനാശകരമായ ഒരു ദുശ്ശീലമാണ്. അഹത്തിന്റെ നീചത്വമാണത്. നാശം അതിൽ ഉള്ളടക്കം ചെയ്യപ്പെട്ടിരിക്കുന്നു."

അദ്ദേഹത്തിന്റെ വാക്കുകൾ എന്നെ മുറിവേല്പിച്ചു. അദ്ദേഹത്തെ കൺമുന്നിൽ നിന്ന് ഓടിച്ചു. കുറെയാഴ്ചകൾക്കു ശേഷം അദ്ദേഹത്തിന്റെ ഉപദേശ ശാസനകൾ മനസ്സിൽ ഒരു ഒഴിയാബാധയായിത്തീർന്നു. അതിനൊരറുതി വരുത്താൻ അതിനു കാരണക്കാരനായ അദ്ദേഹത്തെ കാരാഗൃഹത്തിലടച്ചു. മൂന്നു ദിവസത്തിനുശേഷം ജയിലധികൃതർ അദ്ദേഹം അതിൽ തൂങ്ങി മരിച്ചുകിടക്കുന്നതായാണ് കണ്ടത്. തിരുശേഷിപ്പായി അദ്ദേഹം ചുവരിൽ ഒമർ ഖയ്യാമിന്റെ ഒരു കവിതാശകലം കുറിച്ചിട്ടിരുന്നു.

ആ കാലത്തേക്ക് തിരിഞ്ഞുനോക്കുമ്പോൾ ഇന്നലത്തെ ഹർഷാരവങ്ങൾ ഇന്നത്തെ യുദ്ധകാഹളങ്ങളായി മാറുമ്പോൾ ബാസ്സെ താന്നൂത്ത് എന്ന ഒരേയൊരാളാണ് എനിക്ക് ചിരകാലസുഹൃത്തായി തോന്നുന്നത്.

എപ്പോഴേ മറന്നുപോയ ചില മനുഷ്യർ ഓർമ്മയിലേക്കു തിരിച്ചു വരുന്നു. ഓരോരുത്തരും അടുത്തയാളേക്കാൾ മുടന്തൻ. അവർ ജയിൽ അങ്കണത്തിലെ പാവുകല്ലുകളിലൂടെ ഇഴഞ്ഞു. അവർക്കെല്ലാവർക്കും ഒരേ മട്ടും ഛായയുമായിരുന്നു. ഏകദിശയിലേക്കുള്ള ടിക്കറ്റ് എന്ന് വിളിച്ചോതുംപോലെ. കാരണമെന്തെന്നാൽ അവരൊരിക്കലും തിരിച്ചു വന്നില്ല എന്നതുതന്നെ.

ഒന്ന് ഒരു മന്ത്രിയായിരുന്നു അയാളുടെ ജീവിതം ഒരു കയറിൻതുമ്പി ലവസാനിപ്പിച്ചു. പിന്നെയൊരാൾ ഒരു വിമതൻ. അയാൾ ദണ്ഡനങ്ങൾക്കു കീഴടങ്ങി. എന്റെ തുറുങ്കുകളിൽ കിടന്നു ചീയാൻ അസംഖ്യം പേരു ണ്ടായിരുന്നു. എന്റെ വിശ്വാസവും ദയയും അർഹിക്കാത്തവർ. അവർ എന്റെ ശത്രുക്കളായിരുന്നു. അവർക്ക് അർഹിക്കുന്നതു കിട്ടി. പക്ഷേ, ജനങ്ങൾ, എന്റെ ജനങ്ങൾ എന്റെ കരങ്ങൾക്കൊണ്ടു ഞാൻ സ്വാതന്ത്ര്യം നൽകിയ ലിബിയയിലെ സാധാരണ ജനങ്ങൾ, എന്റെ പ്രഭാഷണങ്ങളി ലൂടെ ഉശിരേകിയവർ, രാഷ്ട്രസമൂഹത്തിന്റെ വിശാലചിന്തകളാൽ നയി ക്കപ്പെട്ടവർ... ഞാനവർക്കുവേണ്ടി ചെയ്തതെല്ലാം നിരാകരിക്കുവാനും സ്വന്തം വധസ്തംഭത്തിൽ കുരിശേറ്റുവാനും മാത്രം എന്തുകാരണ ത്താലുള്ള തീരാപ്പകയാണ് താക്കീതുകളേതും കൂടാതെ അവരിൽ ഓരോ ദിനവും ഏറിയേറി വന്നത്?

എന്റെ ഭാഗത്തുനിന്നുണ്ടായ അടിച്ചമർത്തലുകളെച്ചൊല്ലി ഞാൻ ഖേദിക്കുന്നില്ല. അത് നിയമാനുസൃതവും അനിവാര്യവുമായിരുന്നു.

ഒരു മാർഗ്ഗദർശി, മിശിഹായുടെ ദൗത്യത്തിനു തുല്യമായ ഒന്നിന് നിയോഗിക്കപ്പെട്ടയാൾ. ഒരു രാജ്യത്തോട് ഔദ്യോഗികമായ ഉത്തര വാദിത്വം ഉള്ളപ്പോൾ മറ്റേ കവിൾ കാണിച്ചുകൊടുക്കരുത്. അഹിംസാ സിദ്ധാന്തത്തിന് അവിടെ സ്ഥാനമില്ല. നേരെ തിരിച്ചായിരിക്കണം. തന്റെ ധർമ്മം യഥാനുസൃതം നിർവഹിക്കണമെങ്കിൽ തന്റെ നേർക്കുയരുന്ന കൈ വെട്ടുകതന്നെ വേണം. അടി വരുന്നത് സ്വപിതാവിന്റെ കൈകൊണ്ടു തന്നെയായാൽ പോലും. രാജ്യമാണ് വലുത്.

എന്റെ മനസ്സാക്ഷി ശുദ്ധമാണ് എന്ന വീക്ഷണപ്രകാരം ഞാൻ സംതൃപ്തനാണ്. ഞാനെന്റെ കടമകൾ നിറവേറ്റി. ഞാൻ കൊല്ലുകയും ദണ്ഡനങ്ങളേല്പിക്കുകയും ഭീതിയുളവാക്കുകയും വേട്ടയാടുകയും കുടും ബവധം നടത്തുകയും ചെയ്തിട്ടുണ്ട്. എനിക്കു മറ്റുമാർഗ്ഗങ്ങളില്ലാതിരു ന്നതുകൊണ്ടാണത്.

പക്ഷേ, നിരപരാധികളെ ഒന്നും ചെയ്തിട്ടില്ല. കുറ്റവാളികളേയും വഞ്ചകരേയും ചാരന്മാരേയും മാത്ര മേ ശിക്ഷിച്ചിട്ടുള്ളൂ. അന്ത്യവിധി നാളിൽ ഞാനവരെയെല്ലാം അഭിമുഖീകരിക്കാൻ തയ്യാറാണ്. അവർ തെറ്റുകാരായതിനാൽ അവരെന്റെ മുന്നിൽ തല കുമ്പിട്ടു നിൽക്കും.

ദൈവത്തിന്റെ നീതിഭവനത്തിൽ അവർക്ക് മുഖമുയർത്തിനോക്കാൻ ചങ്കൂറ്റമുണ്ടാവില്ല.

നിയുക്തവ്യക്തിയെ നിങ്ങൾ എന്തു ചെയ്തു എന്ന് ചോദിക്കപ്പെടു മ്പോൾ അവർക്കെന്താകും പറയാനുണ്ടാവുക? അവർക്ക് വാക്കുകളി ല്ലാതെയാവും. എന്റെ മുഖത്തേക്കു നോക്കാനുള്ള ധൈര്യം ഇല്ലാതാകും. ചെയ്തുകൂട്ടിയ നിത്യനാശങ്ങൾക്ക് ഏത് ചെകുത്താനായാലും എന്റെ മുന്നിൽ പശ്ചാത്തപിക്കും. സ്വന്തം പാലങ്ങൾ കത്തിക്കുന്നവൻ കുറ്റമുക്തിക്കുള്ള എല്ലാ അവസരങ്ങളും നഷ്ടപ്പെടുത്തുന്നു. ലിബിയ

ഇനിയൊരിക്കലും പഴയ പ്രഭാതം കാണുകയില്ല. ഒരിടത്തും പ്രസന്നമായ വെയിൽ പരക്കില്ല. നരകത്തിന്റെ ശവനാറ്റമുള്ള തമസ്സാണതിന്റെ വിധി.

പെട്ടെന്ന് എന്തോ ഞെരിഞ്ഞമരുന്ന ശബ്ദം. ചരൽക്കല്ലുകൾ തുരങ്കത്തിൽ വീണലച്ചു. കുഴലിന്റെ അറ്റത്തെ പ്രകാശവൃത്തത്തെ ഒരു നിഴൽ മറച്ചു. ഒരായുധമാണതെന്ന് ഞാൻ തിരിച്ചറിഞ്ഞു. പിന്നെ ഒരു തല ഉള്ളിലേക്ക് എത്തിനോക്കി... “അയാൾ ഇവിടെയുണ്ട്! ഇതാ. ഇവിടെ. ഞാൻ കണ്ടെത്തി, സർ..”

എവിടേക്കെല്ലാമോ ഓടുന്ന ചുവടുകൾ തിരികെയെത്തി. കലാപകാരികൾ എനിക്കുനേരെ ആയുധങ്ങൾ ഉന്നം പിടിച്ച് തുരങ്കത്തിനടുത്തേക്ക് കുതിച്ചേറി. കൂടുതൽ അടുത്തേക്കു വരാൻ അവർ ധൈര്യം കാണിച്ചില്ല. ഞെട്ടിയും പകച്ചും ശങ്കിച്ചും കൊണ്ട് ഇത്തിരി ദൂരം പാലിച്ചുനിന്നു.

പാരാമിലിറ്ററി യൂണിഫോമിലുണ്ടായിരുന്ന ഒരാൾ ചാടിപ്പുറപ്പെട്ടു.

“എവിടെ അയാൾ?”

“ഇവിടെ ഇതിനകത്ത് സർ, അറ്റത്ത് ഇടതുഭാഗത്ത് ഒതുങ്ങിക്കൂടിയിരിക്കുകയാണ്.” അവരുടെ കമാൻഡർ ഹെൽമെറ്റ് ഊരി മാറ്റിയതിനു ശേഷം നിശ്ശബ്ദതയിൽ എന്നെ ഉറ്റുനോക്കി.

“എനിക്കെന്റെ കണ്ണുകളെ വിശ്വസിക്കാനാവുന്നില്ല.” അയാൾ പറഞ്ഞു. “ഇത് നിങ്ങൾ തന്നെയോ, അതോ അപരനോ?”

മൈനുകൾ നീക്കം ചെയ്യുന്ന ഒരു വിദഗ്ധനെപ്പോലെ ശ്രദ്ധാപൂർവ്വം സൂക്ഷിച്ച് അയാൾ ചുവടുകൾ വെച്ചു. കൂടുതൽ സമീപത്തേക്കു വരാൻ ഭയന്നു. സ്വന്തം കണ്ണുകളെ വിശ്വസിക്കാനാവാഞ്ഞിട്ടെന്നതുപോലെ. കാണുന്നതൊരു ഭ്രമദൃശ്യമല്ല എന്ന് ഉറപ്പുവരുത്താൻ അയാൾക്കു സാവകാശം വേണ്ടിവന്നു.

“അല്ല. മറ്റാരുമല്ല അതു ശരിക്കും ഗദ്ദാഫി തന്നെയാണ്. ” അയാൾ ഉറക്കെ വിളിച്ചു പറഞ്ഞു.

“ഇത് ശരിക്കും മുഅമ്മർ ഗദ്ദാഫി തന്നെയാണ്. അയാൾക്കു മാത്രമേ ഇങ്ങനെയൊരവസാനമുണ്ടാകൂ. ഒരെലി പതുങ്ങും പോലെ... ഒരു ഓട എലി, ഓവുകുഴലിനകത്ത്. ഹഹഹ...”

അയാൾക്കു പിറകിൽ ആളുകൾ എന്റെ പേര് വീണ്ടുമുച്ചരിക്കുകയും കൈമാറുകയും ചെയ്തു. “അത് ഗദ്ദാഫിയാണ്. അത് ഗദ്ദാഫി തന്നെ.”

കമാൻഡർ കൈകൾ വിരിച്ചു “ഞാനീ അവസരം പാഴാക്കുകയേ ഇല്ലായിരുന്നു. എന്തൊരു ചിത്രം! എന്തൊരു കഥ! മേഘങ്ങളിൽ സവാരി ചെയ്യാൻ സിദ്ധിയുള്ള ഒരാളെന്ന് സ്വയം കരുതിയിരുന്ന ഒരാളിതാ ഒരു പഴയ ജലനാളിയിൽ കുടുങ്ങിക്കിടക്കുന്നു... നിങ്ങൾ ബദൂയിനുകളുടെ ആ പഴയ ഓടയിലേക്കുതന്നെ മടങ്ങിയിരിക്കുന്നു. സഹോദരമാർഗദർശീ. നിങ്ങൾ ഒട്ടകച്ചാണകത്തിൽ ജനിച്ചവനാണ്. നിങ്ങൾ നിങ്ങളുടെതന്നെ

മലത്തിലാറാടി മരിക്കാൻ പോകുകയാണ്." സംഘത്തിലൊരാളോടയാൾ ഉച്ചത്തിൽ പറഞ്ഞു.

"അമർ, നിങ്ങളുടെ മൊബൈൽ എടുക്കൂ. ഈ നാടകപര്യവസാനത്തിന്റെ വീഡിയോ എടുക്കൂ. ഓടയിൽ വീണുകിടക്കുന്ന ഈ എലിയുടെ ചിത്രം ലോകം മുഴുക്കെ കാണട്ടെ." കുഴലിന്റെ മുഖപ്പിലേക്ക് കുറെ ഫ്ളാഷുകൾ മിന്നിയതിനുശേഷം കമാൻഡർ കൈ ഉയർത്തി നിർത്താനുള്ള നിർദ്ദേശം നൽകി.

"നിങ്ങളുടെ മൃതപ്രായമായ ദേഹം ഇങ്ങോട്ട് വെയ്ക്കൂ സഹോദര മാർഗദർശീ. എന്റെ കൈകൾകൊണ്ട് നിങ്ങളെ ഞെക്കിത്തുറുത്തി മല മൂത്രങ്ങൾ ചാടിക്കാൻ ക്ഷമകെട്ടു നിൽക്കുകയാണ് ഞാൻ."

അയാളുടെ പാരുഷ്യം എന്നെ ഞെട്ടിച്ചു, കീഴടക്കപ്പെട്ടതിലേറെ.

"വന്നെന്നെ പിടിക്കൂ,"

ഞാൻ അയാളെ വെല്ലുവിളിച്ചു.

"അയാളുടെ പക്കൽ ആയുധം കാണും." അവരിലൊരാൾ എന്റെ നേരെ ഉന്നം പിടിച്ച് താക്കീത് ചെയ്തു.

"സഹോദരമാർഗദർശിയാണല്ലോ. ആയുധങ്ങളേന്താൻ മിനക്കെടേണ്ട ആവശ്യമദ്ദേഹത്തിനില്ലല്ലോ." കമാൻഡർ പറഞ്ഞു. "ദൈവശക്തി യുണ്ടല്ലോ. അദ്ദേഹത്തിന്."

കമാൻഡറുടെ പരിഹാസത്തിനു മറുപടിയായവിടെ പുച്ഛച്ചിരികൾ പരന്നു. പിന്നെ സ്ക്വാഡ് മുഴുവനും എന്റെ നേരെ ഇരച്ചുകയറി. ഞാനാകെ പൊട്ടിപ്പൊളിയുകയാണെന്ന് തോന്നി.

അവരെന്നെ ഇഴച്ചും വലിച്ചും ഉന്തിയും കുഴലിനു പുറത്തേക്കിട്ടു.

മഹാനിശ്ശബ്ദതയിൽ ആ ആയുധധാരികൾ എന്നെ വളഞ്ഞുനിന്നു. അവിശ്വസനീയത കാരണം അവർ തറച്ചിട്ട പോലെ നിശ്ചേഷ്ടരായിരുന്നു. അവർ മിക്കവരും ആദ്യമായാണെന്നെ അടുത്തു കാണുന്നത്. തങ്ങൾ ഏതോ മായക്കാഴ്ച കാണുകയാണെന്നവർക്ക് തോന്നുന്നുണ്ടാവണം. ഞാനൊന്നു തൊണ്ട ചിനച്ചാൽ, എനിക്കു മിക്കവാറും ഉറപ്പുണ്ട്, ഇവരൊക്കെ തിരിഞ്ഞുനോക്കാതെ ഓടും. എന്നെ പിടികൂടിയ ഇക്കൂട്ടരിൽ മിക്കവരും അവർ വഹിക്കുന്ന തോക്കിനോളം പോലുമില്ലാത്ത ചെറുക്കന്മാരാണ്. അവരുടെ രൂപം അവരുടെ യൂണിഫോമിൽ അത്യന്തം പരിഹാസ്യമാണ്. ചിലർ എന്റെ നോട്ടത്തിന്റെ രൂക്ഷത താങ്ങാനാവാതെ ദൂരേക്കു നോട്ടം മാറ്റിക്കളയുന്നു; മറ്റുള്ളവർ മുഖഭാവങ്ങൾ നിയന്ത്രിക്കാൻ പാടുപെടുന്നു.

വിവരമറിഞ്ഞ് ജാഗ്രതയിലേക്കുണർന്ന കലാപകാരികൾ സംഘങ്ങളായി ഓടിവന്നുകൊണ്ടിരുന്നു.

"അല്ലാഹു അക്ബർ. ദൈവനിന്ദകന് മരണം വിധിക്കുക... ഔസ്സൂദ് മിസ്റാത്താ, മിസ്റാത്തയിലെ സിംഹങ്ങൾ..."

നിമിഷങ്ങൾക്കകം നൂറുകണക്കിനാളുകൾ അവർ എനിക്കു ചുറ്റുമായി കൂട്ടംകൂടി നിന്നു. ഒരു വിചിത്ര ജന്തുവിനെ കണ്ടാലെന്ന പോലെ അവർ തിക്കിത്തിരക്കി തിടുക്കം കൂട്ടി.

അവർ എന്നെ പാടത്തിനു കുറുകെ ഉന്തിത്തള്ളി വലിച്ചിഴച്ചു. അവരെന്നെ കാർക്കിച്ചുതുപ്പി. ഏറ്റവും ഹിംസാത്മകമായി കൈകാര്യം ചെയ്തോളാമെന്ന് വാക്കുതന്നു. എന്റെ ഒരു പാദരക്ഷ കല്ലിൽത്തട്ടി തെറിച്ചുപോയി. റൈഫിൾ മുനകളുടെ താഡനങ്ങൾക്കടിപ്പെട്ടുകൊണ്ട് മുന്നോട്ടു മുന്നോട്ട് ഞാൻ നയിക്കപ്പെട്ടുകൊണ്ടേയിരുന്നു...

മുടി നീട്ടിവളർത്തിയ പ്രാകൃതനായ ഒരുവൻ എന്റെ മുന്നിലേക്ക് പാഞ്ഞുകയറി വന്ന് എന്റെ മുഖത്തടിച്ചു. ഞാനയാളെ നോക്കി പുഞ്ചിരിച്ചു.

"ഞാൻ നിങ്ങൾക്കു മാപ്പു തരുന്നു."

"പക്ഷേ ഞാൻ തരില്ല, എടോ, ഭ്രാന്തൻ കുരിപ്പേ. ആരും മാപ്പു തരില്ലിവിടെ."

"മൂപ്പരെന്താ പറഞ്ഞത്?"

പുറകിൽ നിന്നൊരാൾ ചോദിച്ചു.

"മൂപ്പർ നമുക്ക് മാപ്പു തരുമത്രേ."

"അപ്പോഴിയാൾക്ക് ധൈര്യമുണ്ട്. ഇപ്പോഴും ഇയാൾ കരുതുന്നത് അങ്ങേയറ്റം ദയാലുവാണെന്നാണ്."

അയഞ്ഞ നാവുകൾ പ്രാക്കുകളും പരിഹാസങ്ങളും ചൊരിഞ്ഞുകൊണ്ടിരുന്നു. ഉണക്കപ്പുല്ലിനു തീപിടിച്ചതുപോലെ. പിന്നെ എന്റെ മരണശിക്ഷയ്ക്കായുള്ള ആർപ്പുവിളികളായി. ക്രമേണയതു വളർന്ന് കാതടപ്പിക്കുന്ന അട്ടഹാസങ്ങളായി. ഒരായിരം വാനരന്മാർ എന്നെ പൊതിഞ്ഞു. തുപ്പലുകൊണ്ടെന്റെ മേലാസകലം ഒലിപ്പിച്ചു. ആകെ എനിക്കു കാണാൻ കഴിയുന്നത് നുരയുന്ന വായകൾ എന്റെ നേരെ അലറിവിളിക്കുന്നതാണ്. എന്റെ അകമ്പടി ഏറ്റെടുത്തവർക്ക് കാര്യങ്ങൾ നിയന്ത്രണാതീതമായി തോന്നിയതോടെ ചുരുട്ടിയ മുഷ്ടികൾകൊണ്ട് തങ്ങളുടെ സഹപ്രവർത്തകരെ ഇടിച്ചുമാറ്റാൻ തുടങ്ങി. പക്ഷേ, അതുകൊണ്ട് കാര്യമുണ്ടായില്ല; മാറിനിൽക്കാൻ അവരുടെ കമാൻഡർ ഉറക്കെ ആജ്ഞാപിച്ചുകൊണ്ടിരുന്നു. ക്രോധാവേശത്താൽ ഉന്മത്തരായ ആളുകൾക്കിടയിൽ സ്വതവേ തളർന്നുകഴിഞ്ഞ ഞാൻ വേച്ചുനീങ്ങാൻ കഷ്ടമായി ആയാസപ്പെട്ടു. തലയുയർത്തി നിവർന്നുനടക്കാൻ ഞാൻ ശ്രമിച്ചു. എന്റെ പദവിയും അന്തസ്സുമനുസരിച്ച് ഞാൻ അങ്ങനെയാണ് വേണ്ടത്. ഷൂ തെറിച്ചുപോയ എന്റെ നഗ്നപാദങ്ങൾ മുള്ളുകളേറ്റു മുറിഞ്ഞിരുന്നതിനാൽ തുള്ളിത്തുള്ളി നടക്കേണ്ടി വന്നു.

"അതുകൊള്ളാം, പുലയാടിമോനേ, തുള്ളിത്തൊട്ടു കളിക്കുകയുമാവാം... എന്താണിയാൾക്കു കുഴപ്പം? ഇയാളുടെ ആർഭാടപ്പരവതാനികൾ

ഈ പുഷ്ക്കലഭൂമിയുടെ മൃദുത്വത്തെക്കുറിച്ചുള്ള ഓർമ്മകളെ ഇല്ലാതാക്കിയോ...? ഇയാളുടെ വൃഷണങ്ങൾ പിഴുതെടുത്ത് ഫോർമാലിനിൻ ഇട്ടുവെയ്ക്കണം.... ഇയാളെ തൂക്കിക്കൊന്നാലെന്താ...? ഒരു ഓടയിലേക്ക് ഇയാളുടെ തല വെട്ടിയിടണം... പെട്രോളൊഴിച്ച് ജീവനോടെ കത്തിച്ചാലോ...? പട്ടിനായ.... നാറുന്ന പുലയാടിമോൻ..."

എനിക്കു ചുറ്റും ഇരമ്പിയാർക്കുന്ന ഉന്മത്തവചനങ്ങളിൽ വെറുപ്പും ശാപങ്ങളും മാത്രം. മുഖങ്ങളാകെ ഒന്നിച്ചു കലങ്ങിക്കൂടി. അതിൽ അവരുടെ വിഷം നിറഞ്ഞ കൺപീള മകുടമിട്ടു. എന്റെ ശിരോകവചം കീറിപ്പറിഞ്ഞു. എന്റെ തലയോട്ടിയിൽ ഒരായിരം കൈകൾ പതിച്ചു. എന്റെ കാൽശരായിയുടെ വലതു ഭാഗം മുഴുവൻ കീറിയിരുന്നു. പലരും എന്റെ പുറംമാന്തിപ്പറിച്ചു. എന്റെ ജനനേന്ദ്രിയത്തെ തുപ്പി മലിനമാക്കി. പിന്നെ വീണ്ടും തുടർച്ചയായ തുപ്പൽവർഷം. നാറുന്ന ആയിരം കണ്ഠങ്ങൾ എനിക്കു മരണം വിധിക്കണമെന്നലറിക്കൊണ്ടാവശ്യപ്പെട്ടു. എനിക്കു സംഭവിച്ചുകൊണ്ടിരിക്കുന്നതെന്തെന്ന് അംഗീകരിക്കാൻ ഞാൻ മനസ്സാ കൂട്ടാക്കിയില്ല. അതൊരു ദുസ്സ്വപ്നം മാത്രം. തൽസംബന്ധമായുള്ളതെന്തും അസംബന്ധവും അതിശയോക്തിപരവും യുക്തിഹീനവുമാണ്. ഒരു സർറിയലിസ്റ്റ് കലാസൃഷ്ടിമാത്രം.

മലിനമായ അട്ടഹാസങ്ങൾ പുറപ്പെടുവിക്കുന്ന ഈ ദുർമുഖങ്ങൾ ശരിക്കും മനുഷ്യർ തന്നെയോ? കൂനാംകുരുക്കുകാട്ടിൽ കുടുങ്ങിപ്പോയ എന്റെ നേരെ ഇരുളിൽ നിന്നു നീണ്ടുവരുന്ന ഈ നീരാളികൈകൾക്ക് ഞാൻ പ്രാപ്യമാകുമോ?

പ്രത്യക്ഷനാകൂ, വാൻഗോഗ്! അങ്ങയുടെ കലയുടെ പേരിൽ പ്രത്യക്ഷനാകൂ! ഇതൊരു വെറും ദുസ്സ്വപ്നം മാത്രം. ഞെട്ടിയുണർന്നു ഞാൻ പ്രൗഢമായ കൊട്ടാരത്തിന്റെ സുഖോഷ്മളതയിലേക്കു തിരികെ പോകട്ടെ. എന്റെ വിനീതദാസരിലേക്കും സ്വർഗ്ഗസമാനമായ അന്തഃപുരത്തിലേക്കും...

വാൻഗോഗ് വന്നില്ല. അദ്ദേഹം അവിടെയെങ്ങും ഉണ്ടായിരുന്നില്ല. ഞാൻ സ്വപ്നം കാണുകയല്ല. ഇത് ദുസ്സ്വപ്നമല്ല എന്റെ നെറ്റിയിലെ രക്തംപോലെ യാഥാർത്ഥ്യം തന്നെയാണ്. റൈഫിളിന്റെ മുന തലയോട്ടി പിളർന്നത് അനുഭവപ്പെട്ടിരുന്നില്ല. നടക്കുന്നതെന്തെന്ന് അനുഭവപ്പെടാൻ കഴിയാത്തവിധം ബോധം താറുമാറായിക്കഴിഞ്ഞിരുന്നു. ഒരു യാഥാർത്ഥ്യത്തിൽനിന്ന് ഞാൻ അപ്രസക്തനായ മറ്റൊരു യാഥാർത്ഥ്യത്തിലേക്കു കടക്കുന്നുവെന്നുള്ള വിചിത്രവും ഭ്രമാത്മകവുമായ ഒരു തോന്നലായിരുന്നു അപ്പോൾ.

ഇന്നലെ രാത്രിയിൽ ഞാനെടുത്ത ഹെറോയിന്റെ പ്രഭാവം അവസാനം ഈ വൈകിയ വേളയിലാണനുഭവപ്പെടുന്നതെന്നു തോന്നി. ഞാൻ വായുവിൽ ഉയരുകയാണ്. ഒരിക്കൽ സ്നേഹിച്ചു പരിലാളിച്ച ജനങ്ങൾ,

പ്രാകൃത ജനങ്ങൾ ഇപ്പോഴെന്നെ വായുവിൽ ഉയർത്തുകയാണ്. അവരുടെ കൈകൾകൊണ്ടെന്നെ കീറിപ്പൊളിക്കാൻ വെമ്പുകയാണ്.

ആർപ്പുവിളികൾ ചുറ്റും പ്രകമ്പനത്തോടെ പൊതിഞ്ഞു. തല മന്ദിക്കുന്നതുപോലെ തോന്നി. ക്രോധത്തിരമാലകളിൽ ആടിയുലയുന്ന ഒരു ഭഗ്നനൗക.

"നമുക്കിയാളെ ഒരു പിക്കപ്പ് വാനിൽ കെട്ടി വലിച്ചിഴയ്ക്കാം. മാംസവും ടാറും ഒന്നാകുന്നതുവരെ."

താഡനങ്ങളും അപമാനങ്ങളും നിരന്തരം വർഷിക്കപ്പെട്ടുകൊണ്ടിരുന്നു. ഞാൻ പ്രതിരോധിക്കാനുള്ള ശ്രമങ്ങളൊന്നും നടത്താതായി. നിസ്സംഗമായ മാന്ദ്യത്തിൽ സ്വയം മൂടിക്കെട്ടിക്കൊണ്ട് വിധിയുടെ പാട്ടിനു സ്വച്ഛന്ദം വിട്ടുകൊടുത്തു. എന്റെ തലയിൽ അവർ മുൾക്കിരീടമണിയിച്ചു. മുഖമാകെ രക്തമയമായി. കുരിശു ചുമന്ന് ഗോൽഗോത്തായിലേക്കുള്ള വഴിമദ്ധ്യേ യേശുവെന്നതുപോലെ.

എനിക്കു ഭയമില്ലാതായി.

ബോധാനുഭവങ്ങൾ മന്ദമായി. അന്ത്യത്തിലേക്കു നിപതിക്കുന്നതായി അവ്യക്തതയോടെയെങ്കിലും മനസ്സിലാക്കി. ഇന്ദ്രിയങ്ങളെല്ലാം ഉപേക്ഷിക്കുന്നതായും അറിഞ്ഞു.

അവർ എന്നെ ഒരു പിക്കപ്പ് വാഹനത്തിന്റെ പുറകിലേക്ക് എറിഞ്ഞു. തിരക്കിനും ബഹളത്തിനുമിടയിലൂടെ അത് ആയാസപ്പെട്ടു നീങ്ങി. അന്തിമമായ ഒരു അരുണോദയത്തിന്റെ കാഹളങ്ങൾ പോലെ അതിന്റെ ഹോണുകൾ മുഴങ്ങി. ഞാൻ മജ്ജമാംസങ്ങളോടുകൂടിയ ഒരു മനുഷ്യനല്ലാതെയായി. ശരീരം ദുരന്തമായിത്തീർന്നവൻ, അതുതന്നെ ശിക്ഷകനുമായി.

ആരവങ്ങളുമായി ആളുകൾ ഈ പീഡാവാഹനത്തോടൊപ്പം ഓടുന്നത് അവരുടെ സർവ്വനാശത്തിലേക്കാണ്. ഇനി എനിക്ക് അവരോട് സഹതാപമില്ല.

വാഹനം നിന്നു. ഒരു വന്യസംഘം അതിന്റെ വഴി തടഞ്ഞിരുന്നു. അവർ ചുറ്റിലും ഇരച്ചാർത്തുവന്നു. ഞാൻ പിടികൂടപ്പെട്ടു. നായ്ക്കൾക്കും തെമ്മാടികൾക്കും ഭക്ഷിക്കാനായി എറിഞ്ഞുകൊടുക്കപ്പെട്ടു. വസ്ത്രങ്ങളോടൊപ്പം തൊലിയും കീറിപ്പറിച്ചു. മലദ്വാരത്തിൽ ആരോ ബയണറ്റ് കുത്തിക്കടത്തി. പിന്നെ വടികൊണ്ടുള്ള തല്ലായിരുന്നു. അതു ശരിക്കും അനുഭവിക്കുകതന്നെ ചെയ്തു.

ശിഷ്ടവസ്ത്രങ്ങളെല്ലാം അഴിച്ചുകളഞ്ഞ് അവരെന്റെ തൊലി ജീവനോടെയുരിച്ചു. എന്റെ പച്ചമാസം ഭക്ഷിച്ചു. ഞാൻ എതിർത്തില്ല,

കൊഞ്ചലോ ഞെരക്കമോ കൂടാതെ എന്നെ കഷ്ണങ്ങളായി പിച്ചിച്ചീന്തി ഞാനെന്നെ അവർക്കു വിട്ടു കൊടുത്തു.

കഴുതപ്പുലികൾ ഒരു വൃദ്ധസിംഹത്തെ വേട്ടയാടുമ്പോൾ പ്രദർശിപ്പിക്കുന്ന ദാർശനിക നിസ്സംഗതയോടെ. ആരവങ്ങളും അട്ടഹാസങ്ങളും മദിച്ചോട്ടങ്ങളും അതിന്റെ പാരമ്യതത്തിലെത്തിയിരുന്നു. കഴുകന്മാർ കൂട്ടംകൂടി എന്റെ ശരീരത്തിൽ ആർത്തു മദിച്ചു. എടുത്തുകൊള്ളൂ. ഞാൻ സ്വമനസ്സാലെ നിങ്ങൾക്കിതു സമർപ്പിക്കുന്നു. എന്നെ തുണ്ടുതുണ്ടായി പ്പറിച്ചെടുത്തുകൊള്ളൂ. നിങ്ങൾക്ക് എല്ലാ അവയവങ്ങളിലും മജ്ജാതന്തുക്കളിലും അവകാശമുണ്ട്. പക്ഷേ, ആത്മാവ് നിങ്ങളുടെ ആയുസ്സിനേയും അതിശയിച്ചു നിലനിൽക്കും. നിങ്ങളുടെ ഓരികൾ എന്നെ മഹത്ത്വവൽക്കരിക്കും. എന്റെ പീഡാവസ്ഥ ശാശ്വതമായി മോചിപ്പിക്കും.

ആൾക്കൂട്ടത്തിൽ വിലയിച്ചുചേർന്ന താഡനങ്ങൾക്ക് തീവ്രതയേറി. ഞാൻ പൂർണ്ണനഗ്നനായിരുന്നു. എന്റെ ജനനേന്ദ്രിയഭാഗത്ത് ഏതോ കൈകൾ പരതി. ഗുഹ്യരോമങ്ങൾ ഒരു പിടി ഒന്നിച്ചു പറിച്ചെടുത്തു. ലിംഗം തട്ടിക്കളിച്ചു. വൃഷണങ്ങൾ പിടിച്ചുവലിച്ചു. ഗുദം തുളച്ചു. എനിക്കു ദേഷ്യമോ വെറുപ്പോ തോന്നിയില്ല. എന്റെ മനോദൂഷ്യങ്ങളെല്ലാം വിശുദ്ധീകരിക്കപ്പെട്ടുകഴിഞ്ഞു. സംശയരഹിതനായ ഒരു ദിവ്യാത്മാവുമായി താദാത്മ്യം വന്നവനാണ് ഞാൻ. കിരാതക്കൂട്ടത്തിന്റേയും അവരുടെ നരമാംസാർത്തികളുടേയും പ്രാപ്യതയ്ക്കുമപ്പുറമാണ് എന്റെ സ്ഥാനം.

മനുഷ്യന്റെ മറയത്തരങ്ങൾക്കു മുമ്പിൽ ഏതു ദൈവമാണ് അടിപതറുക? മനുഷ്യനായിരിക്കുക എന്ന അവസ്ഥയിൽനിന്ന് ഞാനേറെ ദൂരം താണ്ടിക്കഴിഞ്ഞു. ദുരഭിമാനവും തെറ്റുകളും ചോരയും നീരുമായ നശ്വരജീവികളാണ് മനുഷ്യർ. എന്റെ ഭൗതികാവശിഷ്ടങ്ങൾ നിങ്ങൾക്ക് ഒസ്യത്തായി നൽകുന്നു. അതവരുടെ ആധികളെക്കുറിച്ചൊരു ജ്ഞാപകക്കുറിപ്പാകട്ടെ. പാരതന്ത്ര്യങ്ങളും ഭയങ്ങളുമെല്ലാം വിമലീകരിക്കപ്പെട്ട ഞാൻ നിത്യസ്വർഗ്ഗത്തിലേക്കു പറന്നുയരാൻ പോവുകയാണ്. എന്റെ രക്തത്തോടൊപ്പം പാപങ്ങളും ഒഴുകിപ്പോയിക്കഴിഞ്ഞു. അന്ത്യശ്വാസം എന്റെ പാപപരിഹാരം നിറവേറ്റിത്തരും. കാരണം ഞാൻ മരിക്കുന്നത് ഒരു ഇതിഹാസത്തിൽ പുനരുജ്ജീവിക്കാൻ പോകുന്ന രക്തസാക്ഷിയായിട്ടാണ്. ഞാൻ ഇനി പ്രഭുവല്ല. പ്രവാചകനാണ്. എന്റെ പതനം എന്നെ ജീവസ്സുറ്റതാക്കുന്നു. ഭാവിയിൽ എന്റെ പുനരുത്ഥാനം പർവ്വതങ്ങളേക്കാൾ ഉയരത്തിലായിരിക്കും.

കൊടുങ്കാറ്റിനു നടുവിൽ പെട്ടെന്ന് മുകളിലേക്കു നോക്കുമ്പോൾ ആകാശം കാണുന്നു. അതിൽ തുപ്പൽ വമിക്കുന്ന വികൃതമുഖങ്ങൾ. ഒരു നിമിഷത്തിന്റെ അർദ്ധാംശത്തേക്ക് തോന്നിച്ച സൂര്യനുപകരം പൂർണ്ണചന്ദ്രൻ പകരമവിടെ സ്ഥാനം പിടിച്ചു എന്ന്. അവസാനത്തെ നൈമിഷികരമായ പുനരുജ്ജീവനത്തിൽ ഞാൻ അലക്ഷ്യമായി പ്രാർത്ഥിച്ചു. "ദൈവമേ, ഞാനവരുടെ പാപങ്ങൾക്കവരോട് പൊറുക്കുന്നതുപോലെ

അവിടുന്നും പൊറുക്കണേ. അവരെന്താണ് ചെയ്യുന്നതെന്നവർക്കറിയില്ല."

ഒരു വെടിയൊച്ച മുഴങ്ങി. അതെന്നെ ലക്ഷ്യമാക്കിയായിരുന്നു. എന്റെ അന്ത്യവിധി. എന്റെ പീഡകളവസാനിപ്പിക്കാൻ ദൈവം തീരുമാനിച്ചിരിക്കുന്നു.

എനിക്കറിയാമായിരുന്നു അവിടുന്ന് എന്നെ ഉപേക്ഷിക്കില്ലെന്ന്. ദൈവം നിയുക്തനിയോഗിയെ ഉപേക്ഷിക്കുകയില്ലല്ലോ. ഒരു പുതുവിശ്വാസ ധാരയ്ക്കു തുടക്കമിടുവാൻ അങ്ങനെയൊരു പര്യവസാനമുണ്ടാക്കുന്നു. അവരുടെ പീഡാനുഭവങ്ങൾ ദൈവികവും അതീന്ദ്രീയവുമായ സിദ്ധികൾക്ക് തെളിവുകളാക്കുന്നു. ഞാൻ ബന്ധനങ്ങളിൽനിന്ന് മുക്തനായിക്കൊണ്ട് മന്ദഗതിയായി താഴെ പതിക്കുന്നു. ഞാനിതാ എന്റെ അപരാധങ്ങളിൽ നിന്നും കുറ്റബോധത്തിൽ നിന്നും മോചിതനാവുകയാണ്. എന്റെ മുറിവുകളിൽ നിന്ന് പുനർജ്ജനിക്കുന്നു. മാതൃഗർഭത്തിൽ നിന്നൊരു നവജന്മം ആവിർഭവിക്കുന്നതുപോലെ.

ആക്രമണങ്ങൾ ക്രമേണ നേർക്കുകയാണ്. പിന്നെ മുഖങ്ങൾ. പിന്നെ പകൽ വെളിച്ചം. ഞാൻ മരിക്കുകയാണ്. പക്ഷേ, എന്റെ ചിഹ്നം അവശേഷിക്കും. എന്റെ പാദമുദ്രകൾ അവരുടെ ബോധത്തിൽ പതിപ്പിച്ചു കഴിഞ്ഞതിനാൽ ജനങ്ങളുടെ സ്മൃതികളിൽ പുനരുജ്ജീവിക്കുക എന്ന ഭാഗ്യമെനിക്കു സിദ്ധിക്കുന്നു. അനന്തതയിലേക്ക് അതിവേഗം കുതിക്കുന്ന കാലത്തിന്റെയൊപ്പം അതെന്നും അലയടിക്കും. ചരിത്രം എന്റെ പിരമിഡ് ആകുന്നതുവരെ എന്നെക്കുറിച്ചുള്ള ഓർമ്മകൾ അവർക്കു നേരെ സ്ഫോടനങ്ങൾ തീർക്കും. എന്നെക്കുറിച്ചുള്ള നഷ്ടബോധത്താൽ അവർ വേവും. ഞാൻ സ്കൂളിൽ ഗാനമാലപിക്കപ്പെടും. എന്റെ പേര് വെണ്ണക്കല്ലിൽ സ്മാരകഫലകത്തിൽ ആലേഖനം ചെയ്യപ്പെടുകയും അത് ദേവാലയത്തിൽ പ്രതിഷ്ഠിക്കപ്പെടുകയും ചെയ്യും. എന്റെ ജീവിതേതിഹാസം കവികളേയും നാടകകർത്താക്കളേയും പ്രചോദിപ്പിക്കും. കലാകാരന്മാർ ചക്രവാളവിശാലതയുള്ള ചുവരുകൾ എന്റെ അപദാനങ്ങൾക്കായി വിനിയോഗിക്കും. ഞാൻ വന്ദിക്കപ്പെടും. പ്രായശ്ചിത്തവേളയിൽ എന്നെക്കുറിച്ചോർത്തേവരും വിങ്ങിക്കരയും. അന്യാദൃശരായ ഏതു മാർഗദർശികൾക്കുമെന്ന പോലെ എനിക്കും കൂട്ടായി അനേകം വിശിഷ്ടാത്മാക്കളുണ്ടാകും.

ഞാൻ ഇതാ തലകുനിക്കുന്നു. ഞാൻ ഭൗതികകാര്യങ്ങളിൽ നിന്നും ജീവവസ്തുക്കളിൽ നിന്നുമെല്ലാം അപ്പുറത്തെ ദിശയിലായിക്കഴിഞ്ഞു. ദൈവനിന്ദാരഹിതമായ ഒരിടത്ത്.

ജനങ്ങളോടുള്ള സ്നേഹം അപരാജിതവും അലംഘനീയവുമായ പ്രതിജ്ഞയാണ് എന്ന് ഒരു അബദ്ധത്തിനോ തെറ്റിദ്ധാരണയ്ക്കോ എന്നെ വിശ്വസിപ്പിക്കാനാകാത്ത ഒരിടത്ത്.

എന്റെ ആത്മാവ് എന്നിൽനിന്ന് വേർപെട്ടുപോവുകയാണ്.

ഞാൻ ധൂളികളിൽ പൊങ്ങിക്കിടക്കുകയാണ്.

ജനക്കൂട്ടത്തിനിടയിലൂടെ ഒരു ആംബുലൻസ് ഞെരുങ്ങിവരുന്നത് കാണുന്നു. ഏതു ഘോരാന്തരീക്ഷത്തിലേക്കാണാവോ അതെന്നെ വഹിച്ചുകൊണ്ടുപോവുക? കലാപകാരികൾ അവരുടെ നിന്ദ്യമായ ചേഷ്ട കളിൽ മുഴുകി ആഹ്ലാദിക്കുകയാണ്. ചിലർ എന്റെ രക്തകലുഷമായ കീറവസ്ത്രങ്ങൾ പൊക്കിവീശുകയാണ്, റോഡിലുടനീളം ചക്രപ്പാടുകളും തോക്കിൻകുഴലുകൾ വെയിലിൽ പ്രകാശിക്കുന്നതും കലാപക്കൊടുതി കൾ കാറ്റിൽ പാറിപ്പറക്കുന്നതും കാണുന്നു. പക്ഷേ, അവരുടെ ജയ ഭേരികളുടെ ഇരമ്പലോ ഉന്മാദാഹ്ലാദങ്ങളുടെ ആരവങ്ങളോ, അവർ കൂട്ട വെടികൾ മുഴക്കുന്നതിന്റെ ഉഗ്രശബ്ദമോ ഒന്നും കേൾക്കുന്നില്ല.

ഞാനെല്ലാം കാണുന്നു. അവരുടെ വലിഞ്ഞുമുറുകിയ മുഖങ്ങളിലെ വിയർപ്പ്. മേലോട്ട് ഉരുണ്ടുമിഴിഞ്ഞ കണ്ണുകൾ, വായക്കോണുകളിലെ കനത്ത പത. നിർത്താതെ അന്യോന്യം അഭിനന്ദിക്കുന്നവർ. സർപ്പിള മായൊരു പതനത്തെ ശാശ്വതമാക്കാൻ മൊബൈലുകളിലേക്കു രംഗ ചിത്രീകരണം നടത്തുന്ന ദുർന്നോട്ടവാസനക്കാർ എല്ലാം. പക്ഷേ, എനിക്കൊന്നും കേൾക്കാനാവുന്നില്ല. അതിരുകളില്ലാത്ത ആകാശത്തിന്റെ ശ്വാസം എന്നിലേക്കു പ്രവേശിക്കുന്ന ശബ്ദം പോലും.

ഇപ്പോഴിതാ എന്റെ അമ്മയാണ് എന്നെ വിളിക്കുന്നത്. മരുഭൂമിയിൽ ഭക്ഷിക്കപ്പെട്ട ഫെസ്സാൻ ഗ്രാമത്തിന്റെ ഒരറ്റത്തുനിന്നാണോ ശബ്ദം എന്നിലെത്തുന്നത്? ഞാൻ വീണ്ടുമെന്റെ അമ്മയെ കാണുന്നു. തല കൈകളിൽ താങ്ങിക്കൊണ്ട് അമ്മ... എന്റെ വന്യകൗമാര കുസൃതികൾ കണ്ട് ദേഷ്യപ്പെട്ട്.

നിങ്ങൾ ഒരു ചെവികൊണ്ടുമാത്രമാണ് കേൾക്കുന്നത്. പിശാചു ക്കളുടെ ശബ്ദങ്ങൾക്കായി കടം നൽകിയ ചെവി. മറ്റേ ചെവി എല്ലാ യുക്തികൾക്കുമെതിരെ കൊട്ടിയടച്ചു ബധിരമാക്കിയിരിക്കുന്നു. ശൂന്യത യുടെ ചുഴലികളിൽ ഞാൻ അലിഞ്ഞില്ലാതാവുന്നതിനു തൊട്ടുമുമ്പുള്ള ആ സൂക്ഷ്മനിമിഷത്തിലാണ് ആ കുടിലനായ വാൻഗോഗ് തകർന്ന ചെവിയോടെ എന്റെ നിശകളിലേക്കും എന്റെ ഭ്രാന്തിലേക്കും ഇരച്ചുകയറി വന്നത്. എന്തിനായിരുന്നുവെന്ന് എനിക്കു മനസ്സിലായെങ്കിലും...

പക്ഷേ, ഏറെ വൈകിപ്പോയി. ■

www.ingramcontent.com/pod-product-compliance
Lightning Source LLC
LaVergne TN
LVHW041605070526
838199LV00052B/3000